D1680045

பசுமைப் புரட்சியின் கதை

பசுமைப் புரட்சியின் கதை

சங்கீதா ஸ்ரீராம் (பி. 1976)

சங்கீதா பிறந்தது சென்னையில். வரைகலையில் பட்டம்பெற்ற பின்னர் சமூகப் பணிகளில் ஈடுபடத் தொடங்கினார். கடந்த பதினேழு ஆண்டுகளில் சூழியல் மீட்பு, இயற்கை வேளாண்மை, கிராம சுயராஜ்யம், மாற்றுக் கல்வி, இளைஞர்கள் மத்தியில் விழிப்புணர்வு, நீர்வள மேம்பாடு போன்ற பல துறைகளில் தொண்டாற்றியும், சில மனித உரிமைப் போராட்டங்களில் ஈடுபட்டும் இருக்கிறார்.

நண்பர்களுடன் சேர்ந்து 'ரிஸ்டோர்' என்னும் ஒரு லாப நோக்கற்ற நிறுவனத்தைச் சென்னையில் தொடங்கி அதில் தொண்டாற்றி வருகிறார். நகர்ப்புற மக்கள் விவரமறிந்த பொறுப்புள்ள நுகர்வோராக மாறுவதற்கான விழிப்புணர்வை ஏற்படுத்துவது இதன் முக்கிய இலக்கு. இந்த அமைப்பின் மூலம் சமூக இயற்கை உணவுத் தோட்டங்கள் அமைக்கும் பணியிலும் ஈடுபட்டுள்ளார்.

பள்ளிக்குச் செல்லாத தனது நான்கரை வயது மகள் ஈஷாவுடனும், கணவர் ராஜீவுடனும் சென்னையில் வசித்து வருகிறார். தாய்மை கற்றுக்கொடுக்கும் பாடங்களில் மிகுந்த நாட்டம் கொண்டவர். தற்போது, இயற்கை வாழ்வியல் மற்றும் இயற்கைக் கல்வியில் ஆர்வமுள்ளோரை இணைக்கும் பணியில் ஈடுபட்டுள்ளார். இயற்கைக் கல்வி பற்றி தனது வலைப்பூவில் கட்டுரைகள் எழுதி வருகிறார்.

மின்னஞ்சல்: sriram.sangeetha@gmail.com
வலைப்பூ: www.sangeethasriram.blogspot.com

சங்கீதா ஸ்ரீராம்

பசுமைப் புரட்சியின் கதை

காலச்சுவடு பதிப்பகம்

அன்பார்ந்த வாசகருக்கு,
வணக்கம்.

காலச்சுவடு நூலை வாங்கியமைக்கு நன்றி.

நூலின் உள்ளடக்கம், உருவாக்கம், அட்டைப்படம் இன்ன பிற அம்சங்கள் பற்றிய உங்கள் கருத்துகளையும் ஆலோசனைகளையும் காலச்சுவடு வரவேற்கிறது. தகவல், எழுத்து, வாக்கியப் பிழைகள் தென்பட்டால் கட்டாயம் தெரிவித்து உதவுங்கள். நூல் தயாரிப்பில் கடும் குறைபாடு இருப்பின் மாற்றுப் பிரதி உங்களுக்குக் கிடைக்கக் காலச்சுவடு ஏற்பாடு செய்யும்.

மின்னஞ்சல்: publisher@kalachuvadu.com

காலச்சுவடு நாகர்கோவில் அலுவலகத்திற்குக் கடிதம் அனுப்பலாம்.

தங்கள்
எஸ். ஆர். சுந்தரம் (கண்ணன்)
பதிப்பாளர் – நிர்வாக இயக்குநர்

பசுமைப் புரட்சியின் கதை ◆ கட்டுரை நூல் ◆ ஆசிரியர்: சங்கீதா ஸ்ரீராம் ◆ © சங்கீதா ஸ்ரீராம் ◆ முதல் பதிப்பு: டிசம்பர் 2012, எட்டாம் பதிப்பு: அக்டோபர் 2023 ◆ வெளியீடு: காலச்சுவடு பப்ளிகேஷன்ஸ் (பி) லிட்., 669, கே. பி. சாலை, நாகர்கோவில் 629001

pacumaip puraTciyin katai ◆ Critical Essays on the Green Revolution ◆ Author: Sangeetha Sriram ◆ © Sangeetha Sriram ◆ Language: Tamil ◆ First Edition: December 2012, Eighth Edition: October 2023 ◆ Size: Demy 1 x 8 ◆ Paper: 18.6 kg maplitho ◆ Pages: 256

Published by Kalachuvadu Publications Pvt. Ltd., 669 K.P. Road, Nagercoil 629001, India ◆ Phone: 91-4652-278525 ◆ e-mail: publications @kalachuvadu.com ◆ Printed at Clicto Print, Jaleel Towers, 42 KB Dasan Road, Teynampet Chennai 600018

ISBN: 978-93-81969-35-9

10/2023/S.No. 480, kcp 4731, 18.6 (8) rss

அப்பா ஸ்ரீராமனுக்கும்
அம்மா கனகவல்லிக்கும்
சமர்ப்பணம்

இந்நூலிலுள்ள எல்லாப் புகைப்படங்களும் Wikimedia Commonsஇலிருந்து எடுக்கப்பட்டுள்ளன.

நன்றி

என்னை இந்தப் பாதையில் தள்ளிவிட்டு வேடிக்கை பார்க்கும், எனது சிறிய மனத்தால் பற்றிப் பிடித்துக் கொள்ள முடியாத அந்தப் பிரபஞ்ச சக்தியான கடவுளுக்கு எனது முதல் செய்நன்றி.

பல ஆண்டுகள் அங்கும் இங்கும் திரிந்து தேடிய தேடல்தான் எனது முக்கியமான ஆசிரியர். ஒரு இலக்கும் இல்லாமல் வாழ்க்கையை வீணடிப்பதாகக் கருதிய பல உற்றார் உறவினரின் கேள்விகளையும் அறிவுரைகளையும் கேட்டுச் சளைக்காமல் பதிலளித்து, என்மேல் நம்பிக்கை வைத்து ஆதரவளித்த எனது பெற்றோருக்கு நான் மிகவும் கடமைப்பட்டிருக்கிறேன். எனது பெற்றோரைப் போலவே என்னுடைய அத்தனைச் செயல்களுக்கும் பக்கபலமாக இருந்து ஊக்குவிக்கும் எனது கணவரின் பெற்றோருக்கும் அதே வகையில் கடமைப்பட்டிருக்கிறேன். என்னுடன் இந்த வாழ்க்கைப் பயணத்தை மேற்கொள்ளும் எனது துணைவர் ராஜீவுக்கு இந்தப் படைப்பில் ஒரு முக்கியப் பங்குண்டு. விவசாயம், உணவு, கல்வி, பொருளாதாரம், ஆன்மிகம் ஆகியவற்றில் ஆர்வம்கொண்ட அவர், எனது வாழ்க்கைத் தேடல்களில் முக்கியமான பங்கேற்பாளர். நெருங்கிய நண்பர். ஒரு ஆக்கபூர்வமான விமர்சகராக இருந்து ஒவ்வொரு கட்டுரையையும் பொறுமையாகப் படித்துத் திருத்திக் கொடுத்தவர்.

தமிழில் எழுதிப் பயிற்சி இல்லாத எனக்கு இத்தகைய மிகப்பெரும் வாய்ப்பளித்து ஊக்குவித்துள்ள காலச்சுவடு நிறுவனத்துக்கு மிக்க நன்றி. குறிப்பாக, அதன் முன்னாள் நிர்வாக ஆசிரியரான அரவிந்தன்தான் எனக்கு வழிகாட்டியாக இருந்தார் என்றே சொல்லலாம். எனக்குத் தெரிந்த தமிழில் தப்பும் தவறுமாக எழுதிய கட்டுரைகளைப் பொறுமையாகப் படித்துத் திருத்தி, அவற்றுக்கு நல்லதொரு வடிவம் கொடுத்த பெருமை அவரைச் சேரும். எழுத்தாளராக எனது திறமை மற்றும் தன்னம்பிக்கை வளர்ந்ததில் அவருக்கு முக்கியப் பங்குண்டு.

இந்தக் கட்டுரைத் தொடரில் மிகுந்த ஆர்வம் கொண்டு என்னை ஊக்குவித்த மற்றொரு முக்கியமான நண்பர், மறைந்த திலிப் வீரராகவன். ஐ.ஐ.டி.யில் வரலாற்றுப் பேராசிரியராகப் பணிபுரிந்த இவர், முதல் பத்துக் கட்டுரைகளை வடிவமைக்கப் பெரிதும் உதவினார். வரலாற்று உண்மைகளைச் சரியாகவும் நடுநிலையாகவும் வெளிப்படுத்த பயிற்சி அளித்தவர் இவர்.

எனது ஆராய்ச்சியில் பல நிபுணர்களிடம் உரையாடி, அவ்வப்போது எழுந்த சந்தேகங்களைக் கேட்டு விளக்கங் களைப் பெற்றுக்கொண்டேன். அவர்களில் பேரா. ஜனகராஜன், ராமாஞ்சனேயுலு, டி.கே. மிஷ்ரா, ஷம்பு பிரசாத், ஹிமான்ஷு தாக்கர், ஸ்ரீபத் தர்மாதிகாரி, சுல்தான் இஸ்மாயில், சித்த மருத்துவர் சிவராமன், கிளாடு அல்வாரிஸ் ஆகியோர் அடங்குவர்.

எனது படைப்பை முழுவதுமாகப் படித்து, திருத்தங்களை யும் மெருகேற்றுவதற்கான ஆலோசனைகளையும் வழங்கிய ஈரோடு டாக்டர் ஜீவானந்தம், நண்பர்கள் நவீன் வாசுதேவன், ரங்கராஜன், ஸ்ரீநிவாசன், ராஜகோபாலன், தங்கவேல் எனது மாமா எழுத்தாளர் ராஜகோபாலன், ஆகியோருக்கும் எனது நன்றிகள். இந்த நூலுக்கு முன்னுரை எழுதிக் கௌரவித்த ஜெயமோகனுக்கு எனது நன்றி.

எனது ஆராய்ச்சிக்கு உதவிய AID-India, MIDS, தமிழ்நாடு ஆவணக் காப்பகம், ரோஜா முத்தையா நூலகம், அடையாறு நூலகம் ஆகிய நிறுவனங்களுக்கும் எனது நன்றிகள்.

பதினைந்தாண்டுகளுக்கு முன்பு இந்தக் களத்தில் தொடங்கிய எனது பணியில் குறிப்பிடத்தக்க சிலர் எனது அனுபவமும் அறிவும் வளரக் காரணமானவர்கள். முதலாவ தாக, பட்டப்படிப்புக்குப் பின்னர் எனக்குச் சுற்றுச்சூழல் குறித்த

முதல் பாடங்களைக் கற்பித்து, ஆங்கிலத்தில் எழுதுவதற்கானப் பயிற்சியளித்து நம்பிக்கை வளர்த்தவர் எக்ஸ்னோரா நிறுவனத்தின் அன்றைய முக்கியத் தலைவர் ராம்குமார். விவசாயத்தைப் பற்றிய எந்த அறிவும் தொடர்பும் இல்லாத எனக்கு, இந்தத் துறையில் ஆர்வம் வளரக் காரணமாக இருந்து பல நல்ல விஷயங்களையும் நபர்களையும் அறிமுகப்படுத்தியவர் மயிலாப்பூர் ஸ்ரீனிவாசன். நம்மாழ்வார் ஐயாவுடன் பயணித்தும் சேர்ந்து பணிசெய்தும் பல விஷயங்களைக் கற்றுக் கொண்டுள்ளேன். எனது நண்பரும் இயற்கை விவசாயப் போராளியுமான ரேவதிக்கும் இதில் பெரும் பங்குண்டு. குத்தம்பாக்கம் பஞ்சாயத்துத் தலைவர் இளங்கோ எனக்குக் கிராம சுயராஜ்யம் பற்றிய பல கருத்துக்களை அறிமுகம் செய்து எனக்குக் காந்தியப் பொருளியல் சிந்தனையில் ஆர்வம் வளரக் காரணமானவர். டெலவேர் பல்கலைக்கழகத்துப் பேராசிரியர் ஜான் பர்ன், 'நவீனத்துவத்தின் விமர்சனம்' குறித்துப் பல கருத்துக்களை எனக்கு அறிமுகம் செய்தவர். இவர்கள் கற்பித்த பாடங்கள்தான் எனது இன்றைய சமுதாயம் – தொழில்நுட்பம் – சூழலியல் குறித்தப் புரிதலுக்கு அடித்தளமாக அமைந்தன.

ஆரோவில்லில் சத்தமில்லாமல் ஒரு புரட்சியைச் செய்து கொண்டிருக்கும் பெர்னார்டைப் பற்றிக் குறிப்பிட்டாக வேண்டும். பாறையைப் போன்ற மண்ணில், வெளியிலிருந்து மண்ணையோ தழைப் பொருளையோ சாணத்தையோ பயன்படுத்தாமல் விளைச்சலை அள்ளிக்கொடுக்கும் ஒரு பிரமிப்பூட்டும் பண்ணையை உருவாக்கியிருக்கிறார். இவருடன் இவரது 'பெப்பில் கார்டன்' பண்ணையில் தங்கி இயற்கை விவசாய உத்திகளைக் கற்றுக்கொண்ட அனுபவம், எனக்கு இயற்கை விவசாயத்தின் மீது அசைக்க முடியாத நம்பிக்கை வளரக் காரணமானது. பசுமைப் புரட்சி குறித்த எனது ஆராய்ச்சிக்காக முக்கியமான பல தகவல்களை எனக்கு அளித்துப் பெரிதும் உதவியவர்.

தரம்பால்ஜியின் இறுதி நாட்களில் அவருடன் சென்னையிலும் சேவாகிராம் காந்தி ஆசிரமத்திலும், நண்பர்கள் முகுந்தன் மற்றும் ராமுடன் சில நாட்கள் செலவிடும் அரிய வாய்ப்பு எனக்குக் கிடைத்தது. அவரை சந்திக்கும் முன்வரை இந்தியச் சமுதாயத்தைப் பற்றிய எனது புரிதல் என்பது, பெண்களுக்கும் கீழ்சாதியினருக்கும் சுதந்திரம் கொடுக்காமல், அவர்களை அடக்கி ஒடுக்கி வைக்கும் பிற்போக்கான சமுதாயம் என்றும் அதற்கேற்ற விதிகளைக் கையாளுவதே இந்து மதம்

என்று மட்டுமே அறிந்திருந்தேன். தரம்பால்ஜியுடன் நிகழ்ந்த உரையாடல்களும், அவருடைய 'பாரதிய சித்த மனஸ் அண்ட் கால' *(Bharatiya Chitta Manas and Kala)* என்னும் நூலும் மற்ற நூல்களும், இந்திய மனத்தையும், இந்திய வாழ்வியலையும், நவீனத்துவ சிந்தனையையும் பற்றிய ஒரு புதிய கண்ணோட்டத்தை எனக்கு அளித்தது. அதற்காக அவருக்கு நான் மிகவும் கடமைப்பட்டிருக்கிறேன்.

எனது இயற்கை விவசாயப் பயணத்தில் முக்கியப் பங்கேற்ற மற்றொரு நண்பர் பாலாஜி கூமண்டூர். முக்கியமாக, எனது வீட்டுத் தோட்டப் பணிகளில் கூட்டாளியாக இருந்து, எனது அறிவும் அனுபவமும் வளரக் காரணமானவர். இதுவரை நான் சந்தித்துள்ள நூற்றுக்கணக்கான விவசாயிகளுக்கும் எனது நன்றிகள்.

எனது வாழ்க்கைப் பயணத்தில் முக்கியமான நண்பர்கள் சிலரைக் குறிப்பிட்டாக வேண்டும். அக்கா லக்ஷ்மி, நெருங்கிய நண்பர் நவீன் வாசுதேவன், எனது அண்ணன் முரளீதரன் ஆகியோருக்கு எனது வாழ்க்கைத் தேடல்களில் முக்கியப் பங்குண்டு. மனீஷ் ஜெயின், ஜினன், 'சமன்வயா' ராம் – ரமா தம்பதியினர், டி.எம்.முகுந்தன், தீபக் மல்கன், வெங்கடேஷ் ஆகிய நண்பர்களுடன் பல ஆண்டுகள் நிகழ்ந்த உரையாடல்களும் எனது சிந்தனைத் தெளிவுக்கு மிகவும் உதவியுள்ளன. ரிஸ்டோர் நடத்தும் பொறுப்பிலிருந்து என்னை விடுவித்து, இந்த நூலை எழுதி வெளியிட உற்சாகமும் ஆதரவும் அளித்தவர் நெருங்கிய தோழி ராதிகா. எனது அண்ணன் ரங்கராஜன்; அண்ணிகள் உஷா, அலமேலு; டாக்டர் பத்மாவதி ஆகியோரின் அன்புக்கும் ஆதரவுக்கும் நன்றிகள்.

கடந்த மூன்றாண்டுகளாக எனது வாழ்க்கையைச் செல்லமாகப் புரட்டிப்போட்டு, தூய்மையான அன்புடன் பல முக்கியமான பாடங்களை எனக்குக் கற்றுத்தந்துள்ள எனது குட்டி ஆசிரியர் ஈஷாவுக்கு நான் மிகவும் கடமைப்பட்டிருக்கிறேன்.

சங்கீதா ஸ்ரீராம்

பொருளடக்கம்

	முன்னுரை	15
	என்னுரை	31
1.	இந்திய வேளாண் மரபு	37
2.	வேளாண் வரி - சுரண்டலின் தொடக்கம்	58
3.	சுரண்டலின் அடுத்த கட்டம் - பணப் பயிர்களின் அறிமுகம்	66
4.	வேளாண் அறிவியல்: பாரம்பரியமும் நவீனமும்	78
5.	இயற்கை நியதிகளின் மீறல்: இந்திய வேளாண்மையின் சரிவு	92
6.	நவீன வேளாண்மையின் ஊடுருவல்	105
7.	உணவுப் பற்றாக்குறை - உண்மை நிலை	116
8.	சுதந்திர இந்தியாவில் வேளாண்மை	125
9.	அமெரிக்காவின் உணவு உதவியும், PL 480யும்	138
10.	வீரிய விதைகளின் தொழில்நுட்பமும் வரலாறும்	147
11.	'பசுமைப் புரட்சி' இந்தியாவில் அரங்கேறிய கதை	154
12.	மாயச் சுழலில் சிக்கிய விவசாயம்	174
13.	இன்றைய வேளாண் நெருக்கடி	185
14.	சர்வாதிகாரத்துக்கு வன்முறை, ஜனநாயகத்துக்குப் பிரச்சாரம்!	200
15.	எல்லோருக்கும் சோறு போடுமா இயற்கை விவசாயம்?	210
16.	சமுதாய மாற்றத்துக்கான அடிப்படை	220
17.	வேளாண்மையின் இறுதி லட்சியம் என்ன?	230
	குறிப்புகள்	241

முன்னுரை

1969 ஜூலை 21ஆம் தேதி மனிதன் சந்திரனில் கால் வைத்த நாள். எனக்கு நன்றாக நினைவிருக்கிறது. அப்போது நான் இரண்டாம் வகுப்பு மாணவன். என் ஆசிரியர் வகுப்புக்கு மிகமிக உற்சாகமாக வந்தார். "லே இன்னைக்கு மனுஷன் சிவனுக்க தலையிலே சவட்டிட்டான்ல!" என்றார். நிலா சிவனின் தலையில் இருக்கிறது. அதில் மனிதன் மிதித்துவிட்டான். அறிவியலின் வெற்றி, நவீனத்துவத்தின் வெற்றி, மேற்குலகின் வெற்றி!

மனிதன் நிலாவை மிதித்த அந்நிகழ்ச்சிக்கு உலகளாவிய பண்பாட்டில் உள்ள தாக்கத்தை எத்தனை பேர் புரிந்துகொண்டிருப்பார்கள் என்று தெரியவில்லை. உலகம் முழுக்க ஒரு புதிய யுகத்தில் காலடி எடுத்துவைத்த நாட்கள் அவை. ஆப்பிரிக்க ஆசிய நாடுகள் பலவும் அரசியல் விடுதலை அடைந்துகொண்டிருந்தன. அந் நாடுகளில் இருந்த மரபான சமூக அமைப்பு உடைந்து கொண்டிருந்தது. பழைமையான வாழ்க்கைமுறைகளும் நம்பிக்கைகளும் மாற்றமடைந்தன. பல நாடுகளில் மன்னராட்சியோ நிலப்பிரபுக்களின் ஆட்சியோ அழிந்து, குடியரசோ சர்வாதிகாரமோ வந்துகொண்டிருந்தது. அரசப்பிறப்பு இல்லாத சாதாரண மனிதன் ஆட்சிசெய்ய முடியும் என்ற அற்புதத்தை மக்கள் காண ஆரம்பித்தனர்.

காலனியாதிக்கம் அதற்கு அரை நூற்றாண்டு முன்பே உலகமெங்கும் நவீன அறிவியலைக் கொண்டு சென்று சேர்த்திருந்தது. ரயிலும் பேருந்தும் தபாலமைப்பும் பள்ளிக்கூடமும் உருவாகிவிட்டிருந்தன. வானொலி கேட்க ஆரம்பித்திருந்தது. ஆனால் அதெல்லாம் காலனி நாடுகளின் ஆட்சிக்கான வசதிகளாகவே இருந்தன.

மக்களில் பெரும்பாலானவர்களுக்கு அறிவியலின் தொடர்பு இருக்கவில்லை. ஆனால், சுதந்திரம் பெற்ற ஆப்பிரிக்க ஆசிய அரசுகள் அறிவியலையும் தொழில்நுட்பத்தையும் மக்களிடையே பரப்பி ஓர் இயக்கமாக முன்னெடுக்க ஆரம்பித்தன. அதை 'வளர்ச்சி'க்கான வழியாக அவை மதிப்பிட்டன.

இந்தியாவில் ஐந்தாண்டுத்திட்டம் ஆரம்பிக்கப்பட்டிருந்தது. கிராமங்களுக்குச் சாலைகளும் மின்சாரமும் சென்று சேர ஆரம்பித்தன. இந்தியாவின் அடித்தளச்சாதிகள் பள்ளிக்கூடம் நோக்கி வர ஆரம்பித்திருந்தனர். இந்தியாவின் இந்தக் கால கட்டத்தையே கல்வியுகம் என்று சொன்னால் மிகையல்ல. அந்தக் கல்வி நவீன அறிவியல்கல்வியாகவே இருக்க வேண்டும் என்று நேருவும் அவரது ஆலோசகர்களான மகாலானோபிஸும் பி.என். ஹக்ஸரும் தீர்மானித்தனர். அந்த நவீன அறிவிய லென்பது ஐரோப்பிய நிரூபணவாத அறிவியல்.

விளைவாக, ஐம்பதுகளின் இறுதியில் இந்தியா நவீன ஐரோப்பிய அறிவியலின் விளிம்பில் நின்று தள்ளாட ஆரம்பித் தது. பண்டாரமாடனின் வம்சப் பரம்பரை தாங்கள் என எண்ணி யிருந்தவர்கள் மனிதனின் மூதாதை குரங்கு என்று அறிந்து திகிலடைந்தார்கள். மாரியம்மனால் வைசூரி வருகிறது எனப் புரிந்துகொண்டிருந்தவர்கள் வெள்ளைக்கடவுளான வைரஸை அறிமுகம் செய்துகொண்டார்கள். நவீன அறிவியலுக்கும் இந்திய மனதுக்கும் இடையே பெரும் அகழி ஒன்று இருந்தது. எந்த அளவுக்கு ஒருவர் மண்ணுடன் உறவுள்ளவரோ அந்த அளவுக்கு அவரால் நவீன அறிவியலை ஏற்றுக்கொள்ள முடிய வில்லை.

நவீன அறிவியல் அவர்கள் ஆயிரக்கணக்கான ஆண்டு களாகக் கண்டடைந்த எல்லா விவேகங்களையும் நிராகரிக்கும் படி அவர்களுக்குக் கற்பித்தது. மண்ணுக்கும் மனிதனுக்குமான உறவு தாய்க்கும் மக்களுக்குமான உறவென எண்ணியிருந்தவர் கள் மண் என்பது இடுபொருளை விளைபொருளாக ஆக்கித் தரும் ஒரு இயந்திரம் மட்டுமே என்று எண்ணப் பயிற்றுவிக்கப் பட்டார்கள். மரங்களும் மனிதர்களைப் போலவே மண்ணில் வாழும் உரிமை உள்ளவை என எண்ணியிருந்தவர்கள் மனிதனுக்குப் பயனற்ற மரங்கள் மண்ணில் இருக்கத் தேவை யில்லை என்று கற்பிக்கப்பட்டார்கள்.

ஒட்டுமொத்தமாக அவர்கள் நம்பி வந்த பூமியே அவர் களின் கண்முன்னால் இல்லாமலாகியது. பூச்சிகள், புழுக்கள், பறவைகள், மிருகங்களினாலான ஒரு பெரும் உயிர்வெளி அவர் களின் பூமி. மனிதன் அதில் ஒரு துளி. அதன் நோக்கமும்

இலக்கும் அதை ஆக்கிய ஆற்றலுக்கு மட்டுமே தெரிந்தவை. ஆனால், நவீன அறிவியல் அவர்களுக்குக் காட்டிய பூமி அள்ளி அள்ளித் தின்றுகொண்டே இருக்கவேண்டிய ஒரு சட்டி மட்டும் தான். குடைந்துகுடைந்து எடுக்கவேண்டிய ஒரு புதையல் மட்டும்தான்.

எந்த நூலில் இருந்தும் நான் இந்த மாற்றத்தை அவதானிக்கவில்லை. என் கண்ணெதிரே இந்த மாற்றம் நிகழ்ந்ததை நான் அந்த வயதிலேயே கண்டிருக்கிறேன். ஆம். நான் அந்த மாற்றத்தை வரவேற்பவனாகவும், அந்த மாற்றத்தை அஞ்சுபவர்களை இகழ்பவனாகவும் இருந்தேன். என் ஆசிரியர்கள் எனக்கு அதைத்தான் கற்பித்தார்கள். என் அப்பா மறைந்த பாகுலேயன் பிள்ளை நவீனக்கல்வி கற்றவராக இருந்தாலும் முழுக்க முழுக்கப் பாரம்பரியவாதிகளின் குரலாகவே ஒலித்தார். அனேகமாக ஒவ்வொரு நாளும் நவீன அறிவியலுக்கு எதிராக அப்பா வீட்டிலிருந்து நண்பர்களிடம் கொதித்துக்கொண்டிருந்தார். அறைக்குள் இருந்து நான் அவரை நையாண்டி செய்வேன்.

பத்திரப்பதிவுத் துறை அரசு ஊழியராக இருந்த அப்பா கடைசிவரை ரசாயன உரத்தையும் பூச்சிக் கொல்லியையும் ஏற்றுக்கொள்ளவில்லை. அவை இல்லாமலேயே வெற்றிகரமாக விவசாயம் செய்ததுடன் அதைப் பற்றிக் கடைசிநாள்வரை அனேகமாகத் தினமும் தற்பெருமையும் கொண்டிருந்தார். அது ஒட்டுமொத்தமாக நவீன அறிவியல்மீதுகொண்ட சந்தேகத்தால் தான். அவர் வாழ்நாளில் பார்த்தது ஒரே சினிமாதான். சாவதற்காக மட்டுமே ஆஸ்பத்திரிக்குச் சென்றிருக்கிறார். மற்றபடி ஆயுர்வேத மருந்துதான். கடைசிவரை ரேடியோ பெட்டி வாங்கத் திட்டவட்டமாக மறுத்துவிட்டார். கிட்டத்தட்ட இந்த மனநிலை தான் கிராமத்தில் நிலவியது.

கிராமத்தில் விவசாயத்தை நவீனப்படுத்த அரசாங்கம் எடுத்த பெரும்பாலான முயற்சிகளைக் கிராம மக்கள் நிராகரித்தே வந்தனர். எங்கள் கிராமத்தில் எட்டு ஆயுர்வேத சிகிச்சையகங்கள் வெற்றிகரமாகச் செயல்பட்டுவந்தன. நவீன மருத்துவம் தெரிந்த எவருமே இருக்கவில்லை. அந்நிலையில் தான் மனிதன் சந்திரனில் இறங்கினான். அது கிராமத்தையே அதிரவைத்த நிகழ்ச்சியாக இருந்தது. இன்றுகூட அந்தப் பரபரப்பைத் துல்லியமாக நினைவுகூர்கிறேன்.

தினத்தந்தியில் தலைப்புச்செய்தி பக்கமே நினைவிருக்கிறது. 'சந்திரனில் மனிதன்.' எங்களூர் கண்ணன் சவரக்கடையில் ஐம்பது பேருக்குமேல் கூடிச் செய்தித்தாளை மீண்டும் மீண்டும் வாசிக்கச்சொல்லிக் கேட்டார்கள். ஒரேநாளில் சாணி

பொறுக்கும் பிலோமி ஆயாவுக்குக்கூடத் தகவல் தெரிந்து விட்டது. ஆச்சரியமென்னவென்றால் சில நாட்களிலேயே வெள்ளைக்காரன் நிலாவில் கால் வைத்துவிட்டான் என்பதை அனேகமாக அனைவருமே ஏற்றுக்கொண்டுவிட்டார்கள்!

அதற்கு முன்னரே யூரி ககாரின் விண்வெளியில் பறந்து விட்டிருந்தார். ஆனால் அதெல்லாம் ஊரில் யாருக்கும் தெரியாது. ஏனென்றால் விண்வெளி என ஒன்றிருப்பதை எவரும் அறிந்திருக்கவில்லை. ஏற்கனவே விமானங்கள் வானில் பறந்துகொண்டும் இருந்தன. ஆனால் சந்திரன் அப்படி அல்ல. அது ஒரு தெய்வம். தெய்வத்தின் மேலிருக்கும் சின்ன தெய்வம். கண்கூடானது. அனைத்துக்கும் மேலாக ஒன்றுண்டு. திருவிதாங்கூர் மன்னர்கள் சந்திர வம்சத்தைச் சேர்ந்தவர் கள். அந்த நிலவில் மனிதன் காலை வைத்துவிட்டான்.

பசுமைப் புரட்சிக்கும் மனிதன் சந்திரனில் இறங்கியதற்கும் நெருக்கமான தொடர்புண்டு என நான் சொன்னால் அதை இந்தப் பின்னணியில் வைத்துத்தான் புரிந்துகொள்ள வேண்டும். மனிதன் சந்திரனில் இறங்கியது எங்களூரில் தெளிவாக ஒரு செய்தியைச் சொன்னது – நவீன அறிவியல் யுகம் உருவாகி விட்டிருக்கிறது. பழைய காலத்தின் தலையில் காலை வைத்து விட்டார்கள்.

அந்தப் படிமத்துக்கு நம் மரபில், குறிப்பாகக் கேரளச் சூழலில் உள்ள அர்த்தத்தை யோசித்துப்பாருங்கள். நாடாண்டு கொண்டிருக்கிற மாவலி சக்கரவர்த்தியைத் தேடி வாமனன் வருகிறான். மூன்றடி மண் கேட்கிறான். விஸ்வரூபமாகக் காலைத் தூக்கி மண்ணையும் விண்ணையும் தாண்டி விடுகிறான். சக்கரவர்த்தியின் தலையில் மூன்றாவது காலை வைத்துப் பாதாளத்துக்கு அழுத்திவிடுகிறான். அந்த மூன்றாவது கால்தான் நீல் ஆம்ஸ்ட்ராங் நிலவில் வைத்தது.

அவரே சொன்னார், ‘இது என்னுடைய சிறிய காலடி. மனிதகுலத்துக்கு மாபெரும் தாவல்’ என. அதை இந்தியா அப்படியே ஏற்றுக்கொண்டது. அந்த நாளுக்குப் பின்னால் ஒவ்வொன்றும் மாறிய வேகத்தை எண்ணினால் இப்போது பயமாகவே இருக்கிறது. அறிவியல் என எதைச் சொன்னா லும் அதன்மேல் மக்களுக்கு ஆழமான நம்பிக்கை வந்தது. ‘வெள்ளைக்காரன் சும்மா சொல்லுவானா?’ என்ற எண்ணம் வேரூன்றியது.

வெறும் ஐந்தே வருடங்களில் எவ்வளவு மாற்றங்கள். தயங்கிக்கொண்டிருந்தவர்கள் எல்லாம் வீடுகளுக்கு மின்சாரம் எடுத்துக்கொண்டார்கள். என் அப்பா பிடிவாதமாகக் கடைசிவரை,

84வரை, வீட்டில் மின்சாரம் இல்லாமல் வாழ்ந்தார். நாங்கள் அரிக்கேன் விளக்கிலே படித்தோம். கிராமங்களில் ரேடியோ பெட்டி பரவலாகியது. நைலான் உடைகள் வந்தன. வீடுகளில் பிளாஸ்டிக் பொருட்கள் வந்து சேர்ந்தன. கிராமத்தில் ஏராள மான அலோபதி கம்பவுண்டர்கள் தொழில் செய்ய ஆரம்பித் தனர். 'சாயக்குளிகை' என்றாலே அஞ்சி ஓடிய 'அம்மச்சி'கள் எல்லாம் கைகளில் குப்பிகளுடன் மருந்து வாங்க ஆஸ்பத்திரி களுக்குச் சென்றார்கள். ஆயுர்வேத வைத்தியர்கள் வறுமை யானார்கள்.

அந்தக் காலகட்டத்தில்தான் பசுமைப் புரட்சி அலையாக கிராமங்களைத் தழுவியது. கலப்புவிதைரகங்களும் உரங்களும் பூச்சிக்கொல்லிகளும் மக்களிடையே நவீன அறிவியலின் அடையாளங்களாகவே எண்ணப்பட்டன. நவீன விவசாயப் பிரச்சாரகர்களைக் கண்டு ஓடி ஒளிந்த அதே மக்கள் உரம் வாங்க 'சொசைட்டி' எனப்படும் கிராமக் கூட்டுறவுசாலை களிலும், 'பிளாக்கு' எனப்பட்ட வட்டார அலுவலங்களிலும் காலையிலேயே சென்று வரிசைவரிசையாக நின்றார்கள். உரமும் பூச்சிகொல்லியும் ஏதோ அரிய சஞ்சீவிகளாகக் கருதப் பட்டன. சீமையுரம் எனப்பட்ட அமோனியா சல்ஃபைட்டை அள்ளிஅள்ளிப் பார்த்து 'நயம் கல்கண்டு மாதிரில்லா இருக்கு . . .' எனப் பரவசமடைந்த விவசாயிகளைப் பார்த்திருக் கிறேன்.

நவீன அறிவியலும் பசுமைப் புரட்சியும் சமானமாகவே கருதப்பட்டன என்று சொன்னால் ஆச்சரியப்படுவீர்கள். என் சின்ன வயதில் ஐ. ஆர். 8 என்ற நெல்ரகம் வந்தது. தாக்குப் பிடிக்கும் நெல்ரகம் என்று சொல்லிக் கொண்டுவரப்பட்ட இந்த நெல் கொஞ்ச நாளிலேயே காணாமல் போயிற்று. உண்மையி லேயே தாக்குப்பிடிக்கும் பல பாரம்பரிய நெல்ரகங்கள் மறைந்தன. ஆனால் ஐயாறெட்டு என்ற சொல் நவீன விதை களின் ஒட்டுமொத்தச் சொல்லாக இன்றும் குமரி மாவட்டத் தில் புழங்குகிறது. அன்று அது நவீன அறிவியலைச் சுட்டும் சொல்லாகவே இருந்தது.

மிகவும் அறிவியல்பூர்வமாக ஒருவன் பேசினால் 'ஆளு ஒரு ஐயாறெட்டாக்கும்' என்பார்கள். 'நல்ல ஐயாறெட்டு சாதி யாக்கும்' என சிந்தி எருமை சொல்லப்பட்டது. 'இன்னைக்குள்ள காச்சலுக்குப் பளைய மருந்து கேக்காது . . . நல்ல ஐயாறெட்டு மருந்து வேணும்' என்பார்கள். 'ஏமானே எனக்க பிள்ளைக்கு ஐயாறெட்டு மருந்து குடுங்க' என்று கிராமப் பெண்கள் டாக்டரிடம் கேட்பார்கள். ஏன், நல்ல மதிப்பெண் வாங்கி 'உயர்தரக்' குழந்தையாக விளங்கிய நான் நெடுங்காலம் ஐயாறெட்டு என அன்புடன் அழைக்கப்பட்டேன்!

மிகச் சீக்கிரத்திலேயே பசுமைப் புரட்சியின் எதிர்விளைவு களை அனைவரும் உணர ஆரம்பித்தார்கள். ஆனால் வேறுவழி யில்லை. அரக்கில் சிக்கிய ஈ சிறகடித்தால் இன்னும் நன்றாகச் சிக்கும். பிற இடங்களைப் போல் குமரி மாவட்டத்தில் தண்ணீர்ப் பிரச்சினை இல்லை. தண்ணீரை வயலிலிருந்து வடியச் செய் வதே பிரச்சினை. ஆனால், எங்களுக்கே உரிய பல சிக்கல்கள் இருந்தன. முதல் பிரச்சினை பூச்சிக்கொல்லிகள் மழையால் கரைக்கப்படுவது. இங்கே சின்னச் சின்ன நிலங்களாக வைத் திருப்பார்கள் என்பது. அரை ஏக்கர் நிலம்தான் ஒரு துண்டாக இருக்கும். ஆகவே ஒருவர் பூச்சிக்கொல்லி அடித்தால் பூச்சி அடுத்த வயலுக்குப் போய்ச் சொந்தக்காரர்களுடன் ராத்தங்கி விட்டுக் காலையில் திரும்ப வந்துவிடும். உரம் மழையில் பெருகிப் புல்லுக்கும் பொசிய ஆரம்பித்துவிடும். ஆகவே, ஒன்றுக்கு மூன்று மடங்கு இடுபொருட்கள் தேவைப்பட்டன.

குமரி மாவட்டத்தில் அதற்கு முன்னால் கேள்விப்பட்டே இராத பிரச்சினைகள் உருவாயின. நீர்வளம் மிக்க பகுதி யாதலால் பலவகையான புற்களும் களைகளும் இங்கே அதிகம். ஆனால், ரசாயன உரம் வந்ததும் சிலவகைப் புற்கள் பெரிதாக வும் அடர்த்தியாகவும் வளர ஆரம்பித்தன. எங்களூரில் வளரி எனப்படும் ஒரு வகைச் சேற்றுப்புல் வயலில் நிறைய முளைக் கும். அதை அப்படியே கொத்திக் கவிழ்த்து சேற்றிலே போட்டு அழுகவைத்து உழுது நெல் போடுவார்கள். அதைக் களை தாழ்த்துவது என்போம். வளரியைப் பிடுங்கி நீருக்குள் அழுத்திப் புதைப்பதுதான் வழக்கம். வளரியை எருமைக்குக் கூடக் கொடுக்க முடியாது, பீச்சியடிக்கும்.

சாதாரணமாகப் பூவுக்கு மூன்று களை எடுக்க வேண்டும். நல்ல மழைக்காலம் என்றால் நான்கு. ரசாயன உரம் வந்த பிறகு வாரா வாரம் களை எடுக்கவேண்டியிருந்தது. அதற்குக் கட்டுப்படியாகாமல் நில உரிமையாளர்கள் அனேகமாகத் தினமும் காலையில் வயல்களில் கொஞ்சம் கொஞ்சமாகக் களை பிடுங்கினார்கள். முதுகொடிய வருடமெல்லாம் களை பிடுங்க வேண்டும். வாழ்க்கையே களைபிடுங்குவதென்றாயிற்று. கூலிகொடுத்துக் களைபிடுங்க முடியாத காரணத்தாலேயே நெல் விவசாயம் அழிய ஆரம்பித்தது.

கட்டற்ற கிராம வாழ்க்கையில் நான் சின்ன வயதில் கோயில் மண்டபம், குளமண்டபம் என எங்கே தூக்கம் வருகிறதோ அங்கேயே இரவு தூங்குவது வழக்கம். எண்பது களில் அது சாத்தியமில்லாமல் கொசுப் பிரச்சினை வந்தது. இப்போது இங்கே திறந்த வெளியில் மாலையில் அமர்ந்திருக் கும் அனுபவமே எவருக்கும் கிடையாது. என் மகனுக்கு அந்த

நாட்களைப் பற்றிச் சொன்னால் பிரமிக்கிறான். அன்றெல்லாம் எங்கும் நீர் நிறைந்த நிலம். மடைகள், ஓடைகள், ஆறுகள். ஆனால், நாலைந்து முறை கன்னத்தில் அடித்துக்கொள்வதைத் தவிரக் கொசு என்ற ஒன்றை குமரி மாவட்டத்தில் உணரவே முடிந்ததில்லை.

தென்குமரி மாவட்டம் என்பது அக்காலத்தில் தவளை களின் உலகம். மாலையில் சத்தம் போட்டுப் பேசினால்தான் கேட்கும் என்ற அளவுக்குத் தவளைக்கூச்சல். இரவில் கண் விழித்தால் நம்மைச் சுற்றிப் பல்லாயிரம் தவளைகள் கூடிநிற்பது போல ஓசை இருக்கும். தேங்கிக்கிடக்கும் குட்டைகளை அசைவிலா நேரத்தில் பார்த்தால் கரிய சாக்கடை போலத் தெரியும். அருகே சென்றதும் சட்டென்று நீர் தெளியும். அந்த அளவுக்குத் தலைப்பிரட்டைகள். தவளைகள் காணாமலாக ஆகக் கொசு பெருகியது. வயல்களில் விதவிதமான பூச்சிகள் வந்து பெருகின.

பூச்சிபார்க்கும் தலைப்புலையர்களிடம் புகையிலையும் பணமும் காணிக்கை கொடுத்து வாழை இலையில் பொதிந்த பூச்சியிலையைக் கொண்டுசென்று காட்டுவோம். 'ஏமானே, இது மேலமலைக்காட்டுப் புளுவாக்குமே... இதெங்கே இங்க வந்தது... எளவு ரெண்டு எரட்டியில்லா வளர்ந்திருக்கு' எனப் பீதியடைவார்கள். தோட்டத்திலிருந்து தேங்காயையும் வாழைக் குலையையும் கொண்டுசென்று சந்தையில் விற்றுப் பூச்சி கொல்லி வாங்கிவருவார்கள். சந்தைக்குப் போனாலே கிழங்கு, மீன், மண்ணெண்ணெயுடன் பூச்சிமருந்தும் பட்டியலில் இருக்கும். அருமனையிலும் குலசேகரத்திலும் பூச்சிமருந்துக் கடைகள் பெருகின. அவர்கள் பெரிய வீடுகளைக் கட்டினார்கள்.

முப்பதாண்டு கழிந்து இன்று தென்குமரி நாட்டில் நெல் விவசாயம் அனேகமாக இல்லை என்ற நிலை வந்திருக்கிறது. வயல்கள் எல்லாமே ரப்பர் தோட்டங்களாக ஆகிவிட்டன. ரப்பர் பலமுறை விவசாயிகளைப் பலிவாங்கிய பணப்பயிர். ரப்பர் இல்லாத இடங்களில் வாழை. இங்கே வாழை என்பது விஷத்தி லேயே முளைக்கச்செய்து விஷத்தில் வளர்ந்து விஷத்தில் விளையும் ஒரு விஷக்கனி. பசுமைப்புரட்சியின் பலி எனப் பசுமை பொங்கிப் பரவிய இந்த ஆசீர்வதிக்கப்பட்ட பூமியைத் தாராளமாகச் சொல்லலாம்.

ஆகவேதான் சங்கீதா ஸ்ரீராமின் 'பசுமைப் புரட்சியின் கதை' என்ற இந்த நூல் எனக்கு என் வாழ்க்கையை விளக்கும் மிக அந்தரங்கமான, கொந்தளிப்பான ஒரு வாசிப்பனுபவமாக அமைந்தது. பசுமைப் புரட்சியைப் பற்றிய பெரும்பாலான

'நவீனத் தொன்மங்களை' இந்த நூல் மிக விரிவான ஆதாரங் களுடன் மறுக்கிறது. பசுமைப் புரட்சி நல்லது என்று இன்று கொஞ்சம் நிதானமான எவரும் சொல்ல மாட்டார்கள். ஆனால் பெரும்பாலானவர்கள் 'பசுமைப்புரட்சிதான் இந்தியாவில் பட்டினியை இல்லாமலாக்கியது' என்று சொல்வார்கள். 'இப்ப அது எப்டி இருந்தாலும் அப்ப அது நன்மைக்காகத்தான் வந்திச்சி சார்' என்பார்கள்.

விரிவாகப் பலவகையான வாதங்களும் இந்தக் கோணத் தில் முன்வைக்கப்படுகின்றன. இந்தியாவில் பதினெட்டாம் நூற்றாண்டிலும் பத்தொன்பதாம் நூற்றாண்டிலும் உருவான பெரும் உணவுப்பஞ்சங்களில் மொத்த மக்கள்தொகையில் கால்வாசிப் பேர் செத்துப்போனார்கள் என்பது சுட்டிக்காட்டப் படுகிறது. உலகத்தில் வந்த மாபெரும் பஞ்சங்களில் அவை முக்கியமானவை. அந்தப் பஞ்சங்களுக்குக் காரணம் இந்தியா வில் இருந்த வேளாண்முறையின் பின்தங்கிய நிலையே. அந்தப் பஞ்சங்களிலிருந்து இந்தியாவைக் கரையேற்றியது பசுமைப் புரட்சியே எனச் சுட்டிக்காட்டுவார்கள்.

உண்மையில் நவீன இந்தியச் சிற்பிகளான நேருவும் சி. சுப்ரமணியமும் பிறரும் இத்தனை விரைவாகப் பசுமைப் புரட்சியை ஏற்றுக்கொண்டமைக்குக் காரணம் அவர்களும் இந்த எண்ணத்தில் இருந்ததுதான். நாற்பதுகளின் இறுதியில் பீகாரைத் தாக்கிய பஞ்சம் நேருவைப் பசுமைப் புரட்சியை நோக்கிச் செலுத்தியது. கனரகத் தொழில் போன்ற உடனடி நிவாரணங் களை நம்பச் செய்தது. பின்னாளில் தான் செய்த பிழைகளை நேரு ஓரளவு உணர்ந்தார்.

இந்தியப் பஞ்சங்களுக்கு இந்திய வேளாண்மையின் பின்தங்கிய நிலை காரணம் என்ற எண்ணம் எத்தனை அபத்த மானது என்ற உண்மையை விரிவான தரவுகள் மூலம் இந்நூல் விவாதிக்கிறது. இன்று பல நூலாசிரியர்கள் பல கோணங்களில் அந்தப் பஞ்சங்களை ஆராய்ந்து எழுதியிருக்கிறார்கள். இந்தியா வின் பெரும்பஞ்சங்கள் எவையும் உற்பத்திக்குறைவால் உரு வானவை அல்ல. அந்தப் பஞ்சக்காலத்தில் இந்தியாவில் மழைப் பொழிவிலோ விளைச்சலிலோ ஒட்டுமொத்தமாகப் பெரிய குறைவு ஏதும் நிகழவில்லை. மாறாகப் பெருமளவுக்கு உணவு இங்கிருந்து வெளியே கொண்டுசெல்லப்பட்டது. அதாவது அந்தப் பஞ்சங்களுக்குத் திட்டவட்டமான காரணம் சொல்ல வேண்டும் என்றால் ரயில்பாதைகளையே சுட்டிக்காட்ட வேண்டும்.

இந்தியாவில் மரபாக நடந்துவந்த உணவுப்பரவலாக்கம் பிரிட்டிஷ் நிர்வாகத்தால் கட்டுப்படுத்தப்பட்டது. அதுவே

பஞ்சத்தை உருவாக்கியது. அதாவது அவை செயற்கைப் பஞ்சங் கள். அரசியலால் உருவாக்கப்பட்ட பஞ்சங்கள். நிலம் இந்தியா வைக் கைவிடவே இல்லை. இந்திய வேளாண்மை அன்றும் இன்றும் இந்தியாவுக்குச் சோறுபோடும் திராணி கொண்ட தாகவே இருக்கிறது. பண்டைய இந்திய நிலங்களின் உயர் விளைச்சல் பற்றிய விரிவான தகவல்கள் ஆவணப்பதிவுகளி லிருந்து எடுத்தளிக்கப்பட்டுள்ளன.

இந்திய வேளாண்மையைச் 'சீர்திருத்த' ஆங்கில அரசு நிபுணர்களை அனுப்பியது. வால்லிக், வோல்கர் போன்ற நிபுணர் கள் இங்கிருந்த வேளாண்முறையைப் பாராட்டி 'உலகிலேயே சிறந்த வேளாண்முறை, இதனிடமிருந்து கற்றுக்கொள்ளத்தான் இருக்கிறது' என்று சொன்னார்கள். முதல் கேள்வியே பிரிட்டிஷ் அரசுக்கு இந்திய வேளாண்மை 'சீர்திருத்தம் செய்யப்பட வேண்டிய ஒன்று' என ஏன் தோன்றியது என்பதுதான். அதற்குப் பின்னால் உள்ள மனநிலைதான்.

இந்திய விவசாயி ஒரு ஐரோப்பியரின் பார்வையில் கல்வி அறிவற்றவனாக இருக்கிறான். அரைக்கோவணம் அணிந்து சேற்றில் நிற்கிறான். அவனுடைய ஆசாரங்கள் நம்பிக்கைகள் எல்லாமே பழைமையானவை, காலாவதியானவை, அழிய வேண்டியவை. ஆகவே அவனுடைய அறிவும் நவீனமானது அல்ல. இந்தக் காலனியாதிக்க மனநிலையில் இருந்தே அவனைச் சீர்திருத்த வேண்டும் என்ற எண்ணம் எழுகிறது. அவனைப் புரிந்துகொள்வதற்குப் பதிலாக அவனை மாற்றி யமைக்க வேண்டும் என்று தோன்றுகிறது.

இந்த மனநிலை இன்றுவரை நம் படித்த வர்க்கத்திடம் இருக்கிறது. நாம் உருவாக்கியனுப்பும் வேளாண்மைப் பட்டதாரிகள் நடைமுறையில் வேளாண்மை என்றால் என்ன என்றே தெரியாத அசடுகள். ஆனால் அவர்களுக்குத் தாங்கள் படிக்காத விவசாயிகளை மீட்டெடுக்க வேண்டிய தேவதூதர் கள், ஞானத்தின் அமுதசுரபியுடன் கிராமங்களுக்குச் செல்பவர் கள் என்ற எண்ணம் இருக்கிறது. நம் வேளாண்மையை அழித்த தில் நம் வேளாண் பல்கலைக்கழகங்களுக்கும் அவர்களின் பட்டதாரிகளுக்கும் உள்ள பங்களிப்பு சாதாரணமானதல்ல.

இருபதாண்டுகளுக்கு முன்னால் நான் திருமணம் செய்து கொண்டபோது மிகச் சிறந்த வேளாண் மாணவியாக இருந்த என் மனைவி சொன்னாள் 'என்ன வந்தாலும் நான் விவசாயத் துறையில் வேலை பார்க்க மாட்டேன். இது விவசாயிகளை ஏமாற்றுவதற்காகப் பூச்சிமருந்துக் கம்பெனிகள் தயாராக்கிய படிப்பு. படித்து முடித்த பிறகுதான் எனக்குத் தெரிகிறது. இதைச்

23

செய்வது பெரிய பாவம்...' அவள் விவசாய நிபுணர் வேலைக்கு முயலவே இல்லை. தபால் குமாஸ்தாவாக ஆனாள். அதிலேயே நீடிக்கிறாள்.

இந்திய விவசாயிக்கு மண்ணைப் பற்றி இருக்கும் அறிவை விரிவாக ஆவணப்படுத்திச் சொல்கிறார் சங்கீதா. எனக்கு அது ஆச்சரியமாக இல்லை. ஏனென்றால் நான் சின்ன வயதில் மண்ணைப் பற்றிய பேரறிவுகொண்ட தலைப்புலையர்களைக் கண்டிருக்கிறேன். அப்பா வாங்கப்போவதாக இருந்த மண்ணைப் பொட்டலம் கட்டி ஒரு பெரியவரிடம் கொண்டு சென்று காட்டினேன். வாயில் போட்டு ருசித்துவிட்டு அதில் என்ன விளையும் என்று சொன்னார் அவர்.

பாரம்பரிய விதைகளைப் பற்றி சங்கீதாவின் விவரணைகள் ஒவ்வொன்றும் என் நினைவை மோதுகின்றது. எங்கள் நிலத்தில் எப்போதுமே பாரம்பரிய விதைகளைத்தான் விதைத்து வந்தோம். நான் சிறுவயதில் கரைநெல் எனச் சொல்லப்பட்ட ஒரு நெல்லைப் பேச்சிப்பாறை போன்ற காட்டு அடிவாரங்களில் கண்டிருக்கிறேன். ஆறடிவரை தாள் உயரும். மரவள்ளி நட மண்குவியல் செய்வதுபோல் சருகுகளைச் செதுக்கி மண்ணோடு கூட்டி அதில் இந்த நெல்லை விதைப்பார்கள். அவ்வளவுதான். ஒன்பது மாதம் கழித்துப் போய் அறுவடை செய்யவேண்டியது தான்.

நல்ல வறட்சியும் வெள்ளமும் தாங்கக்கூடிய நெல் அது. நெல்மணிகளை மட்டும்தான் அறுவடை செய்வார்கள். வைக்கோல் கனமானது. எருமை மட்டுமே தின்னும். நெல் பெரிதாக இருக்கும். கஞ்சிக்கு அந்த நெல் மிக உகந்தது. அந்த நெல்லை நான் இன்று பார்க்கவே முடிவதில்லை. அதில் ஒருரக நெல்லைப் பயறுமணியன் என்பார்கள். அதைப் பச்சரிசி யாக்கி ஒரு தேங்காய்க் கொட்டையால் கமுகுப்பாளையிலிட்டு உருட்டினால் மாவாகிவிடும். புட்டுக்கு அதைப் போலச் சுவையான நெல் கிடையாது.

நம் மரபான விவசாய ஞானம் அனைத்துமே சட்டென்று அர்த்தமிழந்து போயிற்று. விஸ்வரூப வாமனன் தலைமேல் மிதித்துப் பாதாளத்துக்குத் தள்ளிவிட்டான். அந்தச் சித்திரத்தை இந்த நூலில் தரவுகள் வழியாக வாசிக்கும்போது ஓர் இருண்ட காவியத்தை வாசிக்கும் பெரும்துயரம் நெஞ்சை நிறைக்கிறது.

இந்திய வேளாண்மை பசுமைப் புரட்சியால் அதிக உற்பத்தி யாற்றல் கொண்டதாக ஆகவில்லை. என் அப்பா அளவுக்கு மகசூல் எடுத்த நவீன விவசாயியை நான் கண்டதில்லை. ஆனால், பசுமைப் புரட்சி உணவு உற்பத்தியை அதிகரித்தது

உண்மை. எப்படி? பசுமைப் புரட்சி என்னும்போது அணைக்கட்டு களையும்தான் சொல்கிறார்கள். அவை வேளாண்நிலத்தின் அளவைப் பலமடங்கு அதிகரித்தன. ஒட்டுமொத்தமாக உணவு உற்பத்தி அதிகரித்தது.

இன்று நாம் உணவுத் தன்னிறைவுடன் இருக்கிறோம். உண்மை, ஆனால் அதற்கு நாம் கொடுக்கும் விலை என்ன? பல்வேறு வகையில் மானியங்கள் இந்திய விவசாயம்மீது கொட்டப்படுகின்றன. அந்த மானியங்கள் நிறுத்தப்பட்டால் அக் கணமே இந்திய விவசாயம் அழியும் என்பதே உண்மை. அந்த மானியப்பணம் பல்வேறு விவசாய இடுபொருட்களுக்கு அளிக்கப்பட்டு அன்னிய நிறுவனங்களுக்குக் கொண்டுபோகப் படுகிறது. அதாவது இப்போதும் தானியத்தைப் பணம்கொடுத்து வாங்கத்தான் செய்கிறோம், மறைமுகமாக.

சங்கீதாவின் நூல் சமூக, அரசியல் தளத்திலும் பல ஆழமான விழிப்புகளை உருவாக்கக்கூடியது. இந்தியாவின் விளை நிலம் தனியாருக்குரியதாக மாறிய அரசியல் பரிணாமத்தை விவரிக்கிறது இந்த நூல். இந்தியாவில் விளைநிலம் தனியாருக் குரியதாக இருக்கவில்லை. பெரும்பாலும் அது கிராமங்களுக்குக் கூட்டுப்பொறுப்பு கொண்டதாகவே இருந்தது. அந்நிலம் ஆங்கில ஆட்சியின் ரயத்துவாரி முறைப்படி தனியுடைமை ஆக்கப்பட்ட போது நிலங்களை வாங்க முடிந்தவர்கள் நில உடைமையாள ரானார்கள். நிலத்தில் உழைத்தவர்கள் நிலமற்றவர்களானார் கள். இப்படி நிலம் தனியுடைமை ஆனபோது பெருமளவுக்குப் பாதிக்கப்பட்டவர்கள் தலித்துக்களே.

பாரம்பரிய வேளாண்மை ஞானத்தை நவீன விவசாய அறிவியலால் நீக்கம் செய்யப்பட்டதன் விளைவாக உருவான அழிவுகளை விவரிக்கிறார் சங்கீதா. இந்நூலில் உள்ள ஒவ்வொரு தகவலும் என்னுடைய சொந்த அறிதல்களுடன் இணைந்துகொண்டு என்னைப் பலமடங்கு விரிவடையச்செய் கிறது. நவீன வேளாண் அறிவியல் விவசாயத்தை லாபம் தரும் தொழிலாகப் பார்க்க ஆரம்பித்ததும் பண்டைய விவசாய ஞானம் நிலத்தின் இயற்கைச்சுழற்சி பற்றி அடைந்திருந்த எல்லா ஞானமும் ரத்து செய்யப்பட்டது.

குமரி மாவட்டத்தில் ஒவ்வொரு வயல்வெளிக்கும் மரவள்ளித் தோட்டத்துக்கும் நடுவே காவு என்று சொல்லப் படும் ஒரு துண்டு காடு ஊர்ப்பராமரிப்பில் இருக்கும். பாம்புகள் மண்டிய அடர்காடு. இதை சர்ப்பக்காவு என்பார்கள். அனேக மாக உள்ளே பாம்புகளுக்கான திறந்தவெளிக் கோயில் இருக்கும். மிகமிகக் கவனமாகவே உள்ளே செல்ல முடியும்.

சில சர்ப்பக்காவுகளில் கூட்டம் கூட்டமாகப் பாம்புகளைக் கண்டிருக்கிறேன். வேர்க்கொத்துகளைப்போல. மாலையானால் வயல்வெளிக்குப் போகக்கூடாதென்பது வழக்கம். அந்தப் பாம்பு கள் சுற்றியுள்ள வயல்வெளிகளில் இரவெல்லாம் வேட்டையாடும்.

ஒவ்வொரு வயலுக்கும் அதேயளவுக்கு யட்சிக்காகவும் இருக்கும். இது தழைமரங்களுக்காக. தழைகள் வெட்டுவதற் கும் அவற்றை வயலில் தறித்துப் போடுவதற்கும் அந்தத் தழை மட்கி நொதித்துச் சிவப்புப்படலமாகப் பூத்து வருவதற்கும் எல்லாம் நிறைய விதிகளும் மரபுகளும் இருந்தன. அந்த ஞானம் அழிந்தது. காவுகள் எல்லாம் கான்கிரீட் கட்டிடங்களாகப் பலவண்ணச் சிமிட்டிப் பொம்மைகளுடன் டிஸ்டெம்பர் பளீரிடலுடன் காணக் கிடைக்கின்றன.

இந்தியாவில் பணப்பயிர்களின் தொடக்கத்தை விவரித்துச் செல்கிறார் சங்கீதா. நானெழுதிய முதல் நாவல் 'ரப்பர்' இதைப் பற்றியதுதான். வாழை வனங்கள் ரப்பராக ஆனபோது உருவான சமூக மாற்றம், ஆன்மீக மாற்றம். அனேகமாகத் தமிழில் அந்த விஷயங்கள் அப்போதுதான் பேச ஆரம்பிக்கப்பட்டன. இன்று இந்நூலில் விரிவான தகவல்களைப் பார்க்கையில் நேரடி அனுபவம் மூலம் நான் பெற்ற அந்த அறிதல்கள் பெரிய வாழ்க்கைத் தரிசனமாகவே வளர்கின்றன.

சங்கீதாவின் நூல் இந்திய விவசாயத்தின் பரிணாமத்தில் அனேகமாக எல்லாத் தளங்களையும் தொட்டுச் செல்கிறது. இந்தியாவின் பாரம்பரிய நீர் மேலாண்மை எப்படி எப்படியாகச் சீரழிக்கப்பட்டது என்பதன் சித்திரம் இந்நூலில் உள்ளது. அனேக மாக இந்தியா முழுக்க எந்த ஊரைச் சேர்ந்தவரும் சங்கீதா அளிக்கும் சித்திரத்தைத் தன்னுடைய ஊரைச் சார்ந்து விரிவாக்கம் செய்துகொள்ளமுடியும்.

முனைவர் அ.கா. பெருமாள் அவர்கள் பதினைந்தாண்டு களுக்கு முன்னால் குமரி மாவட்ட ஏரிகள் மற்றும் குளங் களைப் பற்றிய ஆய்வு ஒன்றை மேற்கொண்டார். அந்த ஆய்வு பற்றி அவர் விரிவாகப் பேசுவதுண்டு. குமரி மாவட்டத்தில் சோழர் காலம் முதல் ஏரிகள் வெட்டப்பட்டன. நாயக்கர் காலத்திலும் பின்னர் திருவிதாங்கூர் மன்னர் காலகட்டத்திலும் நீர்நிலைகள் அமைப்பது ஒவ்வொரு வருடமும் நடைபெற்றது. நீர்நிலை களைப் பாதுகாக்கவும் பராமரிக்கவும் நீர் வினியோகம் செய்யவும் கிராமசபைகள் உருவாக்கப்பட்டன. அவை ஐம்பது அறுபதுகள் வரைக்கும்கூடச் சிறப்பாக நடைபெற்றன.

ஆனால் பசுமைப் புரட்சி ஒருபக்கம் வலுப்பெற மறுபக்கம் நம் நீர்நிலைகளும் நீர்நிர்வாக அமைப்புகளும் அழிவுக்குத்

தள்ளப்பட்டன. குமரி மாவட்டக் குளங்களில் பாதிப் பங்கு சென்ற ஐம்பதாண்டுக்காலத்தில் அழிக்கப்பட்டது. இன்று கால்வாசி குளங்களில்கூட நீர் நிறைவதில்லை. மன்னர்கள் மக்களுக்காக விட்டுச்சென்ற பெரும்செல்வம் அவை. அவை நவீன ஜனநாயகத்தால் சூறையாடப்பட்டன.

மனம் பதைக்கச்செய்யும் இந்த அழிவின் பின்னணியில் அரங்கேறிய பசுமைப் புரட்சி என்ற அப்பட்டமான சுரண்டலின் சித்திரத்தை மிக ஆதாரபூர்வமாகச் சித்தரிக்கிறார் சங்கீதா. பசுமைப் புரட்சியின் அழிவுத்தன்மைக்கு அடிப்படைகள் இரண்டு. ஒன்று அது நவீன அறிவியலைச் சார்ந்தது. நவீன அறிவியலின் அடிப்படையிலேயே சில கொள்கைப் பிழைகள் உள்ளன. அது இயற்கையை ஒரு நுகர்பொருளாகக் காண்கிறது. அது மனிதனை மட்டுமே கருத்தில் கொள்கிறது. அவன் நலனுக்காக இயற்கையை ஒட்டச்சுரண்டுவதற்கான தொழில்நுட்பத்தையே அது உருவாக்கிக்கொண்டிருக்கிறது.

நவீன அறிவியல் ஒட்டுமொத்த முழுமையைக் கருத்தில் கொள்ளாமல் ஒவ்வொன்றையும் துண்டுபடுத்தி எடுத்த அறிவுத் துறையாக ஆக்கி ஆராயக்கூடியது. விவசாய அறிஞனுக்கு அந்நிலத்தின் பண்பாடு பற்றிய ஞானம் இருப்பதில்லை. இந்தத் துண்டுகளுக்குள் செல்லுபடியாகும் நிரூபண விதிகளை மட்டுமே நவீன அறிவியல் நம்புகிறது. இயற்கையோ ஒற்றைமுழுமை. அதன் ஒவ்வொன்றும் ஒன்றுடன் ஒன்று பிணைந்தது. ஆகவே துண்டுபட்ட அறிவு மூலம் நவீன அறிவியல் இயற்கையைக் கையாண்டபோது பேரழிவுகளை உருவாக்கியது. நவீன அறிவியலே சூழியலை அழிக்கும் பெரும் சக்தி.

இரண்டாவது காரணம் பசுமைப் புரட்சி உண்மையான நோக்கத்துடன் கொண்டுவரப்படவில்லை என்பது. அது லாப நோக்கம் கொண்ட, ஆதிக்க நோக்கம் கொண்ட அமைப்புகளால் இந்தியாவில் அறிமுகம் செய்யப்பட்டது. விவசாய வளர்ச்சியைவிட அதன் நோக்கம் இந்திய விவசாயத்தைத் தன் கைக்குள் கொண்டுவருவதே. அதற்காகப் பொய்யான தகவல்களை உருவாக்க, பரப்ப அது தயங்கவில்லை.

இந்தியாவில் பசுமைப் புரட்சியின் வன்முறை வரலாறு சங்கீதாவின் சொற்கள் வழியாக விரியும்போது அது பதினேழாம் நூற்றாண்டில் ஆங்கிலக் கிழக்கிந்தியக் கம்பெனி இந்தியாவில் பரவிய அந்த வரலாற்றையே நினைவுறுத்துகிறது. ஒருங்கிணைந்த தாக்குதல், மோசடி, நல்ல எண்ணம் கொண்டவர்கள் போலப் பசப்புதல், பிரிவுபடுத்தி ஆளுதல் எல்லாமே அப்படியே அதேதான்.

இந்நூலின் மிக முக்கியமான அத்தியாயம் ‘சர்வாதிகாரத் துக்கு வன்முறை என்றால் ஜனநாயகத்துக்குப் பிரச்சாரம்.’ பிரிட்டிசார் இந்தியாவை ஆண்டது இந்திய மக்கள் அவர்களுக்கு அளித்த அங்கீகாரத்தினால்தான். அவர்களின் சுரண்டல் மிக மறைமுகமானதாக இருந்தது. அவர்களின் பிரச்சாரம் உயிர்த் துடிப்புள்ளதாக இருந்தது. இன்று அந்தச் சுரண்டல் மேலும் நுட்பமானதாக ஆகியிருக்கிறது. பிரச்சாரம் இன்னும் பலமடங்கு வல்லமை கொண்டதாக ஆகிவிட்டிருக்கிறது.

இந்தப் பெரும் தேசம் முழுக்கக் கோடானுகோடி மக்களை எப்படி ஒரே திட்டத்துக்குள் கொண்டுவந்தார்கள்? அதைப் பார்க்கும்போதுதான் வன்முறையைவிட வல்லமை கொண்ட பிரச்சாரத்தின் ஆற்றல் புரிகிறது. இன்று நம்மைச் சுற்றிவளைத் திருக்கும் மாபெரும் பிரசார வலையின் வழியாக நாம் எப்படி மீண்டு செல்லப்போகிறோம் என்பது பெரும் அறைகூவல்தான்.

பசுமைப் புரட்சியின் வன்முறைக்கு மாற்றாக சங்கீதா மீண்டும் பாரம்பரிய வேளாண்மைக்கும் இயற்கை வேளாண்மைக்கும் செல்வதற்கான வழிகளைப் பற்றி ஆராய் கிறார். ஆனால் வெற்றுக்கனவாக இல்லாமல் நடைமுறை யதார்த்தத்துடன் தகவல்களின் பின்பலத்துடன் விவரிக்கிறார். இயற்கை வேளாண்மை எல்லாருக்கும் சோறுபோடுமா, தொழில் துறையைத் தாங்கி நிற்குமா என்பது போன்ற கேள்விகளுக்கு ஆணித்தரமான விடைகளை அளிக்கிறார்.

மசானபு ஃபுகோகாவின் ‘ஒற்றை வைக்கோல் புரட்சி’யை நான் இருபத்தைந்தாண்டுகளுக்கு முன்னால் வாசித்தேன். அட்டப்பாடியில் இயற்கை வேளாண்மை செய்துவந்த விஜய லட்சுமி – கோபாலகிருஷ்ணன் தம்பதிகள் அப்போது அந் நூலைப் பிரச்சாரம் செய்துவந்தனர். அந்நூல் என் சிந்தனை யில் பெரிய புரட்சியை உருவாக்கியது. சட்டென்று காந்தியை மிக நெருக்கமாக உணரச் செய்தது.

அந்நூலின் இறுதியில் ஃபுகோகா வேளாண்மை பற்றிய சிந்தனையை ஒட்டுமொத்த வாழ்க்கை பற்றிய சிந்தனையாக ஆக்கிக்கொண்டு செல்வதை, ஓர் உச்சத்தில் மெய்ஞ்ஞானத் திற்குச் சென்று சேர்வதைக் கண்டேன். அது ஒரு கீழை மனத்தின் மிக இயல்பான முழுமைப் பயணம் என நினைத் தேன். சங்கீதாவின் இந்த நூலின் இறுதியிலும் அதே மன எழுச்சி ஏற்பட்டது. வேளாண்மை என்பது ஒரு தொழில் அல்ல, ஒரு வணிகம் அல்ல. அது இயற்கையைப் புரிந்துகொண்டு அதன் முழுமைக்குள் இருப்பதுதான் என்ற எண்ணத்தை இந்நூல் உருவாக்குகிறது.

பசுமைப் புரட்சி பற்றியும் இயற்கை வேளாண்மை பற்றியும் விழிப்புணர்ச்சி உருவாகிவரும் தமிழ்ச்சூழலில் இதுவரை வந்த நூல்களில் தகவல் பலத்தாலும் தீவிரத்தாலும் முழுமை நோக்காலும் முதலிடத்தில் நிற்கும் மகத்தான நூல் இது. இந்நூல் அளவுக்கு மனஎழுச்சியும் சிந்தனை விரிவும் அளிக்கும் நூல்கள் சிலவே தமிழில் வெளிவந்துள்ளன. இது வேளாண்மை பற்றிய நூல் மட்டும் அல்ல. நம் அரைநூற்றாண்டுச் சமூகப் பரிணாமம் பற்றிய ஆய்வு. சிந்தனை செய்யக்கூடிய ஒவ்வொரு வருக்கும் தேவையானது.

இந்நூலை ஓர் அறிவுத்தள விவாதமாக நான் வாசிக்க வில்லை. உணர்ச்சிகரமான ஒரு அந்தரங்க தரிசனமாகவே ஒவ்வொரு பக்கத்தையும் உணர்ந்தேன். இந்நூல் எனக்களித்த வாசக அனுபவமும் அகத்தெளிவும் அப்படிப் பட்டது. எனக்குள் எப்போதும் இருந்த ஒன்றை இந்நூல் வழியாகவே கண்டு கொண்டேன். அதற்காக நான் சங்கீதாவுக்குக் கடமைப் பட்டிருக்கிறேன்.

என் அப்பா எனக்கு நிலத்தை அளிக்கவில்லை. எங்கள் மலையாளச் சமூக வழக்கப்படி நிலம் முழுக்கப் பெண்ணுக்குத் தான் சென்றது. நான் விரும்பிய நிலங்கள் எல்லாம் இப்போது விற்கப்பட்டுவிட்டன. நான் சம்பாதித்துக் கையில் பணம் வந்த தும் முதலில் விரும்பியது நிலம் வாங்கவே. கோவை, காரமடை அருகே காட்டுவிளிம்பில் நண்பர்களுடன் இணைந்து சில ஏக்கர் நிலம் வாங்கவிருக்கிறேன். விவசாயியாக ஆரம்பித்தேன். இன்று எங்கோ வந்துவிட்டாலும் மீண்டும் திரும்ப முடியுமென ஒரு நம்பிக்கை. அதை உருவாக்கியது இந்நூல்.

நல்ல விவசாயிகளுக்காக ஒரு சொர்க்கம் இருந்தால் அப்பா அங்கேதான் இருப்பார். இத்தனைப் புத்தகங்களை நான் எழுதியது என் அம்மாவை சந்தோஷப்படுத்தும். ஆனால், அப்பா முகம் சுளிக்கத்தான் செய்வார். அவரையும் நான் சந்தோஷப்படுத்தியாக வேண்டும்.

பார்வதிபுரம்,
25 மார்ச் 2012

ஜெயமோகன்
93, சாரதா நகர்
நாகர்கோயில் 629003
jeyamohan.writer@gmail.com

என்னுரை

பல ஆண்டுகளுக்கு முன்னால் நான் *காலச்சுவ டின்* ஓர் இதழில் இயற்கை விவசாயத்தின் மேன்மையைப் பற்றி எழுதியிருந்தேன். அதற்கு அடுத்த இதழில் வாசகர் ஒருவரின் கடிதம் பிரசுரமானது. பசுமைப் புரட்சி நமது நாட்டை உணவில் தன்னிறைவு அடையச்செய்த முக்கிய மான நிகழ்வென்றும், இயற்கை விவசாயம் வளர்ந்து வரும் மக்கள்தொகைக்குச் சோறு போடாது என்றும் அதில் அவர் எழுதியிருந்தார். இதற்குப் பதில் எழுது மாறு காலச்சுவடின் ஆசிரியர் என்னைக் கேட்டுக் கொண்டார். 'நமது சமுதாயத்தில் ஆழமாக வேரூன்றி யிருக்கும் நம்பிக்கைகளையும் கருத்துக்களையுமே இந்த வாசகர் முன்வைத்திருக்கிறார். இவற்றுக்கு ஒரு மேலோட்டமான பதிலைக் கொடுத்தால் பயனில்லை. அவற்றின் அடிவேர்வரை சென்று தோண்டியெடுக்க ஒரு தொடரே எழுத வேண்டும்!' என்ற எனது கருத்தை ஏற்றுப் 'பசுமைப் புரட்சியின் கதை'த் தொடரை 2005 அக்டோபரிலிருந்து தொடர்ந்து பிரசுரித்தனர்.

'பசுமைப் புரட்சி என்பது நடந்து முடிந்து ஐம்பது ஆண்டுகள் கழிந்துவிட்டன. அதைப் பற்றிப் பல ஆய்வுக் கட்டுரைகளும் நூல்களும் ஏற்கனவே எழுதப்பட்டு விட்டன. இன்னும் ஒரு நூல் எதற்கு? வரலாற்றைத் தோண்டிப் பார்ப்பதில் என்ன பயன்?' எனது கட்டுரை களைப் பற்றி இத்தகைய கேள்விகளை நான் அடிக்கடி சந்திக்க வேண்டியிருக்கிறது. பசுமைப் புரட்சியை அறிவியல், அரசியல், பொருளியல், கலாச்சாரம், சமூகவியல் போன்ற பல கோணங்களிலிருந்து பார்க்க லாம். இத்தகைய பார்வைகளில் பல நூற்றுக்கணக்கான ஆராய்ச்சி நூல்கள் ஏற்கனவே எழுதப்பட்டுவிட்டன.

இருபதாண்டுகளுக்கு முன்பாகவே வந்தனா சிவா, கிளாட் அல்வாரிஸ், ஜிதேந்திர பஜாஜ் போன்றோர் 'பசுமைப் புரட்சி' யின் பொய்களை அம்பலப்படுத்திக் கடுமையாக விமர்சித்து விட்டனர். நம்மாழ்வார் ஐயாவும் இதைப் பற்றி சுவாரசியமான கட்டுரைகளின் மூலம் பல தகவல்களையும் முக்கியமான கருத்துகளையும் விரிவாக எடுத்துரைத்துள்ளார்.

இருப்பினும், இந்த உண்மைகள் வெகுஜனத் தளத்திற்கு முழுமையாகப் போய்ச்சேரவில்லை என்பது சாமானிய மக்களிடையே பரவலாக இருக்கும் 'உணவு, வேளாண்மை' பற்றிய கருத்துக்களில் தெளிவாகிறது. பசுமைப் புரட்சி ஒரு வெற்றிகரமான திட்டம்தான் என்றும், அது தற்காலிகமாகப் பஞ்சங்களைத் தவிர்க்கத் தேவையாக இருந்ததென்றும், அதற்குப் பிறகுதான் அதன் எதிர்மறை விளைவுகள் நமக்குத் தெரிய வந்தன என்றும் பரவலாக நம்பப்படுகின்றது. இயற்கை வேளாண்மை இயக்கத்தில் மிகுந்த ஈடுபாட்டுடன் செயல்படு வோர் சிலரின் மத்தியிலும்கூட இத்தகைய கருத்து நிலவுகிறது.

பசுமைப் புரட்சி என்னும் மனித இனம் மேற்கொண்டுள்ள ஒரு மாபெரும் பரிசோதனையின் முக்கியமான பாடங்களை அது சரியாகவும் முழுமையாகவும் கற்றுக்கொள்ளவில்லை என்பது எனது எண்ணம். இந்தப் பரிசோதனையில் மண்ணை யும் தாவரங்களையும் மட்டுமல்லாது, நமது சமுதாயத்தையே மாற்றி அமைத்திருக்கிறோம். அதன் விளைவுகளை முழுமை யாகப் புரிந்துகொண்டால்தான் நாம் உண்மையில் முன்னகர முடியும்.

இந்திய வேளாண்மையின் வரலாற்றையும், 'பசுமைப் புரட்சியின் கதை'யையும் சாமானிய வாசகர்கள் எளிதாகப் படித்துப் புரிந்துகொள்ள, அதன் ஒவ்வொரு கட்டத்திலும் அடிப்படையான மாற்றங்கள் எவ்வாறு நிகழ்ந்தன என்பதை ஓரளவுக்கு நுணுக்கமாகக் கதை வடிவில் விளக்க முனைந் திருக்கிறேன். இந்தப் புரிதலால், பசுமைப் புரட்சி கற்றுத்தந்த பாடங்களை முழுமையாகப் புரிந்துகொள்வது சாத்திய மாகுமோ என்னும் ஆவல்தான் எனது கட்டுரைத் தொடரை எழுத முக்கியக் காரணம்.

பதின்மூன்றாண்டுகளுக்கு முன்னால்தான் சமுதாய மாற்றத்தைப் பற்றிய எனது தீவிரமான தேடல் தொடங்கியது. அந்தத் தேடலில் நான் இன்றுவரை சேகரித்துள்ள முக்கிய மான அனுபவங்களையும் தகவல்களையும் வடித்தெடுத்துப் 'பசுமைப் புரட்சியின் கதை'யை உருவாக்கியுள்ளேன். எனக்கு வேளாண் துறையிலோ வரலாற்றுத் துறையிலோ எந்த முறையான பயிற்சியும் கிடையாது. விடுமுறை நாட்களைக்

கிராமத்தில் செலவிட்ட அனுபவம்கூடக் கிடையாது. கான்வென்டில் படித்து, இந்தியக் கிராமத்தைத் திரைப்படங்களில் மட்டுமே பார்த்து வளர்ந்த ஒரு சாமானிய நகர்ப்புறப் பெண் நான். அதனால், சாமானிய மக்களின் மனநிலையைக் கருத்தில் கொண்டு இந்த அறிவியல் – வரலாற்றுக் கதையை எழுதியுள்ளேன். அவர்களுக்கான எழுத்தாக இது அமையும் என்று நம்புகிறேன்.

O

நகர்ப்புறங்களில் சுற்றுப்புறத் தூய்மை மற்றும் சூழலியல் தொடர்பாக எக்ஸ்னோரா எனும் தொண்டு நிறுவனத்தில் நான்காண்டுகள் பணிபுரிந்தேன். கிராமப்புறங்களிலிருந்து மக்கள் கூட்டம் கூட்டமாக நகரங்களுக்கு இடம்பெயர்ந்து குப்பை கூளங்களில் சுகாதாரமற்ற வாழ்க்கையை எதனால் தேர்ந்தெடுக்கிறார்கள் என்னும் கேள்வி அப்போது எழும்பியது. இது தான் என்னைக் கிராமப்புறத்தைத் திரும்பிப் பார்க்க வைத்தது.

இதற்கிடையில், உலக வங்கியில் பொருளாதார நிபுணராக வேண்டும் என்கிற இலக்கைக் கொண்டு அமெரிக்காவில் 'சர்வதேச முன்னேற்றம்' குறித்த மேற்படிப்பில் சில ஆண்டுகள் செலவிட்டேன். அங்குக் கற்பிக்கப்பட்ட பல கருத்துகளில் உடன்பாடில்லாமல் அந்தப் படிப்பை விட்டுவிட்டு இந்தியா திரும்பினேன். பல கிராமங்களுக்கும் ஆதிவாசிக் குடியிருப்புகளுக்கும் பயணித்து நேரடியாகவும் அனுபவபூர்வமாகவும் சமுதாயத்தைக் குறித்த எனது பல கேள்விகளுக்கு விடைகள் தேடினேன். அப்போதுதான் இந்தியாவின் வேளாண் நெருக்கடி குறித்த உண்மைகள் முதன்முதலில் எனக்கு அறிமுகமாயின. இரசாயன விவசாயம் ஏற்படுத்தியுள்ள சீரழிவைக் கண்கூடாகப் பார்த்தேன். இயற்கை விவசாயிகளுடன் நேரடித் தொடர்புகள் ஏற்பட்டன. அவர்களின் பண்ணைகளைப் பார்வையிட்டு அங்கு வேலைசெய்து கற்றுக்கொள்வதற்கும் வாய்ப்புகள் அமைந்தன.

அப்படிப் பயணித்த சில மாதங்களில் எனக்குக் கிடைத்த அனுபவங்கள் 'சமுதாய மாற்றம்' குறித்து எனக்கு அப்போதிருந்த பல கருத்துக்களைப் புரட்டிப் போட்டன. அந்தக் கால கட்டத்தில் எனது கைகளில் வந்துசேர்ந்த ஜே.சி. குமரப்பாவின் 'நிலைத்த பொருளாதாரம்', ஃபுகோகாவின் 'ஒற்றை வைக்கோல் புரட்சி', இவான் இல்லிச்சின் 'டிஸ்கூலிங் சொசைட்டி', காந்தியின் 'ஹிந்த் ஸ்வராஜ்', ஷூமாக்கரின் 'ஸ்மால் இஸ் பியூட்டிஃபுல்' ஆகிய ஐந்து நூல்களும் எனது நீண்ட தேடலுக்குப் பிறகு எங்கோ வந்து சேர்ந்த உணர்வைக் கொடுத்தன. என்னுடைய சொந்த அனுபவமும் உள்ளுணர்வும் இந்த ஐந்து நூல்கள் முன்வைக்கும் உண்மைக்கு இசைந்த

தாகவே இருந்தன. சுற்றுப்புறச் சூழல் பாதுகாப்பிலிருந்து தொடங்கிய எனது பயணம், வேளாண்மை, சமூகவியல், கல்வி, பெண்ணியம், ஆன்மீகம் என்று ஒவ்வொன்றையும் இணைக்கத் தொடங்கியது. ஒரு கட்டத்தில், எதையுமே தனிமையாகப் புரிந்துகொண்டு தீர்வுகள் காண முடியாது; ஒவ்வொன்றிலிருக் கும் பிரச்சினைக்கான தீர்வும் எல்லாவற்றிலும் உள்ளது என்கிற முடிவுக்கு வந்தேன். இயற்கைத் தோட்டங்கள் அமைத்து நான் நேரடியாக உணர்ந்ததும் இதைத்தான்!

❍

'பசுமைப் புரட்சியின் கதை'யில் பொதுவாகவே நவீனத் துவத்தை விமர்சித்தும், பண்டைய சமுதாயத்தை உயர்த்தியும் எழுதியுள்ளேன். இதைப் பற்றிய விளக்கங்களை இங்குப் படித்து விட்டுக் கதைக்குச் சென்றால் தேவையற்ற குழப்பங்களைத் தவிர்க்கலாம். இன்றைய உலகப் போக்கில் எங்குப் பார்த்தாலும் நவீனத்துவத்தின் மேல் ஒரு வகையான கண்மூடித்தனமான நம்பிக்கையும் பிரமிப்பையும்தான் காண முடிகிறது. நவீனத் துவத்துக்கு அடிப்படையாக அமைந்த நவீன அறிவியலும் தொழில்நுட்பமும் ஆய்வுக்கு அப்பாற்பட்டவை என்றே நம்பப் படுகின்றன. நவீனத்துவத்தை ஐயப்படுபவர்கள் 'பழைமை வாதிகள்' என்றும், அதனை நிராகரிப்பவர்கள் 'வளர்ச்சிக்கு எதிரானவர்கள்' என்றும் முத்திரை குத்தப்பட்டுவிடுகிறார்கள். 'பின்னோக்கிக் கற்காலத்துக்குச் செல்லச் சொல்கிறீர்களா?', 'பண்டைய சமுதாயம் பூரணமானது என்று சொல்கிறீர்களா?' போன்ற தீவிரமான வாதங்களை அடிக்கடி எதிர்கொள்ள வேண்டியிருக்கிறது. இதற்கும்மேல், வேதாந்தத் தத்துவத்தை யும் மற்ற இந்தியச் சிந்தனைகளையும் பற்றிப் பேசுவதற்கு முன்னால் 'இந்து மத அடிப்படைவாதிகள்' என்கிற குற்றச் சாட்டையோ குறைந்தது ஒரு சந்தேகப் பார்வையையோ எதிர் கொள்ளத் தயார்படுத்திக்கொள்ள வேண்டியுள்ளது.

முதலில் பண்டைய சமுதாயம் என்று எதைக் குறிப்பிடு கிறோம் என்பதிலேயே நமக்குத் தெளிவு இல்லை. அது இரண்டாயிரம் ஆண்டுகளுக்கு முந்தையதா, இருநூறு ஆண்டுகளுக்கு முந்தையதா? நமது சமுதாயம், அதற்கு அடிப்படையாக அமைந்த விழுமியங்கள், அதன் கட்டமைப்பு கள் ஆகியவை அனைத்தும் பல நிகழ்வுகளின் தாக்கங்களால் மாறிக்கொண்டே வந்துள்ளன. வேளாண்மையைப் பொறுத்த வரையில், இந்திய வரலாற்றின் பல காலகட்டங்களிலிருந்து நமக்குக் கிடைத்துள்ள ஆதாரங்களைப் பார்க்கும்போது ஒரு விஷயம் தெரியவருகிறது; ஓரிரு நூற்றாண்டுகளுக்கு முன்பு வரை இந்திய வேளாண்மை இயற்கைக்கு இசைவான

விழுமியங்களைத் தழுவிய ஒன்றாகவே இருந்துவந்துள்ளது. அதனால், இந்த அணுகுமுறையில் அமைந்த வேளாண்மையை 'இந்திய வேளாண்மை' அல்லது 'பாரம்பரிய வேளாண்மை' என்று எடுத்துக்கொள்வோம்.

பண்டைய இந்தியச் சமுதாயம் எந்த வகையிலும் பூரண மானது என்று நான் முன்வைக்கவில்லை. அதில் இருந்த ஏற்றத் தாழ்வுகள், பாரபட்சங்கள், மூடநம்பிக்கைகள் குறித்து எனக்கும் விமர்சனங்கள் உள்ளன. உதாரணத்துக்கு, பாரம்பரிய நீர்வள மேலாண்மை முறைகள் பொதுவாகச் சிறப்பாக இயங்கினாலும், அவற்றின் பலன்களை அனுபவிப்பதில் சாதி அடிப்படையில் பல ஏற்றத்தாழ்வுகள் இருந்தன. கீழ்ச்சாதியினர், நல்ல தரமான நீர் கொண்ட மேல்சாதியினரின் கிணறுகளை உபயோகிப்பது தடை செய்யப்பட்டது. பாரம்பரியக் கால்வாய் கள் மூலம் பாசன நீர், சங்கிலி போன்றமைந்த பண்ணைகள் ஒன்றிலிருந்து மற்றொன்றுக்குப் பாய்ந்து, இறுதியில் ஒரு பண்ணையில் தங்கிவிடும். பொதுவாக மேல்மட்டத்தில் அமைந்த பண்ணைகள் மேல்சாதியினருடையதாகவும், கடைசிக் கீழ்மட்டத்தில் அமைந்த தரம் குறைந்த பண்ணை கள் கீழ்ச்சாதியினருடையதாகவும் இருந்தன. கடைசிப் பண்ணையில் நீர் வடியப் போதிய வசதிகள் இல்லாமல், அங்கேயே தேங்கி அந்த நிலத்தின் உப்புத்தன்மை சற்றே அதிகமாக இருந்தது. இத்தகைய பாரபட்சமான போக்கு களையப்பட வேண்டும் என்பதில் சந்தேகமில்லை.

ஒரு மரபுவழியான சமூகத்தில் பெண்ணாகப் பிறந்து, 'நமது மரபில் பெண்ணென்றால் இவ்வாறெல்லாம் இருக்க வேண்டும்' என்கிற வரையறைகள் பலவற்றை நிராகரித்த எனக்கு மரபின் மேல் கண்மூடித்தனமான மரியாதை கிடையாது. அது, உண்மை யான ஞானத்தில் உதித்த அறிவுடன் தலைமுறை தலைமுறை யாக அதிகாரவர்க்கத்தின் வசதிக்கேற்ப வடிவமைக்கப்பட்ட வழிமுறைகளும் சடங்குகளும் சேர்ந்த ஒரு கலவை.

ஆனால், இவற்றையெல்லாம் விமர்சிக்கும் தளமாக இந்த நூலை நான் அணுகவில்லை. அவற்றின் காரணமாக நமது மரபை ஒட்டுமொத்தமாக நிராகரிப்பதும் சரியான அணுகு முறை அல்ல. இந்தியாவில் மட்டுமல்லாது பல புராதனக் கலாச்சாரங்களில் கடந்த சில நூற்றாண்டுகளுக்கு முன்புவரை இயற்கைக்கு இசைவான விழுமியங்களும், அவற்றை அடிப்படையாகக் கொண்டமைந்த வாழ்க்கைமுறையும் ஓங்கி இருந்தன. இவற்றைக் கொண்டு வளர்த்தெடுக்கப்பட்ட அறிவியல், தொழில்நுட்பம், பொருளியல் அமைப்புகள் நிலை யானதாகவும், தன்னிறைவு கொண்டதாகவும் இருந்தன. நமது

மரபிலிருந்து நமக்கு இன்றைக்குப் பொருத்தமான அர்த்த முள்ள பாடங்களை மட்டும் இனம் கண்டு, அவற்றை அந்தக் கலவையிலிருந்து பிரித்தெடுத்துக்கொண்டு, நமது இன்றைய சூழ்நிலையில் அவற்றை எவ்வாறு சிறப்பாகச் செயல்படுத்தி முன்னோக்கிச் செல்வது என்பதில் மட்டுமே நான் கவனம் செலுத்துகிறேன். முடிந்த வரையில் உணர்ச்சிபூர்வமாக அல்லாமல் எதார்த்தப் பார்வையோடுதான் அணுகியிருக்கிறேன்.

○

'பசுமைப் புரட்சியின் கதை'யில் இந்திய வேளாண்மை மற்றும் சமுதாயச் சீர்குலைவில் ஆங்கிலேய ஆதிக்கத்தின் பங்கை விரிவாக விளக்கியுள்ளேன். ஆனால், இந்தியச் சமுதாயத்தின் சீரழிவு இந்தியர்களின் ஒத்துழைப்பால்தான் சாத்தியமானது என்று பொறுப்பேற்ற நிலையில் இருந்து கொண்டுதான் இந்நூலை எழுதியுள்ளேன்.

மேலும், பல தனிநபர்களைப் பற்றியும் வன்முறையில் அவர்களின் பங்கைப் பற்றியும் வெளிப்படையாகக் குறிப்பிட்டிருக்கிறேன். இவர்களைக் கேடர்களாகவும், வன்முறைகளில் பாதிக்கப்பட்டோரைப் பலியாட்களாகவும் முத்திரையிட்டு, இவர்கள் வேறு அவர்கள் வேறு என்று பிரித்துப் பார்ப்பதே பொதுவான போக்கு. இந்தப் பிரபஞ்சத்தில் நாம் காணும் எல்லாமும் ஒரே உயிர்ச்சக்தியின் வெளிப்பாடுதான் என்கிற எனது பார்வையில் நான் இதை அப்படிப் பார்க்கவில்லை. நடந்து முடிந்த, நடந்துகொண்டிருக்கும், மேலும் நடக்கப் போகும் எல்லா வன்முறையும் மனித இனத்தின் ('நான் வேறு, நீ வேறு' என்கிற பிளவுண்ட சிந்தனையைத் தோற்றுவிக்கும்) ஒட்டுமொத்த சுயபிரக்ஞையிழந்த நிலையின் வெளிப்பாடே. மறுபிறவியில் நம்பிக்கை கொண்ட நான், சென்ற பிறவியில் இந்திய விவசாயிக்குக் கொடுமைகளை இழைத்த ஆங்கிலேயர் ஒருவராகப் பிறந்திருக்கமாட்டேன் என்று எப்படி நிச்சயமாகக் கூற முடியும்? நடந்து முடிந்த அனைத்து நிகழ்வுகளுக்கும் அவற்றின் விளைவுகளுக்கும் முழுமையாகப் பொறுப்பேற்றுக் கொண்ட மனநிலையில்தான் இந்த நூலை எழுதியுள்ளேன்.

இந்தக் கதையைக் கொண்டு வெகுஜன தளத்தில் நமது சமுதாயத்தைப் பற்றிய ஒரு ஆக்கப்பூர்வமான விவாதத்தை வளர்த்தெடுக்க வேண்டும் என்பதே எனது ஆவல். அதில் பங்கேற்க உங்களை அழைக்கிறேன்.

1

இந்திய வேளாண் மரபு

மக்களிடையே வேரூன்றி இருக்கும் இரண்டு கருத்துக்களைக் கொண்டு 'பசுமைப் புரட்சியின் கதை'யைத் தொடங்கலாம். 'பண்டைய பாரதத்தில் பசியும் பஞ்சமும் தலைவிரித்தாடின' என்பது ஒன்று. 'பாரம்பரிய இந்திய வேளாண்மை மிகவும் பின்தங்கியது' என்பது மற்றொன்று.

'தனியொருவனுக்கு உணவில்லையெனில் ஜகத்தினை அழித்திடுவோம்' என்று பாரதியார் ஆவேசமாகப் பாடியது காரணமில்லாமல் இல்லை. அவருடைய ஆவேசத்துக்கு ஒரு வரலாற்றுப் பின்னணி உண்டு. இந்தியப் பண்பாடு, உணவுப் பெருக்கத்தை நாகரிகத்தின் ஆதாரமாகவும், பகிர்ந்துண்ணுதலை நாகரிக வாழ்க்கையின் அடிப்படைக் கோட்பாடாகவும் கருதி வந்தது. அதை வலியுறுத்தும் பொருட்டும், அவர் வாழ்ந்த காலத்தில் அந்தத் தர்மத்தைக் காப்பதற்குப் போதிய உணவில்லாமல் போவதைக் கண்ட ஆதங்கத்தாலும் இப்படிப் பாடியிருக்கக் கூடும்.

பகிர்ந்துண்ணலே நமது தலையாய தர்மம்

உணவை 'அன்னம்' என்று வழங்கும் சமஸ்கிருதத்தில் அமைந்த புராதன வேதங்களும் உபநிடதங்களும் பகிர்ந்துண்ணும் தர்மத்தையே தலையானதாக முன்னிறுத்துகின்றன. பிரம்ம வித்தையைப் பற்றிய நூலான 'தைத்திரீய உபநிடதம்', இந்தப் பாதையில் அடியெடுத்து வைப்போர் (பிரம்ம வித்தகர்கள்) மீறத் தகாத வாழ்க்கை நெறிமுறைகளை விதிக்கிறது.

அன்னம் ந விந்த்யாத். தத்-வ்ரதம்.

அன்னத்தை இகழாதே. இதுவே விரதம்.

அன்னம் ந பரிசக்ஷித. தத்–வ்ரதம்.

அன்னத்தை ஒருபொழுதும் புறக்கணிக்காதே. இதுவே விரதம்.

அன்னம் பஹு குர்வீத. தத்–வ்ரதம்.

அன்னம் அதிகமாக இருப்பதை உறுதிப்படுத்து. இதுவே விரதம்.

ந கஞ்சனவஸதௌ ப்ரத்யாசக்ஷீத். தஸ்மாத்யா கயா ச விதயா பவன்னம். ஆராத்தயஸ்மா அன்னமித்யாசக்ஷதே.

உன் வீட்டு வாயிற்கதவை அணுகும் யாரையும் நீ உணவால் நிறைவு செய்யாமல், முறைப்படி விருந்தோம்பாமல், உபசாரம் செய்யாமல் திரும்ப அனுப்பாதே. இதுவே மனிதப் பிறவியின் மீறத்தகாத விரதம். பிரம்மவித்தகர்களுக்கு இவை அனைத்தும் மீறத்தகாத கோட்பாடாகும். எனவே, எவ்வாறேனும் மிகுதியான அளவில் உணவைப் பெறு. மிகுதியாக அன்னம் சமைத்து "அனைவரும் உண்ண வாருங்கள்" என்று பறையறை.

ரிக்வேதத்தில் ஆங்கீரஸ ரிஷியின் கூற்றாக இது வருகிறது.

மோகமன்னம் விந்ததே அப்ரசேதா. சத்யம் ப்ரவீமி வத இத்ஸ தஸ்ய. நார்யமணம் புஷ்யதி நோ சகாயம். கேவலாதோ பவதி கேவலாதி.

அன்னத்தைத் தானம் செய்யாதவன் அன்னத்தை அடைவது வீணே. இத்தகையவன் பெறும் அன்னம் வெறும் வீண் மட்டுமல்ல, அது அவனுக்கு மரணத்தைப் போன்றதே. அந்த அன்னத்திலிருந்து அவன் தேவர்களுக்கு அர்ப்பணம் செய்வதும் இல்லை. அல்லது தன் இல்லத்தின் வாயிலுக்கு வருகை தரும் அதிதிகள் மற்றும் நண்பர்கள், உறவினர்களுக்கு விருந்து அளிப்பதும் இல்லை. இவ்வாறு தான் மட்டுமே அன்னத்தை உண்ணும் அஞ்ஞானி நிச்சயம் பாவத்தையே உண்கிறான்.[1]

❍

தமிழ்ச் சமய இலக்கிய நூல்கள் பலவற்றிலும் இந்தத் தருமத்தைப் பற்றிய பாடல்கள் இடம்பெறுகின்றன.

'அன்னம் பாலிக்கும் தில்லைச் சிற்றம்பலம்' என்ற அடியுடன் தொடங்கி, அன்னத்தையும் அவ்வன்னத்தை அளிக்கும் தில்லையையும் பெருமைப்படுத்துகிறார் அப்பர்.

தமக்கு இல்லாமல் போனாலும் முடிந்த வரையில் பிறர்க்கு ஈயும் உள்ளம்தான் ஈசனின் இருப்பிடம் என்று பாடினார் அவர்.

மஞ்சாரு மாட மனைதோறும் ஐயம்
உளதென்று வைகி வரினுஞ்
செஞ்சாலி நெல்லின் வளர்சோ றளிக்கொள்
திருமுல்லை வாயி லிதுவே.

'மேகங்கள் தவழும் மாடமனைகள் தோறும் உணவு கிடைக்கும் என்ற உறுதியுடன் காலம் கழித்து வருவோர்க்கும், மிக உயர்ந்த செஞ்சாலி நெல்லின் அரிசியால் ஆக்கப்பெற்ற சோறு கிடைக்கப்பெறும் சிறப்பு வாய்ந்த திருமுல்லைவாயில் இதுவே'

என்று சம்பந்தர் பாடினார்.

நட்டார்க்கும் நள்ளாதவர்க்கும் உள வரையால்
அட்டது பாத்து உண்டல் அட்டு உண்டல் அட்டது
அடைத்து இருந்து உண்டு ஒழுகும் ஆவது இல்மாக்கட்கு
அடைத்தவாம் ஆண்டைக் கதவு.

'தனது திறமைக்கு ஏற்றவாறு, சமைத்த உணவினை நண்பர்களுக்கும் நண்பர் அல்லாதவர்க்கும் பகுத்தளித்துப் பின் தான் உண்பதே உண்ணும் முறையாகும். அவ்வாறன்றி, சமைத்த உணவைக் கதவை அடைத்துவிட்டு உள்ளிருந்து உண்பவர்க்கு மறுமை உலகின் கதவுகள் அடைக்கப்படும்'

என்கிறது நாலடியார்.

திருக்குறளின் விருந்தோம்பல், பகுத்தளித்தல் அதிகாரங் களும் இதையே கூறுகின்றன.

ஆற்றுவார் ஆற்றல் பசியாற்றல் அப்பசியை
மாற்றுவார் ஆற்றலின் பின்.

தவ வலிமை மிகுந்தோர்க்குத் தம்மை வருத்தும் பசியைப் பொறுத்தலே வலிமை தருவதாம். ஆனால், இத்தவ வலிமை யானது பிறருடைய பசியைத் தமது ஈகையால் ஒழிக்கக் கூடியவர்களது வலிமைக்குப் பின் தங்கியதே.

பகுத்துண்டு பல்லுயிர் ஓம்புதல் நூலோர்
தொகுத்தவற்றுள் எல்லாம் தலை.

பல உயிர்களுக்கு பகுத்தளித்துப் பின்னர் தானும் உண்டு அவ்வுயிர்களை ஓம்புதல் அறநூலோர் தொகுத்துக் கூறியுள்ள அறங்கள் எல்லாவற்றிலும் தலையாய அறமாகும்.

பூம்புகார் நகரிலமைந்த அறச்சாலைகளில் பெருமளவில் சோறு வடித்து, அதன் கஞ்சி ஆறாகத் தெருக்களில் ஓடிய தென்று பட்டினப்பாலை வருணிக்கிறது.

தமிழ் இலக்கியத்தில் பகுத்துண்ணுதலைப் பற்றிய வருணனைகளில், பௌத்த சமயக் காப்பியமான மணிமேகலை யின் பாத்திரமான ஆபுத்திரனின் கதை இது.

மன்னுயி ரோம்புமின் மாபெரும் பாத்திரம்
என்னுயி ரோம்புதல் யானோ பொறேஎன்
தவந்தீர் மருங்கிற் றனித்துய ருழந்தேன்
சுமந்தென் பாத்திரம்

ஒருமுறை, மனிதர்கள் வசிக்காத தீவினுள் சிக்கிய ஆபுத்திரன் கையில் ஒரு அட்சயப் பாத்திரம் இருந்தது. 'மற்றவர்களுக்கு உணவளித்துப் பேணிப் பாதுகாக்க முடியாதெனில் அப் பாத்திரத்தினால் என்னுயிரை மட்டுமே பேணி வளர்ப்பதை நான் ஏற்க முடியாது. நான் செய்த தவப்பயன் முடிந்து விட்டது போலும். நான் தனியனாகி விட்டேன். இனி இப்பாத்திரத்தை நான் சுமத்தல் வீணே.' என்றெண்ணிய ஆபுத்திரன், தெய்வீகமான அப்பாத்திரத்தைக் கோமுகிப் பொய்கையில் விட்டுவிட்டு, உண்ணாநோன்பு ஏற்று அத் தீவிலேயே உயிர் துறந்தானாம்.

பசிப்பிணி யென்னும் பாவியது தீர்த்தோர்
இசைச்சொ லளவைக் கென்னா நிமிராது

'பசிப்பிணி என்னும் கொடிய பாவியிடமிருந்து மக்களைக் காத்து அவர்களது பசியைப் போக்கும் உத்தமர்களின் புகழைச் சொல்வதற்கு எனது நாவிற்குத் துணிவு வரவில்லை'

என்கிறது மணிமேலகலையில் மற்றொரு பாடல்.[2]

❍

சமீபக் காலத்தில்கூட இந்த வழக்கம் சில இடங்களில் மேலோங்கியிருந்ததற்கான சான்றுகள் உள்ளன.

1799இல் ஆங்கிலேயர் தஞ்சாவூரைக் கைப்பற்றிய போது, அதன் அப்போதைய மாமன்னர் ராஜா சர்ஃபோஜி ஆங்கிலேய அரசுக்கு ஒரு கடிதம் எழுதினார். இக்கடிதத்தில் அவர் தம் ராஜ்ஜியத்தில் பரவலாக அமைந்த சத்திரங்களை வருணித்திருக் கிறார். இச்சத்திரங்களில் எந்த நேரத்திலும் யார் வந்தாலும் அவர்களுக்கு உணவு வழங்கப்பட்டது. பிறகு, நள்ளிரவில் ஒரு மணி அடிக்கப்பட்டு, உண்ணாதவர் யாரேனும் இருந்தால் அவர்கள் வந்து உண்ண அழைக்கப்பட்டனர். மேலும்,

இச்சத்திரங்களில் தங்கியிருக்கும்போது நோயுற்ற மக்கள் எவ்வாறு முறையாகப் பேணப்பட்டனர் என்பதுபற்றியும், சத்திரத்திலேயே இறந்தவர்களின் வாரிசுகள் எவ்வாறு ஆதரிக்கப்பட்டனர் என்பது பற்றியும் மன்னர் அக்கடிதத்தில் விவரித்திருக்கிறார். இதனாலேயே தஞ்சாவூருக்குத் 'தர்ம ராஜ்ஜியம்' என்கிற புகழ் வந்ததென்றும், தான் இந்தப் பெருமையையே தனக்களிக்கப் பட்ட மிக உயர்ந்த சன்மானமாகக் கருதுவதாகவும் கூறியிருக் கிறார். இந்த அன்னதான மரபு எந்தத் தடங்கலுமின்றித் தொடரும் என்று ஆங்கிலேய ஆட்சியாளர்கள் உறுதி செய்ய வேண்டும் என்று ராஜா சர்ஃபோஜி தன் கடிதத்தில் வேண்டிக் கொள்கிறார்.[3]

தமிழ்த் தாத்தா உ.வே.சா. எழுதிய 18ஆம் நூற்றாண்டில் நடந்த சுப்பையர் பற்றிய குறிப்பு. திருச்சியில் ஒரு கிராமத்தில் வசித்த 'அன்ன தானமையர்' என்று வழங்கப்பட்ட இவர், பசியென்று எந்த நேரத்தில் யார் வந்தாலும் அவர்களுக்கு உணவளித்து வந்தார். வறட்சிக் காலத்தில் வழக்கத்துக்கு அதிகமான மக்களுக்கு அன்னமிட்டதால், தன் சொத்தை யெல்லாம் இழக்க நேரிட்டது. உணவு தயாரிப்பதற்காகத் தன்னிடமிருந்த மீதிச் சொத்தைப் பயன்படுத்தியதால் வரியைக் கட்டப் பணம் இல்லாமல் போயிற்று. வரிப்பணம் கட்டாமல் போனால் ஆங்கிலேயத் தாசில்தாரிடம் கொடுமையான தண்டனை கிடைக்கக் கூடும் என்று தெரிந்தும் அன்னதானம் செய்வதை அவர் நிறுத்தவில்லை. இப்படித் துணிந்து நின்ற சுப்பையரைச் சோதித்துப் பார்த்து வியந்து போன அந்தத் தாசில்தார், இவருக்கு மட்டும் சலுகைகள் அளித்தாராம்.[4]

தமிழ்நாட்டில் இன்றுகூடப் பல முதியோர்களின் நினைவில் இருக்கும் தங்கள் பெற்றோரின் வழக்கம் ஒன்றுண்டு. ஒவ்வொரு முறை உணவு உண்பதற்கு முன்பும், வீட்டு வாசலில் காத்திருந்து பசியால் வருந்தும் யாருக்காவது உணவிட்டுத்தான் தாங்கள் உண்பார்களாம். யாரும் வராத நாட்களில் உண்ணா விரதம் இருப்பார்களாம்.

❍

'பகிர்ந்துண்ணல்' எனும் தர்மத்தை இத்தனைச் சிறப்பாகப் போற்றிய பண்டைய பாரதத்தில், பசி பட்டினியால் மக்கள் வருந்தியிருப்பர் என்று எண்ணிப்பார்ப்பது கடினமாகவே உள்ளது. மாறாக, செங்கல்பட்டிலிருந்து கிடைத்திருக்கும் வரலாற்று ஆதாரங்களின்படி, ஒவ்வொருவருக்கும் ஒரு ஆண்டிற்கு 1,000 கிலோ உணவு கிடைத்தது. (இப்போது இந்த அளவு 200 கிலோவுக்கும் கீழே இறங்கியுள்ளது.)[5]

'ஆனால் அந்தக் காலத்தில் மக்கள்தொகை மிகவும் குறைவாக இருந்தது. அதனால், அவர்களுக்குத் தேவையான உணவை விளைவிப்பதில் அத்தனை சிரமம் இல்லாமல் இருந்திருக்கக் கூடும்.' என்கிற வாதம் எழலாம். பண்டைய இந்தியாவின் விவசாய நிலங்களின் உற்பத்தித் திறனை (ஒரு ஹெக்டேரில் விளைந்த விளைச்சலைப்) பார்த்தால் இதற்கு விடை கிடைக்கும்.

பண்டைய இந்தியாவில் விளைச்சல்

பத்தாம் நூற்றாண்டிலிருந்து தொடங்கிப் பத்தொன்பதாம் நூற்றாண்டு வரையிலான வரலாற்று ஆதாரங்களைப் பார்த்தால், இந்தியாவின் பல பகுதிகளிலிருந்த விவசாய நிலங்கள் விளைச்சலை அள்ளிக் கொடுத்தது தெரியவருகிறது. இன்று இந்திய ரசாயன விவசாயத்தின் மிக உயர்ந்த விளைச்ச லான ஹெக்டேருக்கு 5–6 டன் மட்டுமே.

தஞ்சாவூரில் 9–12ஆம் நூற்றாண்டுகளைச் சேர்ந்த கல்வெட்டு கள் ஒரு ஹெக்டேருக்கு 12–18 டன் நெல் உற்பத்தியைப் பதிவு செய்துள்ளன. தெற்கு ஆர்க்காடு பகுதியில் 1100ஆம் ஆண்டைச் சேர்ந்த கல்வெட்டு ஒன்று, ஹெக்டேருக்கு 14.5 டன் உற்பத்தி யைப் பதிவு செய்துள்ளது. வறண்ட ராமநாதபுரத்தில் 1325ஆம் ஆண்டைச் சேர்ந்த கல்வெட்டு ஒன்று, ஹெக்டேருக்கு 20 டன் நெல் விளைந்ததாகப் பதிவு செய்துள்ளது.[6]

1762–66 ஆண்டுகளில் செங்கல்பட்டின் 2,100 கிராமங் களைப் பற்றிய பல தகவல்கள் அடங்கிய ஓலைச்சுவடிகளைக் கண்டெடுத்து, அதனுள் அடங்கிய தகவல்களை மேலும் பல ஆராய்ச்சிகளுக்காகக் கிடைக்கச் செய்தவர், காந்திய வரலாற்றாளர் தரம்பால் ஜி. கிராம நிலப்பரப்பு, பயிரிடப் பட்ட தானியங்களின் விளைச்சல், பல தரப்பினருக்கு அளிக்கப் பட்ட மானியங்கள், ஒரு வரைபடம் போடும் அளவுக்கு அந்தக் கிராமத்தின் தெருக்கள், கோயில்கள், தோப்புகள், தோட்டங்கள், குளம் குட்டைகள், அங்கு வசித்து வந்தவர் களின் பெயர்கள், தொழில்கள் இப்படி எல்லா விவரங்களும் அதில் அடங்கும். அவற்றின்படி பார்த்தால், இந்தக் கிராமங ்கள் சிலவற்றில் ஒரு ஹெக்டேரில் 10 டன் விளைச்சல்வரை எட்டியுள்ளது. அந்தந்தக் கிராமத்து மக்களின் சொந்தத் தேவைகளுக்குப் போக, நூற்றுக்கணக்கான டன் உணவு தானியங்கள் காஞ்சியிலுள்ள பெரிய, சிறிய கோவில்கள், மடங்கள், சத்திரங்களுக்குத் தானமாக அளிக்கப்பட்டன.[7]

தரம்பால்

1922இல் உத்திரப் பிரதேசத்தில் பிறந்த தரம்பால், இளைஞர்களுக்குக் காந்தி விடுத்த அழைப்பை ஏற்றுத் தன் பட்டப் படிப்பைப் பாதியில் விட்டு 1942 ஆகஸ்ட் போராட்டத்தில் சிறை சென்றார். காந்திக்கு நெருங்கிய நண்பராகயிருந்த சகோதரி மீராவுடன் 1950களில் கூட்டுறவு முறையில் இயங்கும் கிராமம் ஒன்றை நிர்மாணிக்கும் பணியில் ஈடுபட்டார். அதில் இந்தியப் பஞ்சாயத்து பரிஷத் மற்றும் தன்னார்வக் குழுக்களின் கிராமப் புனர்நிர்மாணப் பணிகளுக்கான அமைப்பு (AVARD) முதலியவற்றில் சில பொறுப்புகளை வகித்தார். 1965 வாக்கில் இந்திய வாழ்க்கையின் அடிப்படை களைச் சரியாக அறிந்துகொள்வதன் மூலமே இந்திய நாகரிகத்தை மீட்க முடியும் என்னும் திடமான நம்பிக்கையால் உந்தப்பட்டு ஆவணக் காப்பகங்களில் தகவல்களையும் விவரங்களையும் தேடிப்பிடித்து வாசித்தார்.

ஆங்கிலேயப் பெண்ணை மணந்துகொண்டதால் இங்கிலாந்தில் பத்தாண்டு களுக்கும் மேலாக வசித்தார். அங்கிருந்தபோதுதான் பிரிட்டிஷ் நூலகத்தில் தினமும் ஆவணங்களின் ஆராய்ச்சியில் ஈடுபட்டார். ஆவண ஆராய்ச்சிக்குத் தேவையான அடிப்படைப் படிப்பும் பயிற்சியும் இல்லாமலே அவர் ஆவணங் களைத் தேடிப் பிடித்தது ஒரு பெரும் சாதனை. தட்டச்சு செய்யத் தெரியாம லிருந்ததால் பல ஆயிரக்கணக்கான பக்கங்களைக் கையால் எழுதி பிரதி எடுத்தார். பிறகு ஆள்காட்டி விரலை மட்டுமே உபயோகித்து அவை அனைத்தையும் தட்டச்சு செய்தார். எந்த நிறுவன அமைப்பு உதவியு மின்றி நண்பர்களின் ஆதரவை மட்டுமே நம்பி நோய்வாய்ப்பட்ட மனைவி யுடனும் மூன்று குழந்தைகளுடனும் இங்கிலாந்தில் தன் ஆராய்ச்சிகளைத் தொடர்ந்தார். இந்தியாவில் அவசரநிலை பிரகடனமானபோது அதை எதிர்த்து இங்கிலாந்தில் கூட்டங்கள் நடத்தினார். அவசரநிலை முடிந்து தேர்தல் அறிவிக்கப்பட்டவுடன் இந்தியாவுக்குத் திரும்பி வந்தார்.

சுமார் இருபது ஆண்டுகளை இந்திய, இங்கிலாந்து ஆவணக் காப்பகங் களில் அவர் செலவழித்தார். ஆவணங்களை ஆதாரமாகக் கொண்டு அவர் எழுதிய பல நூல்கள் வெளிவந்துள்ளன. ஆனால், மேலும் பல நூல்களுக்கான தகவல்களும் குறிப்புகளும் அவரிடமிருந்தன.

1960களில் தஞ்சாவூர் தமிழ் பல்கலைக்கழகத்தில் 18ஆம் நூற்றாண்டு செங்கல்பட்டின் 2,100 கிராமங்களின் வேளாண் வளத்தைப் பற்றின விவரங்கள் அடங்கிய ஓலைச்சுவடுகளைக் கண்டெடுத்தார். இது, பண்டைய இந்தியாவின் வேளாண் வளத்தைப் பற்றிய ஆராய்ச்சிகள் பலவற்றுக்கு ஆதாரமாக விளங்கியது.

1971இல் தரம்பாலின் 18ஆம் நூற்றாண்டில் 'இந்திய விஞ்ஞானமும் தொழில்நுட்பமும்' என்னும் நூல் வெளிவந்தபோதும் 1981வரை அந்த நூலை இந்திய அறிஞர்களும் அறிவுலகமும் கண்டுகொள்ளவில்லை. இந்தியப் பத்திரிகைகளில் அதற்கு ஒரு மதிப்புரைகூட வரவில்லை. 1981இல்தான் சென்னையில் இருந்த PPST என்னும் அமைப்பு அந்த நூலை விரிவாக அறிமுகம் செய்யும் கட்டுரையொன்றை வெளியிட்டது. க்ளோட் ஆல்வாரிசும், தனது 'அதர் இண்டியா' பதிப்பகத்தின் மூலம் இவரது எழுத்துக்களை வெளியுலகுக்கு அறிமுகம் செய்தார்.

1983இல் தரம்பாலின் மற்றொரு நூலான 'அழகிய விருட்சம்' வெளிவந்தது. 1822 வாக்கில் பாரம்பரியக் கல்வி முறைகளைப் பற்றிச் சென்னை மாகாணத்தில் நடந்த ஒரு கணக்கெடுப்பு குறித்த ஆவணங்களை இந்த நூலில் காணலாம்.

புதிய அமைப்பு ஒன்றை உருவாக்க வேண்டும், இந்தியப் பெருங்கடல் சார்ந்த நாடுகளையும் அவர்களுக்கிடையே நிலவிய 1500 ஆண்டுகளுக்கு முந்தைய உறவுகளையும் பற்றிய ஆவணங்களைத் தேட வேண்டும், அமெரிக்க ஏகாதிபத்தியத்திற்கும் உலகமயமாதலுக்கும் மாற்றாக ஆசிய நாகரிகங்கள் இணைந்த அமைப்பு உருவாக வேண்டும் என்றெல்லாம் பேசியும் எழுதியும் வந்தார். தரம்பால்ஜி 2006ஆம் ஆண்டு காலமானார்.[28]

'ஆனால், மக்கள்தொகை மிகக் குறைவாக இருந்த காரணத்தால் நல்ல வளமான நிலங்களை மட்டுமே பயன்படுத்தி இத்தகைய விளைச்சலை எடுத்திருக்கக் கூடுமல்லவா?' என்கிற வாதமும் எழலாம். இதில் ஓரளவுக்கு உண்மை இருக்கலாம். ஆனால், பண்டைய இந்தியாவைப் பற்றிய வர்ணனைகளையும் அறிக்கைகளையும் எழுதிய பெரும்பாலானோரும் இந்திய விவசாய நிலங்களின் உற்பத்தித் திறன் உலகிலேயே மிகச்சிறந்ததாக இருந்ததை ஒப்புக்கொண்டுள்ளனர்.

ஆங்கிலேயர்கள் நமது நாட்டை ஆண்டபோது, இங்கிலாந்தில் வேளாண் துறையில் சிறந்து விளங்கிய பல நிபுணர்களையும் அதிகாரிகளையும் ஆராய்ச்சியாளர்களையும் இந்தியாவிற்கு வரவழைத்தனர். இங்குள்ள பாரம்பரிய முறைகளைப் பார்த்துவிட்டு அவற்றை மேம்படுத்த அவர்களிடம் அறிவுரை கோரினர். நமது மண்ணில் விளைந்த தானியங்களை வரியாக வசூலித்து லாபமடைவதற்காகத்தான் ஆங்கிலேயர்கள் நம் வேளாண் உற்பத்தியின்மேல் இத்தனை அக்கறை கொண்டிருந்தனர் என்பது ஊகிக்கக்கூடியதே.

- *அலெக்ஸாண்டர் வாக்கர்:* (Alexander Walker) இவர் *1820*ஆம் ஆண்டு முதன்முதலாக இந்திய வேளாண்மையைப் பற்றிய விஷயங்களைப் பதிவு செய்துள்ளார்.[8]
- *வால்லிக்:* (Wallick) Royal Botanical Gardens of Indiaவின் சூப்பரிண்டெண்டண்டாகப் பணிபுரிந்தார். இவரது பதிவுகள் *1832*ஆம் ஆண்டைச் சேர்ந்தவை.[9]
- *ஏ.ஓ.ஹ்யூம்:* (A.O. Hume) இந்திய தேசிய காங்கிரஸைத் தோற்றுவித்த இவர், *1878*இல் 'Indian Agricultural Reform' எனும் அறிக்கையை எழுதினார்.[10]
- *ஆர். வாலஸ்:* (R. Wallace) இந்த ஆங்கிலேய வேளாண் விஞ்ஞானி, 'India in 1887' என்னும் நூலை வெளியிட்டார்.[11]
- *ஜான் அகஸ்டஸ் வோல்கர்:* (John Augustus Voelcker) இவர் Royal Agricultural Society of Englandஇல் வேதியியல் ஆலோசகராகப் பணிபுரிந்தவர். இவர் *1893*ஆம் ஆண்டில், இந்தியாவில் பயணம் செய்து வேளாண்மையை ஆராய்ந்து, 'Report on Improvement of Indian Agriculture' என்னும் அறிக்கையை வெளியிட்டார்.[12]
- *ஜான் கென்னி:* (John Kenny) இவர் 'Intensive Farming in India, *1912*' என்னும் நூலை எழுதினார்.[13]

ஜான் அகஸ்டஸ் வோல்கர்

இவர்கள் எழுதிவிட்டுச் சென்ற நீண்ட விவரமான அறிக்கைகள்தான், நமது பாரம்பரிய வேளாண்மையின் மகத்துவத்தை உணரவைத்தது என்றே சொல்லாம். இந்த பொக்கிஷத்தைக் கண்டெடுத்த பெருமை, தரம்பால்ஜியை சேரும். இந்த அறிக்கைகளிலிருந்து சில தகவல்களை இங்கு வகைப்படுத்திப் பார்ப்போம்.

'இன்னும் ஆயிரமாண்டு சென்றாலும், இந்தியாவில் நெல் பயிரிடும் முறையில் அதிக முன்னேற்றம் செய்வதற்கு எதுவும் இல்லை.' – வால்லிக்.

'இங்கிலாந்திலிருந்து புதிதாகக் கற்றுக்கொள்வதற்கு இந்திய விவசாயிக்கு ஒன்றுமில்லை. பார்க்கப்போனால், ஆங்கிலேய விவசாயிகள்தான் இந்தியாவிலிருந்து கற்றுக்கொள்ள வேண்டிய விஷயங்கள் ஏராளமாக இருக்கின்றன. அப்படியே இந்திய வேளாண்மையை மேம்படுத்த வேண்டும் என்ற எண்ணம் ஆங்கிலேயருக்கு இருந்தால், இந்தியாவில் பல பகுதிகளிலும் வழக்கத்திலிருக்கும் பல்வகைப்பட்ட சிறப்பான செயல்முறைகளை பிறபகுதி மக்கள் கற்றுக்கொள்வதற்கான வழிவகை செய்ய வேண்டும் ... – வோல்கர்

'இறக்குமதி செய்யப்படும் உரம், ஆங்கிலேய வேளாண்மையில் ஒரு முக்கிய இடத்தை நிறைவு செய்யும். ஆனால், இந்தியா வைப் பொறுத்த வரையில் அதை உடனடியாக நிராகரித்து விடலாம்.' – வோல்கர்

- எருவைப் பற்றிய விவசாயியின் அறிவு

'நான் பார்வையிட்ட ஒவ்வொரு பகுதியிலும் நில வளத்தைப் பெருக்குவதிலும் மீட்டெடுப்பதிலும் எருவின் பயன்பாட்டைப் பற்றி நல்ல புரிதல் இருக்கிறது. இது தொடர்பாக நம்மிடம் இருக்கும் அனைத்து ஆதாரவளங்களும் இந்த மக்களிடம் இருப்பது போல் தெரிகிறது. கால்நடைகளுக்கு வைக்கோலை உணவாக அளித்து எருவின் அளவைப் பெருக்குகிறார்கள். இலைகள் மற்றும் மக்கக்கூடிய அனைத்துப் பொருட்களையும் சேகரிக்கிறார்கள். வைக்கோலை மக்கச் செய்ய எவ்வழியும் இல்லாதபோது அதனை உலர்ந்த சாணம், பழைய புற்கள் மற்றும் மரக்கிளைகள் ஆகியவற்றுடன் சேர்த்து ஒரு குவியலாக்கி அதை எரியூட்டுகிறார்கள். பிறகு, அந்தச் சாம்பல் நிலத்தின் மீது பரப்பப்படுகிறது. நீர் நிலைகளின் அடிஆழங் களிலிருந்து தோண்டி எடுக்கப்படும் வண்டல் மண்ணும் சேறும் மதிப்பு வாய்ந்த எருவாகக் கருதப்படுகிறது.' – வாக்கர்

'துங்கபத்ரா நதி அணைக்கட்டிலிருந்து கால்வாய் மூலமாகப் பாசன நீர் பெறுகிறது ஹோஸ்பெட் நகரம். அந்த இடத்தில் வேளாண்மை முறை மிகச் சிறப்பாக உள்ளது. பசுந்தாள் உரமிடும் முறையை நான் அங்குக் கண்டேன். ஒவ்வொரு வயலைச் சுற்றியும், கால்வாய்க் கரைகளிலும் மரங்கள் வளர்க்கப்படுகின்றன. மூன்றாண்டுகளுக்கு ஒருமுறை அவற்றின்

சிறு கிளைகளும் இலைகளும் நீக்கப்பட்டு, அவை நெல் விதைக்கும் நிலங்களின்மேல் பரப்பப்படுகின்றன. பிறகு, கால்வாய் நீர் பாய்ச்சி, அவை காலால் மிதிக்கப்பட்டு மண்ணில் புதைக்கப்படுகின்றன.' – வோல்கர்

- மண்ணைப் பற்றிய விவசாயியின் அறிவு

'இந்திய விவசாயிகள், மண் வகைகளுக்கு வைத்திருக்கும் ஏராளமான பெயர்களைவிட அதிகச் சிக்கலானது வேறெதுவும் இருக்க முடியாது. ஒவ்வொரு மாவட்டமும் வேறெங்கும் அறியப்படாத, தனக்கே உரிய பன்னிரண்டு பெயர்களையாவது கூறி மகிழ்கிறது. இதில் அவர்களுக்கு எந்தக் குழப்பமும் இருப்பதாகத் தெரியவில்லை. சிறந்த ஐரோப்பிய விவசாயிகளுக்கு இணையாக, மண் வகைகளின் நுணுக்கமான வித்தியாசங்களைப் பற்றிய கூர்மையான அறிவு படைத்தவர்களாக உள்ளனர். மண் வகைகளின் பிரத்யேகமான பெயர்கள் ஒருபுறம் இருக்க, அவர்கள் தங்கள் நிலங்களைப் பற்றிக் குறிப்பிடும்போது சில பெயர்களை உபயோகிக்கின்றனர். அவை, சமீபத்தில் பயிர்செய்த காலம், எத்தனை மாதங்களுக்கு ஒருமுறை பயிர் செய்திருக்கிறார்கள் என்கிற விவரம், மக்கள் வசிக்கும் இடங்களுக்கு எவ்வளவு அருகில் உள்ளது எனும் விவரம், பழங்காலத்தில் உருவான மண்ணா அல்லது சமீப காலத்தில் உருவான வண்டல் மண்ணா எனும் தகவல், மேய்ச்சல் நிலம், வயல்நிலம் அல்லது தோட்டமாக உள்ளதா, போன்ற அத்தனை வெளிப்புற நிலைகளையும் விளக்குவதாக உள்ளன. . . இயற்கையில் மண்ணின் இயல்பைவிட இந்த வெளிப்புற நிலைகள்தான் விவசாய நிலத்தின் மதிப்பீட்டுக்கு உதவும்.' – ஏ.ஓ. ஹ்யூம்

- இயற்கையைப் பற்றிய கிராமத்து மக்களின் அறிவு

'இந்திய மக்கள் தினசரி பயன்படுத்தும் பொருட்களை ஆழமாகக் கவனிக்கும் திறன் கொண்டவர்கள். பொதுவான தாவரங்கள் மற்றும் விலங்கினங்கள் அனைத்தைப் பற்றியும் அவர்கள் தெரிந்துவைத்திருக்கிறார்கள். ஒரு சராசரி விவசாயி, கையில் கிடைக்கும் ஒவ்வொரு தாவரத்தையும் இனம் கண்டு, அது அவருக்குப் பயனுள்ளதா, பயனற்றதா என்று கூறிவிடுவார். நமது நாட்டுக் கிராமத்து மக்களின் இயற்கையின் நுணுக்கங்களைப் பற்றிய அறியாமை, இந்தியக் கிராமத்து மக்களுக்கு அவர்களைச் சுற்றி இருக்கும் அனைத்துப் பொருட்களின் பேரிலும் இருக்கும் ஆர்வத்துக்கும், அதைப் பற்றிய நுணுக்கமான அறிவுக்கும் முரணானதாக உள்ளது.' – ஏ.ஓ. ஹ்யூம்

- **பயிர்ச் சுழற்சியைப் பற்றிய விவசாயியின் அறிவு**

    'பயிர்ச் சுழற்சி முறை இந்திய விவசாயிக்கு அறிமுகமாகாத ஒன்று என்பது ஒரு தவறான கருத்தாகும். ஏராளமான பயிர்ச் சுழற்சி முறைகள் இங்கு நடைமுறையில் உள்ளன என்பதுதான் உண்மை. இந்த முறைகள், இங்கிலாந்தில் உள்ளதைவிட ஏராளமானதும் பல்வகைப்பட்டதும் ஆகும்.' – வாலஸ்

    முப்பதாண்டுகால நீண்ட சர்ச்சைக்குப் பிறகு 1880இல் தான் மண் வளத்தை அதிகரிப்பதில் பருப்புப் பயிர்களுக்கு முக்கியப் பங்குண்டு என்பது நிருபணமானதாக மேலை விஞ்ஞானம் ஏற்றுக்கொண்டது. பல நூற்றாண்டு அனுபவம், இதே பாடத்தைக் கீழை விவசாயிகளுக்குக் கற்பித்திருந்தது ...

    கலப்புப் பயிர் முறை இந்தியாவில் வெற்றிகரமாகச் செய்யப் படுவது எதைக் குறிக்கிறது என்றால், பள்ளிக் கல்வியற்ற இந்திய விவசாயியின் பல நூற்றாண்டு அனுபவம், எப்போதுமே தீர்ந்துபோகாத அளவில் நைட்ரஜன் சத்தை மண்ணுக்கு அளித்துவந்திருக்கிறது. ஐரோப்பிய வேளாண் வேதியியலாளர் கள் சமீபத்தில்தான் இதைக் கண்டறிந்துள்ளனர். – வோல்கர்

- **கலப்புப் பயிர்முறை**

    'பல சிக்கலான பயிர்ச் சுழற்சி முறைகள் புழக்கத்தில் உள்ளன ... உதாரணத்துக்கு, வரிசை வரிசையாகப் பயிர்களை வளர்ப்பது மட்டுமல்லாமல், ஒன்று விட்டு ஒன்றான வரிசைகளில் பலவகையான பயிர்களைக் கலந்து பயிர்செய்கின்றனர். அவற்றுள் சில விரைவிலேயே அறுவடைக்கு வருபவை. தாமதமாக அறுவடைக்கு வரும் மற்ற சில பயிர்களுக்கு அதிகமாகக் காற்றும் வெளிச்சமும் தேவைப்படுவதால், குறுகிய காலப் பயிர்களை அறுத்தெடுத்த பிறகு இவற்றுக்கு அவை கிடைக்கும். சிலவகைப் பயிர்கள் ஆழமான வேர்களையும், மற்ற சில மேலோட்டமான வேர்களையும் கொண்டிருக்கும். சிலவகைப் பயிர்கள் மற்ற தாவரங்களின் நிழலில் நன்றாக வளரும். சில பயிர்கள் தனித்து வளர்க்கப்படும்போது சிறப்பாக வளரும். இந்தப் பயிர்முறை மண்ணை முழுவதுமாக மூடி வைத்து, அதை வெயிலின் தாக்கத்திலிருந்து பாதுகாத்து மண்ணின் ஈரத்தன்மையைப் பராமரிக்கிறது. – வோல்கர்

- **பயிர் வகைகள்**

    'இந்தியாவிலுள்ள பயிர் வகைகளைப் போன்று உலகிலேயே வேறெங்கும் காண இயலாது. இதை நான் திரும்பத் திரும்பச் சொல்கிறேன். இந்திய நிலங்களில் அதிகபட்சமாக மக்காச்

சோளப் பயிர் அடர்த்தியாக வளர்ந்து நிற்கிறது. பண்ணைகள் களைகள் இல்லாமல் சுத்தமாக இருக்கின்றன. இதற்காக மிக்க கவனத்துடன் கடுமையாக உழைக்கிறார்கள். இதற்காக ஏராளமான பண்ணைக் கருவிகளைத் தாங்களாகவே வடிவமைத் திருக்கிறார்கள்.' – வாக்கர்

விவசாயம் ஒரு வாழ்க்கை முறை, கலாச்சாரம், வாழ்வின் ஆதாரம்

ஐரோப்பியர்களால் இத்தனை புகழப்பெற்ற பாரம்பரிய இந்திய வேளாண்மை என்பது வெறும் செய்நேர்த்தி அல்லது வியாபாரம் சம்பந்தப்பட்டதல்ல, அது ஒரு வாழ்க்கை முறை யாகவே பாவிக்கப்பட்டு வந்தது. விவசாயிகள் விவசாயத்தின் ஒவ்வொரு கட்டத்திலும் பஞ்சபூதங்களையும் கோமாதாவை யும் வணங்கினர். பண்டிகைகளைக் கொண்டாடி, பக்தியுட னும் மனநிறைவுடனும் விவசாயத்தை மேற்கொண்டனர்.

எட்டு எட்டா ஏரு கட்டி, இடத்தில் ஒரு ஆன கட்டி பத்து ஏரு கட்டி உழும் பாண்டியனார் சீமையில காடு செடி பூச்செழிக்கும் கழனியெல்லாம் நீர் தளும்பும் கொக்குவக்கா தும்மரிக்கும், குயிலுங்க பாட்டுப் பாடும்.

இப்படிக் கொக்கையும் குயிலையும்கூட விவசாயத்துடன் இணைத்து, வயல்களில் வேலை செய்த உற்சாகத்தில் அழகான பாடல்களை இயற்றி, பாடி மகிழ்ந்த கலாச்சாரம் அது.

வியக்கத்தக்க வகையில், பண்டைய இந்தியாவில் வேளாண்மை தனிநபர் உடைமையாக இருந்ததில்லை. இயற்கை வளங்களான நீர், நிலம், காடு அனைத்தும் கிராமத்தின் பொதுவுடைமைகளாக அமைந்தன. விவசாயச் சமூகத்தினர், கிராம நிர்வாகத்தின் அனுமதி பெற்று விவசாய நிலங்களை உழுது பயிர் செய்துவந்தனர். விளைந்த பயிர்களில் ஒரு குறிப்பிட்ட சதவிகிதம், கிராம அளவிலான பொதுப் பணி களுக்கும், நிர்வாக அமைப்புகளுக்கும் மற்ற தொழில்களில் ஈடுபட்டோருக்கும் மானியமாகச் சென்றடைந்தது.

உழுதுண்டு வாழ்வாரே வாழ்வார், மற்றெல்லாம் தொழுதுண்டு பின் செல்பவர்.

எனத் திருக்குறள் கூறுவது போல, விவசாயிகள் சமுதாயத்தில் மிகவும் மதிக்கப்பெற்றனர். பாரம்பரிய இந்தியாவின் விவசாயி முழுச் சுதந்திரத்துடன் செயல்பட்டார்.

விளைச்சலில் 5 சதவிகிதம் மட்டுமே அரசியல் அதிகாரத்திற் கெனக் கிராமத்திற்கு வெளியே சென்றது. கிராம நிர்வாகத் திற்காக ஒதுக்கப்பட்ட 25 சதவிகிதம் போக, மீதமுள்ள 70 சதவிகிதத்தைத் தனது தேவைக்காகவும் உள்ளூர்ச் சந்தைக் காகவும் வைத்துக்கொண்டார் விவசாயி. இதனால் நிலமும் விவசாயமும் விவசாயியின் கட்டுப்பாட்டுக்குள் இருந்துவந்தன.[14]

எப்போதுமே விவசாயத்தின் முக்கிய நோக்கம் மக்களுக்கு ஊட்டச்சத்தும் ருசியுமுள்ள உணவுகளை உற்பத்தி செய்வது தான். அதற்குப் பிறகே அரசாங்கம், தொழிற்சாலை மற்றும் சந்தைத் தேவைகளுக்காக ஒதுக்கி வைக்கப்பட்டது. ஆண்டு தோறும் பானைகளையும், கூடைகளையும், மர ஏரையும், அதற்கான உலோகப் பகுதிகளையும் உற்பத்தி செய்ய வாய்ப் பளித்தது விவசாயம். வெல்லம், அவல், அரிசி, பருப்பு, இனிப்புப் பண்டங்கள் போன்றவை தயாரிக்கும் சிறு தொழில்களுக்கும் தேவையான மூலப் பொருட்களை அளித்தது விவசாயம். இப்படி அனைத்துத் தொழில்களுக்கும் ஆதாரமாக அமைந்து, கிராமியப் பொருளாதாரத்திற்கு அடித்தளமாக அமைந்தது.

இவ்வாறு தன்னிறைவு பெற்ற கிராமங்களாலான இந்தியச் சமுதாயம், எந்தவிதப் புற அரசியல் மற்றும் பொருளாதாரத் தாக்கங்களாலும் பெரிய அளவில் பாதிக்கப் படாமல் பல நூற்றாண்டுகள் செழித்து விளங்கியது. இதனைக் கண்டு கார்ல் மார்க்ஸ் ‘நாட்டை எந்த அரசர் ஆண்டாலும் எந்த வகையில் ராஜ்ஜியம் உடைந்துபோனாலும் ஒன்றுசேர்ந் தாலும் இந்தக் கிராமத்து மக்களுக்குக் கவலையே இல்லை. அவர்கள் கிராமியப் பொருளாதாரம் சிறிதும் குலையாமல் அப்படியே இருக்கிறது’ என்று எழுதினார்.[15]

பாரம்பரிய இந்திய விதைகள்

எல்லாத் தானியங்கள், காய்கறி மற்றும் பழ வகைகளிலும் நூற்றுக்கணக்கான, சில சமயங்களில் ஆயிரக்கணக்கான ரகங் களைப் பொறுமையாக, இயற்கையுடன் கைகோர்த்து (இயற்கைக் கோட்பாடுகளை மீறாத விதத்தில்) உருவாக்கி வந்தார் இந்திய விவசாயி. உதாரணத்துக்கு நெல்லை எடுத்துக்கொள்வோம். ஓரிரு நூற்றாண்டுகளுக்கு முன்னர் இந்தியாவில் கிட்டத்தட்ட 2,00,000 நெல் ரகங்கள் இருந்ததாகத் தெரிய வருகிறது. இந்த ரகங்கள் அந்தந்தப் பகுதிக்கு ஏற்ற குணாதிசயங்களைக் கொண்டிருந்தன. வெள்ளத்தைத் தாக்குப்பிடித்தது ‘மடுவு முழுங்கி.’ வறட்சியைத் தாக்குப் பிடித்தது ‘வாடன் சம்பா.’

உப்பு நிலத்திலும் வளர்ந்தது 'களர் சம்பா.' மேலும், பாரம்பரிய விதைகள் அனைத்தும் பூச்சி மற்றும் நோய் எதிர்ப்புச் சக்தியைக் கொண்டிருந்தன. இவற்றுள் பல ரகங்கள், மருத்துவக் குணங் களும் கொண்டிருந்தன. கர்ப்பிணிகளுக்காகவே 'கவுனி' அரிசியும், பிரசவித்த தாய்மார்களுக்கு அதிகமாகப் பால் சுரக்க வைக்கும் 'குழிவெடிச்சான்' அரிசியும், ஆயுர்வேதத்தில் பல சிகிச்சைகளுக்கு உபயோகப்படும் 'நவரை' அரிசியும் இதற்குச் சில உதாரணங்கள். மேலும் சில சிறப்புக் குணாதிசயங்களும் பயன்களும் குறிப்பிட்ட ரகங்களுக்கு உண்டு. நீண்ட வைக்கோல் களால் கூரை வேய்வதற்கு 'குள்ளக்கார்;' தின்பண்டங்கள் தயாரிப்பதற்குக் 'கல்லி மடையான்' 'காடைக் கழுத்தான்.' இவற்றுள் குறுகிய கால அறுவடைப் பயிர்களும் உண்டு. உதாரண மாக, 90 நாட்களில் அறுத்தெடுக்கக் 'கருங்குருவை', 'செங்குருவை;' 60 நாட்களில் அறுவடைக்கும் வரும் 'அறுபதாங்குறுவை.'

ஹெக்டேருக்கு 3.7 டன்னுக்கு மேல் விளைச்சலைக் கொடுக்கும் ரகங்களைத்தான் 'உயர் – விளைச்சல் ரகங்கள்' (High Yielding Varieties / HYVs) என்று 'பசுமைப் புரட்சி'யின்போது இந்திய அரசாங்கம் நிர்ணயம் செய்திருந்தது. டாக்டர் ரிச்சாரியா (மத்திய நெல் ஆராய்ச்சிக் கழகத்தின் முன்னாள் இயக்குநர்) 1960களில் ஆதிவாசிகளிடமிருந்து சேகரித்த 17,000 பாரம்பரிய நெல் ரகங்களில் 1,530 இத்தகைய விளைச்சலைக் கொடுத்தன; 1,360 குறுகிய கால அறுவடை ரகங்கள். 237 வாசனை ரகங்கள்.[16]

வன வளம்

சாண எருவையே பெரிதும் நம்பியிருந்த நமது பூமிக்கு உணவளித்து, இந்திய விவசாயத்தின் மையமாக இருந்துவந்த பசுவுக்கும் உணவளித்தன நம் நாட்டு வனங்கள். இப்படி மண் வளத்தைப் பாதுகாத்தது மட்டுமல்லாமல், மழை நீரை யும் வாங்கிக்கொண்டு, தனது தழைப் படுக்கைகளிலும், மெல்லிய வேர்ப் பின்னல்களிலும் தக்கவைத்துக்கொண்டு, சிறிது சிறிதாக வெளியேற்றிப் பூமியின் தாகத்தையும் தணித்து வந்தன.

எங்கும் நிறைந்திருந்த வனங்களைக் கிராமத்து மக்களே பராமரித்து வந்தனர். வனங்களையும் பாதுகாத்து, அவற்றிலிருந்து விறகு, தேன், பழம், மூலிகை போன்ற தமக்குத் தேவையான பொருள்களை வனங்களைப் பாதிக்காத வகையில் எடுத்துக் கொண்டு, அவற்றோடு ஒரு அழகான உறவை ஏற்படுத்திக் கொண்டிருந்தனர். இங்கிருந்து சேகரித்த மரத்தைக் கொண்டு தங்களுடைய வீடுகளைக் கட்டிக்கொண்டும், விவசாயக்

கருவிகளைச் செய்துகொண்டும் வாழ்ந்துவந்தனர். வனங்களின் முக்கியத்துவத்தை உணர்ந்து அவற்றைப் புனிதத்தன்மை கொண்டவையாகப் பாவித்துவந்தனர். சில வனப்பகுதிகளைக் கோயில் காடுகளாகவும் பாதுகாத்து வணங்கி வந்த கலாச்சாரம் அது.

நீர் வளம்

இத்தனை இடுபொருட்களையும் வைத்துப் பயிர்செய்யத் தேவைக்கு அதிகமான நீரும் நம் விவசாயிகளுக்குக் கிடைத்தது. தத்தமது பகுதிகளில் பெய்யும் மழையளவைக் கருத்தில் கொண்டுதான் பாரம்பரியமாக விவசாயிகள் பயிர் வகைகளைத் தேர்ந்தெடுத்தனர். வறண்ட, வானம் பார்த்த நிலங்களில் மானாவாரி நெல் ரகங்களையும், கம்பு, கேழ்வரகு, தினை, சாமை, வரகு, சோளம், குதிரைவாலி போன்ற ஊட்டச்சத்து மிக்க சிறு தானியங்களையும் பயிரிட்டுவந்தனர். ஒவ்வொரு இடத்துக்கும் அங்குள்ள தேவைகள், மண்வளம், கலாச்சாரம், தட்பவெப்பத்திற்கு ஏற்ற (கிணறுகள், ஏரிகள், வெள்ளப் பாசனக் கால்வாய்கள், ஊற்றுக்கால்கள், கசக்கால்கள் போன்ற) பாசன அமைப்புகளைக் கவனமாக வடிவமைத்துப் பராமரித்தும் வந்தனர். வாழ்வுக்கே ஆதாரமாக விளங்கும் இந்த நீர் நிலைகளைப் புனிதமாகவே கருதினர். கோயில்களுக்குப் பிரயாணம் செய்து வருவதுகூடத் 'தீர்த்த யாத்திரை' என்ற பெயரிலேயே இன்றும் வழங்கப்படுகிறது.

ஏரிகள்

தமிழ்நாட்டில் மட்டும் 44,000 பெரிய ஏரிகள் இருந்தன எனத் தெரிகிறது. சங்கிலித் தொடர்களாக அமைந்த இந்த ஏரிகள், வழியெல்லாம் உள்ள நிலங்களைச் செழுமையாக்கிக் கடைசி மட்டத்தில் கோயில் குளங்களாக முடிந்தனவாம். வடக்குப்பட்டுப் பகுதியின் ஐந்தில் ஒரு பங்கு (அதாவது, 680 ஹெக்டேரில் 136 ஹெக்டேர் பரப்பளவு) நீராதாரமாகவே இருந்திருக்கிறது.[17] அன்றைய மைசூர் மாநிலத்தில், 29,500 சதுர மைல் பரப்பளவில், 38,000க்கும் அதிகமான ஏரிகள் (கன்னட மொழியில் 'கேரே'க்கள்) இருந்தனவாம். மேஜர் சாங்க்கே என்ற ஆங்கிலேயப் பொறியியலாளர் ஒருவர், இவற்றைப் பார்த்து பிரமித்துப் போய் இப்படிக் கூறுகிறார்![18],

> "இந்தியர்கள் எந்த அளவுக்கு நீர் அறுவடை அமைப்புகளை அமைத்துள்ளனர் என்றால், இனி புதிதாக எங்காவது ஒன்று அமைக்கவேண்டும் என்று எண்ணினால்கூட, அதற்கான இடத்தைத் தேடிக் கண்டுபிடிப்பது மிகக் கடினம்!"

கிணற்றுப் பாசனம்

ஜான் கென்னி, நமது விவசாயியின் கிணற்றுப் பாசன முறையின் சிறப்பைக் கண்டு இவ்வாறு புகழ்ந்து கூறியுள்ளார்.

'இந்திய வேளாண்மையின் எல்லா அம்சங்களையும் விட, அதன் கிணற்றுப் பாசன முறைதான் என்னுடைய மிகுந்த மதிப்பைப் பெற்றிருக்கிறது ... இதில்தான் விவசாயி மிகுந்த சிக்கனத்தையும் கவனத்தையும் கடைப்பிடிக்கிறார் ... ஒவ்வொரு அங்குல நீரும் பயிர் வளர்ப்பதற்காகப் பயன் படுத்தப்படுகிறது. அதுவும் ஒரே பயிராக அல்லாமல், மூன்று நான்கு பயிர்களைச் சேர்த்துப் பயிர்செய்கின்றனர். தேவையான அளவில் மட்டுமே நீரைப் பாய்ச்சுகின்றனர். ஒரு உதாரணத்துக்கு, மஹிம் என்னும் இடத்தில், தேயிலைச் செடிகளுக்கு எரு சேர்க்கும் வரையில் ஆறு நாட்களுக்கு ஒரு முறை நீர் பாய்ச்சப்படுகிறது. அதன் பிறகு, மழைபெய்யும் வரை மூன்று நாட்களுக்கு ஒரு முறை நீர் பாய்ச்சப்படுகிறது. கரும்புப் பயிருக்கு, மழைபெய்யும் வரை மூன்று நாட்களுக்கு ஒரு முறை நீர் பாய்ச்சப்படுகிறது. வாழை மற்றும் இஞ்சித் தோட்டங்களில் மூன்று நாட்களுக்கு ஒரு முறை நீர் பாய்ச்சப் படுகிறது. இத்தனைச் சிறப்பான முறைக்கான விளக்கம் என்னவென்றால், விவசாயி தனது சொந்த உழைப்பையும் தனது எருதின் உழைப்பையும் கொண்டுதான் ஒவ்வொரு நீர்த்துளியையும் இறைத்தெடுக்க வேண்டும். அந்தக் கிணறுகள் கூடப் பெரும்பாலும் அந்த விவசாயியின் உழைப்பையும் பணத்தையும் கொண்டே தோண்டப்பட்டிருக்கும். இந்த விவசாய முறையை மேம்படுத்துவதற்கான யோசனைகள் என்னிடத்தில் ஒன்றும் கிடையாது. பார்க்கப்போனால், மக்கள் இந்த முறையின் எல்லா நுணுக்கங்களிலும் தேர்ந்தவர் களாகிவிட்டனர் என்றே சொல்லலாம். இங்கிலாந்து விவசாயிகள் என்னுடன் சேர்ந்து இத்தகைய சிறந்த முறையை வியந்து போற்றலாம்!'

வெள்ளப் பாசனம்

பாரம்பரியமாக நதிகள் மற்றும் கால்வாய்கள் அனைத்தும் வெள்ளப் பாசனம் செய்துவந்தன. அதாவது, வெள்ளம் பெருக்கெடுக்கும்போது அவை வழிந்து, நதியின் இருபுறங் களிலும் உள்ள வயல்கள் மூழ்கிவிடும். இதன் மூலம் அந்த வயல்களில் பாசனம் நடைபெறும். உலகிலேயே மிகப் பெரிய அணைகளுள் ஒன்றான எகிப்து நாட்டின் அஸ்வான் அணைக் கான திட்டத்தை வகுத்த வில்லியம் வில்காக்ஸ் என்ற ஆங்கிலேய நீர்ப்பாசனப் பொறியியலாளர் இதை அழகாக

வர்ணித்துள்ளார். 1930ஆம் ஆண்டு வங்காளப் பல்கலைக் கழகத்தில் 'வங்காளத்தின் பண்டைய நீர்ப்பாசன முறை' என்னும் தலைப்பில் அவர் நிகழ்த்திய தொடர் சொற்பொழிவுகளில் இந்த வர்ணனை இடம்பெறுகிறது.

வங்காளத்தில் ஓடும் தாமோதர் நதியின் பள்ளத்தாக்கில் வாழ்ந்த மக்கள், நதியின் கரையைச் சற்றே உயர்த்திவைத்துக் கொண்டனர். நிலத்தைச் சற்று உயர்த்தி, தங்கள் வீடுகளை அதன்மேல் கட்டிக்கொண்டனர். பருவமழையின்போது, வயல்களில் தண்ணீர் தேங்கும்போது நெல் விதைகளை விதைத்தனர். நெல் நாற்றுகள், கொசுப் புழுக்கள் நிறைந்த சேற்று நிலங்களில் வளர்ந்து நின்றன. பருவமழையின் உச்சகட்டத்தில் வெள்ளம் பெருக்கெடுத்தது. இந்த வெள்ளம் ஒரு பெரிய நிலப்பரப்பில் பரவியதால், நீர்மட்டம் மெதுவாக அதிகரித்தது. மேலும், மக்களுக்கு வெள்ளத்தின் அளவு, வெள்ளம் நீடிக்கும் கால கட்டம் போன்றவை பற்றிய அறிவு இருந்ததால், அவர்கள் அதற்கான முன்னெச்சரிக்கைகளை மேற்கொண்டனர். நெல் நாற்றுகளை எடுத்து நடுவதற்குள், உயர்த்திய கரை தானாகவே சில இடங்களில் உடைந்து போனது. விவசாயிகளும் தாமாகவே சில இடங்களில் கரையை உடைத்துவிட்டனர். வயலுக்குள் மெதுவாகப் பாய்ந்தோடி வந்த நதிநீர், தன் கூடவே வளமான சேற்றுப் படிவுகளையும் (silt) சிறு மீன்குஞ்சுகளையும் கொண்டு வந்தது. இந்த மீன்குஞ்சுகள் நீரில் வாழும் கொசுப் புழுக்களைத் தின்றுவிட்டு, தன் கழிவுகளைக் கொண்டு நிலத்தை மேலும் வளப்படுத்திவிட்டு, நீர் வற்றும்போது ஆங்காங்கே விவசாயிகள் வெட்டியிருந்த குட்டைகளுக்குள் சென்று இனப்பெருக்கம் செய்துகொண்டன. மழையில்லாத காலங்களிலும் இந்தப் பண்ணைக் குட்டைகள் கைகொடுத்தன. மழை ஓய்ந்த பின், கரையை மீண்டும் பலப்படுத்திவிட்டு மக்கள் தங்கள் வேலைகளைப் பார்த்தனர். நிலத்தில் உள்ள ஈரப்பதம், பருப்பு, எண்ணெய் வித்துக்கள் போன்ற இன்னொரு அறுவடைக்கும் உதவியது.[19]

எப்பொழுதாவது ஒரு முறை, பெரிய வெள்ளம் வந்து பயிர்களையும் வீடுகளையும் சேதம் செய்துவிட்டுப் போனது உண்மைதான். ஆனால், வெள்ளம் கொண்டுவந்த செழுமையான வண்டல் மண்ணின் மகத்துவத்தை நன்கு அறிந்த மக்கள், அந்தச் சேதத்தைப் பெரிதாகப் பொருட்படுத்தவில்லை.

"பாலான் (நதி) இந்த ஆண்டும் பெருகி வழியட்டும்; வீடு சேதமடைந்தால் பழுது பார்த்துக்கொள்ளலாம். வழிந்தோடவில்லையென்றால் வீட்டிலிருக்கும் பொருள் அனைத்தையும் இழந்துவிடுவோம்!"

என்று பீஹார், மிதிலையில் ஒரு பழமொழி வழங்கிவந்திருக்கிறது.[20]

1871இல் புர்னியா மாவட்டத்தின் ஆட்சியாளர், வெள்ளத் தடுப்பு அணைக்கான திட்டக் கோரிக்கையை நிராகரித் தாராம். அதற்கு அவர் கூறிய காரணம், 'பொதுவாகவே, பருவகால வெள்ளத்தால் பயிர் சேதமடையும் ஆண்டுகளி லெல்லாம் அதற்கடுத்த அறுவடை அபரிமிதமாக வந்து, இழப்பை ஈடுகட்டிவிடுகிறது!' என்பதுதான்.[21]

இப்படி நூற்றுக்கணக்கான ஆண்டுகளாக வெள்ளத்தை எதிர்பார்த்து, வரவேற்றுக் கொண்டாடித் தங்கள் வேளாண் மையை மேற்கொண்டார் இந்திய விவசாயி. தமிழ்நாட்டில் தங்கள் குடும்பப் பண்ணையிலும் இப்படி நடந்ததாகத் திருவண்ணாமலை மேல்பெண்ணாத்தூர் இயற்கை விவசாயி கோதண்டராமன் வர்ணிக்கக் கேட்டிருக்கிறேன்.

இதைத் தவிரக் கசக்கால்கள், ஊற்றுக்கால்கள் போன்ற உள்ளூர் அமைப்புகளும் பாசனத்திற்கு உதவின. இவை மேற்பரப்பு நீராதாரங்களின் கசிவுகள் மற்றும் நிலத்தடிநீர் ஊற்றுகளால் ஆனவை.

நீர்வள மேலாண்மை

ஆங்கிலேய ஆட்சிக்கு முந்தைய காலங்களில், கிராம அளவில் நிர்வாகக் குழு அமைக்கப்பட்டு, போதுமான அளவில் நிதி ஒதுக்கப்பட்டு நீராதாரங்கள் மக்களாலேயே பராமரிக்கப்பட்டன. 1760களில் வடக்குப்பட்டுப் பகுதியில், ஆண்டிற்கு 45 டன் உணவு தானியம் நீர்ப்பாசன மேலாண்மைக் காக, ஏரி வாரியத்திற்கான நிதியாக ஒதுக்கப்பட்டிருந்தது. ஆண்டு தோறும் நீராதாரங்களைப் பழுதுபார்த்துப் பராமரிக்க, தமிழ்நாட்டில் குடிமராமத்து என்கிற மக்களின் தன்னார்வக் கூட்டுப் பணி முறையும் மேற்கொள்ளப்பட்டது.[22]

❍

பாரம்பரிய வேளாண் அறிவும் அதன் பதிவுகளும்

இவற்றையெல்லாம் படித்த பின்பு, 'இத்தனை உயர்வானதா நமது வேளாண் மரபு!' என்று வியப்பவர்கள் நம்மில் பலர் இருக்கக்கூடும்.

> "நான் கூறியிருப்பதையெல்லாம் கண்டு ஆங்கிலேய விவசாயி கள் வியப்படையாதீர்கள். இந்தியர்கள் நம்மைவிடப் பல நூற்றாண்டுக் காலத்திற்கு முன்னதாகவே ... பயிர் செய்யக் கற்றுக்கொண்டவர்கள் என்பதை நினைவில் வைத்துக் கொள்ளுங்கள்"

என்று நமது உயர்ந்த வேளாண் அறிவுக்கான காரணத்தைச் சுட்டிக்காட்டுகிறார் வோல்கர். ஆம்! ஆயிரம் ஆயிரம் ஆண்டுகளாக, இயற்கையோடு ஒன்றி, இயற்கையை ஆழமாகப் படித்துப் பல பரிசோதனைகளைச் செய்து பார்த்துத் தங்கள் அனுபவத்தைக் கொண்டு இந்திய விவசாயிகள் பாடங்களைப் பயின்றனர். புதிய முறைகளையும் வகைகளையும் தனிநபரின் லாபத்திற்காக அல்லாமல் பொது நலனுக்காகவே கண்டறிந்தனர்.

ஒரு விவசாயி செய்த கண்டுபிடிப்புகளைப் பற்றிய தகவல்களும் அவற்றின் பலன்களும் எந்தத் தடையுமின்றி அனைவருக்கும் எளிதாகக் கிடைத்தன. இவ்வாறு சேகரித்த அறிவையும், தலைமுறை தலைமுறையாகக் கை மாற்றிக் கொடுத்தனர். இதுவே வேளாண் அறிவு வளர்ச்சிக்கும், பல்வகைத் தன்மைக்கும் முக்கியக் காரணம். சிறிது சிறிதாகச் சேர்த்த இந்த அறிவை இந்தியர்கள் பல நூல்களில் விளக்கமாகப் பதிவும் செய்திருக்கின்றனர்.

பிருஹத் சம்ஹிதையின் ஒரு பகுதியான 'விருக்ஷ ஆயுர்வேதம்' சுரபாலர் என்பவரால் ஆறாம் நூற்றாண்டில் எழுதப்பட்டது. விதை சேகரிப்பு, விதை தேர்ந்தெடுத்தல், பயிரிடுதல், பயிருக்கு ஊட்டமளித்தல், பயிர்ப் பாதுகாப்பு, மண்வகை தேர்ந்தெடுத்தல், உரமிடுதல், பூச்சி – நோய் மேலாண்மை போன்ற அனைத்து அம்சங்களும் அடங்கியது இந்த சமஸ்கிருத நூல். இவை அனைத்துமே மாட்டுச் சாணம், கோமியம், தாவரங்களிலிருந்தும் மாமிசத்திலிருந்தும் எளிய முறைகளில் தயாரிக்கப்பட்ட ரசங்களை மட்டுமே உபயோகிக்கின்றன. இதில் கூறப்பெற்றுள்ள முக்கியமான இரண்டு கரைசல்கள் சில ஆண்டுகளாக இந்தியா முழுவதும் இயற்கை விவசாய வளர்ச்சிக்குப் பெரிதும் காரணமாக இருந்து வருகின்றன. ஒன்று பஞ்சகவ்யம். மாட்டுச் சாணம், கோமியம், பால், தயிர், நெய் ஆகிய ஐந்து பொருட்களாலான ஒரு பயிர் வளர்ச்சி ஊக்கி. இரண்டாவது குணபஜலம். குணபம் என்றால் 'இறந்த உடல்' என்று பொருள். ஆடு, மாடு, கோழி, மீன், இவற்றின் ரத்தம், எலும்பு, இறைச்சியுடன் சாணம், சிறுநீர் போன்ற வேறு சில பொருட்களையும் கலந்து மண்ணில் ஊறப்போட்டால் உண்டாகும்.[23] இதே போன்ற மற்றொரு பண்டைய சமஸ்கிருத நூல், 'க்ரிஷி பாரஷாரா.' 243 பாடல்களைக் கொண்ட இந்த நூல், இந்திய விவசாயிக்குத் தேவையான வானிலை சம்பந்தமான அறிவை விரிவாகப் பதிவுசெய்துள்ளது.[24]

நூறாண்டுகளுக்கு முன்னால், மஹாஜன் என்கிற ஒரு கொங்கணி விவசாயி 'வனஸ்பதி சம்வர்தன் ஷிக்ஷக்' என்ற

வேளாண் நூலையும்[25] ஸ்ரீ நாகபூஷண கானமாத ஷிவயோகி என்பவர் 'கிருஷி ஞான பிரதீபிகே' என்னும் வேளாண் நூலையும்[26] எழுதியுள்ளனர். இந்தப் பட்டியலுக்குத் தமிழ் நாட்டின் பங்களிப்பு, கந்தசாமிக் கவிராயர் இயற்றிய 'வேளாளர் புராணம்.' 29 படலங்களும் 1373 விருத்தங்களும் கொண்ட இந்த நூல், உழவின் பெருமையையும், வேளாண் அறிவையும், வேளாளரின் வரலாற்றையும் மிக அழகாக, கவிநயத்துடன் பாடுகிறது. முக்கியமாகப் பத்தாம் படலமான 248 விருத்தங் களாலான ஏர்ப்படலம், நீர், புல், மாடு, வித்திடல், கருவி, பருவம், எரு, நீர்ப்பாசனம், களை, களம், காவல், ஆள் போன்ற பல அம்சங்களையும் அவற்றின் அடிப்படையில் அமைந்த வாழ்க்கைத் தத்துவங்களையும் அழகாக உரைக்கிறது.[27]

'அடர விதைத்தால் போர் உயரும்; கலக்க விதைத்தால் களஞ்சியம் நிறையும்', 'ஆடி ஐந்தில் விதைத்த விதையும், புரட்டாசி பதினைந்தில் நட்ட நடவும், அறு நான்கில் பெற்ற புதல்வரும் பெரியோர்கள் வைத்த தனம்.' இதுபோன்ற லட்சக்கணக்கான பழமொழிகள், விடுகதைகள், நாட்டுப்புறப் பாடல்கள் என இவற்றின் மூலம் அனுபவபூர்வமாகச் சேகரித்த வேளாண் அறிவை சாமானியர்களுடையதாக்கி, அதைத் தலைமுறை தலைமுறையாகக் கைமாற்றிக் கொடுத்தது பண்டைய இந்தியச் சமுதாயம்.

2

வேளாண் வரி –
சுரண்டலின் தொடக்கம்

நமது உணவுப் பஞ்சம் மற்றும் பசுமைப் புரட்சியின் பின்னணியைப் புரிந்துகொள்ள, கடந்த நான்கு நூற்றாண்டுகளின் நிகழ்வுகளைத் தெரிந்து கொள்வது அவசியம்.

முகலாயர் ஆட்சிக் காலத்தில், நாடு முழுவதும் வெவ்வேறு விதமான நில உடைமை அமைப்புகளும் வரி வசூல் அமைப்புகளும் புழக்கத்திற்கு வந்தன. பொது வாக, மேல் ஜாதியினர், ஆளும் இனத்தினர், அரசருடன் ஒத்துழைத்த தனிநபர்கள் ஆகியோரே விவசாயிகளிட மிருந்து வரி வசூலிப்பவர்களாக நியமிக்கப்பட்டனர். தனி விவசாயியின் சுதந்திரத்தைப் பாதுகாத்து, நிலத்தைப் பொதுவுடைமையாகக் கருதி, உள்ளூர்ப் பொருளா தாரத்தை மட்டுமே வலுப்படுத்தும் வகையில் அமைந் திருந்த நமது பாரம்பரிய விவசாயம் இன்னும் அதன் தன்மையை இழந்திருக்கவில்லை. தனியுடைமையாக இருந்த இடங்களிலும் கூட, நிலம் ஒரு விவசாயியிட மிருந்து கிராமத்திலுள்ள இன்னொரு விவசாயியிடமே கைமாற்றப்பட்டது; விற்கப்பட்டது. எந்தக் காரணத்தைக் கொண்டும் நில உடைமைகள் கிராமத்தைவிட்டு வெளியே செல்லவில்லை.

நிலம் தனியுடைமையாதல்

இந்தச் சூழ்நிலையில்தான், முகலாயர்களிடமிருந் தும் மற்ற மன்னர்களிடமிருந்தும் ஆங்கிலேயர் இந்திய

மண்ணைப் படிப்படியாகக் கைப்பற்றிய காலத்திலிருந்து (அதாவது 1600களிலிருந்து) தான் நமது கதை ஆரம்பமாகிறது.

ஆங்கிலேயர் (கிழக்கிந்தியக் கம்பெனியினர்) வர்த்தகத்திற்காக 1608இல் இந்திய மண்ணில் அடியெடுத்து வைத்தனர். அதன்பின்னர் படிப்படியாகத் தங்கள் ஆட்சியை நிறுவினர். ஆரம்பகாலத்தில் தங்கள் போர்ப் படைகளைப் பராமரிப்பதற்கும் கம்பெனியின் பிற செலவுகளுக்கும் இங்கிலாந்திலிருந்து கொண்டு வரப்பட்ட தங்கத்தையும் வெள்ளியையுமே பெரிதும் சார்ந்திருந்தனர்.

1697–98இல் உள்நாட்டுக் கலவரங்களின்போது, ஆங்கிலேயர்கள் சில ஜமீன்தார்களுக்கு அடைக்கலம் அளித்தனர். அதற்குப் பதிலாக முதல் முறையாக வங்காளத்தில் மூன்று கிராமங்களின் வரி வசூலிக்கும் உரிமைகளைப் பெற்றனர். பின்னர், 1757இல் ராபர்ட் க்ளைவ், ப்ளாசீ போரில் வங்காள நவாப்பை வென்று வங்காளத்தில் ஆட்சியைக் கைப்பற்றினார். அப்போது தான் பெரிய அளவில் வரிப்பணம் வசூலிக்கும் உரிமைகள் முதல்முறையாக ஆங்கிலேயர் கைகளுக்கு வந்தன. பாரம்பரிய இந்திய விவசாய நில உடைமை அமைப்புக்கள் தங்களுக்குப் பெரிய அளவில் பயன் தராது என்று ஆங்கிலேயர் உணர்ந்திருந்தார்கள். அவர்கள் அனுபவத்தின் அடிப்படையில் நிலத்தை முழுதும் தனியுடைமையாக்கும் பொழுதுதான் லாபம் சம்பாதிக்கும் வியாபாரக் கண்ணோட்டம் வளரும் என்பதில் உறுதியாக இருந்தனர்.

இதனால் ஆங்கிலேயர் முதலில் கைப்பற்றிய வங்காளம், பிஹார் மற்றும் ஒரிசா மாகாணங்களில் ‘ஜமீன்தாரி’ என்ற அமைப்பை உருவாக்கினர். இதன்படி, ஒவ்வொரு ஜமீன்தாரின் (முகலாயர் ஆட்சியில் வரி வசூலிப்பவர்) கீழும் இருந்த ஒரு குறிப்பிட்ட பரப்பளவுடைய நிலமும் கூறு போட்டுச் சிறு விவசாயிகளுக்குக் குத்தகைக்கு விடப்பட்டது. நிலப் பரப்பளவிற்குத் தகுந்தாற்போலவும், நிலத்தின் வளத்திற்குத் தகுந்தாற்போலவும் அவர்கள் வாடகை செலுத்த வேண்டும். இதைச் சேகரித்து, வரியாக (பணமாகவோ பொருளாகவோ) வருடத்திற்கு இரு முறை ஜமீன்தார் கம்பெனிக்குச் செலுத்தியாக வேண்டும்.

ஆரம்பகாலத்தில் நிலங்களின் உரிமைகளை எந்த நபர் மிக அதிகமான வரிப்பணத்தைச் செலுத்தி ஏலம் எடுக்க முன்வந்தாரோ, அவரையே கம்பெனி ஜமீன்தாராக்கியது. இப்படிச் செய்ததில், அடுத்த வருடம் எவ்வளவு வருமானம்

கிடைக்கும் என்று சரியாகக் கணிக்க முடியாமல் போனதால், கம்பெனிக்குப் பெரிய பிரச்சினையாகி விட்டது. மேலும் அடுத்த அறுவடையில் எவ்வளவு தானியம் ஜமீன்தார்கள் வாடகையாக எடுத்துச் செல்வார்கள் என்பது தெரியாத காரணத்தால், விவசாயிகளுக்கும் உற்பத்தியைப் பெருக்குவதில் ஆர்வம் குறைந்துவிட்டது. இதனால், இந்த முறை நீண்ட காலம் நிலைக்கவில்லை.

பிறகு, கம்பெனி குறுகிய காலகட்டத்திற்கு மரபுசாரா நில உரிமைகள் வழங்கி வரிப்பணத்தை நிர்ணயிக்கத் தொடங்கியது. 1793இல் கவர்னர் ஜெனரல் கார்ன்வாலிஸ் பிரபு வங்காளத்தில் மட்டும் ஜமீன்தார்களுக்கு ஆயுளுக்கும் நிரந்தர உரிமை வழங்கினார். அவர்கள் வரிப்பணத்தைக் குறிப்பிட்ட நாளுக்குள் செலுத்தத் தவறியபோது அவர்கள் உடைமைகள் ஏலம் விடப்பட்டன. இத்தகைய ஏலங்களின் மூலமாகத்தான் உள்ளூர் ஜமீன்தார்களுக்குப் பதிலாக வியாபார ஆர்வமுள்ள வெளியூர் வியாபாரிகளும் வட்டிக்காரர்களும் புதிய ஜமீன்தார்களானார்கள். பின்னர் கைப்பற்றப்பட்ட மெட்ராஸ், பம்பாய் மாகாணங்களில், ஜமீன்தார்கள் அவ்வளவாக இல்லாததால் 'ரயத்வாரி' என்னும் அமைப்பு அறிமுகப் படுத்தப்பட்டது. இதன் மூலம் விவசாயிகளே நேரடியாக வரியைச் செலுத்தினர். இந்த அமைப்பிலும் ஜமீன்தார்களைப் போலவே பெரிய விவசாயிகளின் செல்வாக்கும் அதிகாரமும் படிப்படியாக வளர்ந்தன.

இப்படியாக, நாளடைவில் ஒரு சில அதிகாரம் மிகுந்த, விவசாயத்திற்கும் நிலம் இருக்கும் கிராமத்திற்கும் சிறிதும் தொடர்பில்லாத ஜமீன்தார்களே நாட்டின் பெரும்பாலான நிலங்களின் உரிமையாளர்களானார்கள்.

வரி வசூலும் வட்டித் தொழிலும்

ஒருவன் தன் வருமானத்தில் 16%ஐ அரசருக்கு வரியாகச் செலுத்துவதையே அர்த்தசாஸ்திரம் தர்மமாகக் கருதுகிறது. ஒரு வரலாற்றறிஞரின் கணக்கின்படி, நாட்டின் சில பகுதிகளில் 5% மட்டுமே கிராமத்தைவிட்டு வரியாக வெளியே சென்றது என்று தெரியவருகிறது. இது முகலாயர் ஆட்சியில் 30% வரை உயர்ந்து, ஆங்கிலேயர் ஆட்சியில் 60% வரை சென்றது. பராமரிப்புக்குப் போதிய நிதி இல்லாமல் போனதால், கிராம அமைப்புகள் ஒவ்வொன்றாக அழியத் தொடங்கின. வங்காளத் தின் வரி வசூல் பட்டியல் இதை நிரூபிக்கிறது.

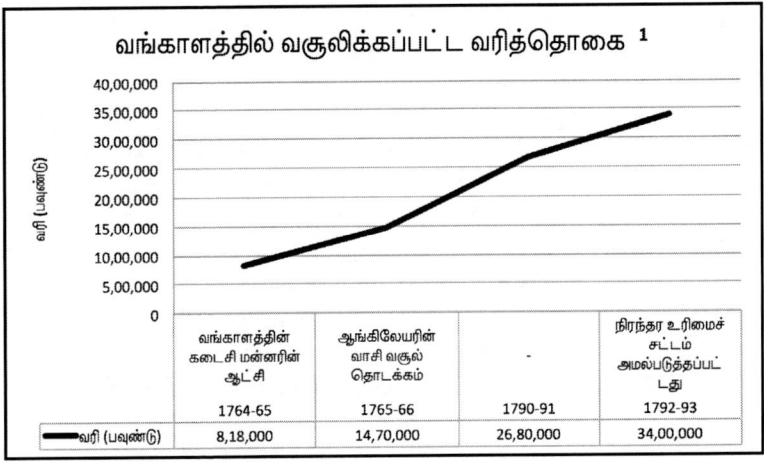

இப்படி ஆங்கிலேயர் சுரண்டிய பணத்தை வைத்து நம் நாட்டின் விலையுயர்ந்த பட்டு, பருத்தி, இண்டிகோ மற்றும் பிற பொருள்களையும் மிக மலிவான விலைக்கு நம் மக்களிடமிருந்து வாங்கிச் சென்றனர். இவற்றை வெளிநாடுகளில் விற்று லாபம் சம்பாதித்தனர்.

ஆங்கிலேயர் வசூலித்த வரிப்பணம் அதிகமாக இருந்ததோடு மட்டுமல்லாமல் வசூலும் மிகக் கறாராக இருந்தது. கடும் புயலோ வறட்சியோ, விவசாயிகள் ஒரு அணா குறையாமல் வரிப் பணம் செலுத்தியாக வேண்டும். முகலாயர் ஆட்சிக் காலத்தில் ஜமீன்தார்கள் உள்ளூர் மக்களாதலால், வறட்சிக் காலங்களில் விவசாயிகளுக்குச் சில சலுகைகளை அளித்து வளைந்து கொடுத்தார்கள். ஆனால், ஆங்கிலேயர் ஆட்சியில் வெளியூர் வியாபாரிகள் ஜமீன்தார்களானதால் இந்தப் பந்தங்கள் முறிந்து கண்டிப்பான வியாபாரக் கண்ணோட்டமே ஓங்கியிருந்தது. இந்தச் சூழ்நிலையில்தான் இன்று விவசாயத்தையும் விவசாயிகளையும் ஆட்டிப்படைக்கும் வட்டிக்காரன் தோன்றினான்.

அதுவரையில் கிராமத்திலேயே மிகவும் கீழ்மட்டத்தில் இருந்தது வட்டித்தொழில். குறுகிய காலகட்டத்திற்குள் இந்திய வரலாற்றிலேயே முதல்முறையாக மிகவும் லாபகரமான, மக்களை ஆட்டிப்படைக்கும் தொழிலாக அது மாறியது. உதாரணத்திற்கு, பஞ்சாப் மாகாணத்தில் 1860–61 மற்றும் 1869ஆம் ஆண்டுகளில் கடும் பஞ்சம் ஏற்பட்டபோது வட்டிக்காரன் ஆட்சி ஆழமாக வேரூன்றியது. 1868இல் 53,263ஆக வளர்ந்த வட்டிக்காரர்களின் எண்ணிக்கை 1911க்குள் 1,93,890இல் வந்து நின்றது![2] ஆங்கிலேயர் ஆட்சிக்கு முன்னர் வட்டிச் சதவிகிதம் மக்கள்

கருத்தாலும், கடன்காரர்களாலுமே நிர்ணயிக்கப்பட்டு வந்தது. ஆனால், பின்னர் அவர்கள் ஆங்கிலேயர் தங்களுக்குக் கொடுத் திருந்த அதிகாரத்தைப் பயன்படுத்தி வட்டியைப் பன்மடங்கு உயர்த்தினர். வரிப்பணம் செலுத்துவதற்கான வருமானம் இல்லாத காலங்களில், சிறு விவசாயிகள் தங்கள் சொத்துகளை விற்றோ அடகு வைத்தோ அல்லது அடுத்த வருடத்துப் பயிரை அடகு வைத்தோ கடன் வாங்கி சமாளித்தனர். இது சுதந்திர மாக உழுது வசதியாக வாழ்ந்த விவசாயிகள் பலரையும் பரம்பரைக் கடன்காரர்களாக மாற்றியது.

அப்போது நிலச் செழிப்பிற்குத் தகுந்தாற்போல வாடகை வசூலிக்கப்பட வேண்டும் என்ற விதி இருந்தது. ஆனாலும், விவசாயிகள் தங்களிடம் சிறிதேனும் தக்கவைத்துக்கொள்ள வேண்டி அதிகமாக உழைத்து உற்பத்தியைப் பெருக்குவார்கள் என்று கணக்குப் போட்டு, சில வளமற்ற நிலங்களுக்கும் அதிக வாடகை வசூலிக்கப்பட்டது. இதற்கும் மேல் வாடகை செலுத்தத் தவறிய பல விவசாயிகள் தங்கள் மேல் இழைக்கப்படும் கொடுமைகளிலிருந்து தப்பிக்கத் தங்கள் நிலங்களை விட்டுச் சென்று தலைமறைவானார்கள். இப்படியும் சில நிலங்களில் விவசாயம் கைவிடப்பட்டது.

மற்றொரு முக்கியமான காரணத்தால் இந்திய விவசாயி கள் விவசாயத்தில் புதிய உத்திகளைக் கையாளும் ஆர்வத்தை இழந்தனர். ஆரம்ப காலத்தில் வரி பணமாகவே கட்டப்பட்டு வந்தது. சந்தை வளர்ந்து விவசாயப் பொருள்களின் விலைகள் உயர்ந்ததும், தன்னலமிக்க வட்டிக்காரர்கள் வரியைத் தானியங் களாகவே செலுத்துமாறு வற்புறுத்த ஆரம்பித்தனர். என்ன தான் உழைத்து உற்பத்தியைப் பெருக்கினாலும் எப்படியும் வட்டிக்காரன் தங்கள் தானியங்களைச் சுரண்டிக்கொள்ளத் தான் போகிறான் என்கிற எண்ணத்தில், உற்பத்தியைப் பெருக்கு வதில் விவசாயிக்கு ஆர்வம் குறைந்தது. இதனால் புதிய முறை களைக் கையாள்வது நின்று போனது.

இத்தனை தானியங்களையும் கொள்ளையடித்து ஆங்கிலேயர் என்னதான் செய்தனர்? ஆரம்பகாலங்களில் கம்பெனியின் செலவுகளுக்கும் போர்ப்படைகளைப் பராமரிப் பதற்குமென வரி வசூலிக்கத் தொடங்கினார்கள். பிறகு, இங்கிலாந்து போர் ஆயுதங்களை வாங்குவதற்கும், தொழிற் புரட்சியை வளர்ப்பதற்கும் ஏற்றுமதி செய்யப்பட்டது. 1857இல் 200 மைல்களில் தொடங்கி 1905இல் 28,054 மைல்களாக நீண்டது இந்திய ரயில் தண்டவாளம். இதுவும் பெரிய அளவுகளில் தானியங்களின் உடனடி சேகரிப்பையும் போக்கு வரத்தையும் மேலும் விரிவுபடுத்தி வரி வசூலைத் தீவிரப்படுத்தியது.

நாட்டை உலுக்கிய பஞ்சங்கள்

இந்தியாவில் நிகழ்ந்த பஞ்சங்களைப் பற்றிய உண்மைத் தகவல்களைச் சேகரிப்பதற்காக வில்லியம் டிக்பி என்னும் ஆங்கிலேய ஆராய்ச்சியாளர் – எழுத்தாளர் ரெவரண்ட் டாக்டர் சுண்டர்லண்ட் என்னும் அமெரிக்கரும் களத்தில் இறங்கினர். சேகரித்த தகவல்களைப் புத்தகங்களாகவும், பத்திரிகைக் கட்டுரைகளாகவும் வெளியிட்டனர். பரவலாகக் கூறப்படும் காரணங்களை ஆராய்ந்து பார்த்ததில் பின்வரும் உண்மைகள் வெளிச்சத்திற்கு வந்தன.

ஆங்கிலேயர் ஆட்சிக்கு முன்னரே இந்தியாவில் பல பஞ்சங்கள் நிகழ்ந்தபோதிலும் அவை அவ்வப்போது, குறிப்பிட்ட பகுதிகளில் மட்டுமே நிகழ்ந்திருந்தன.

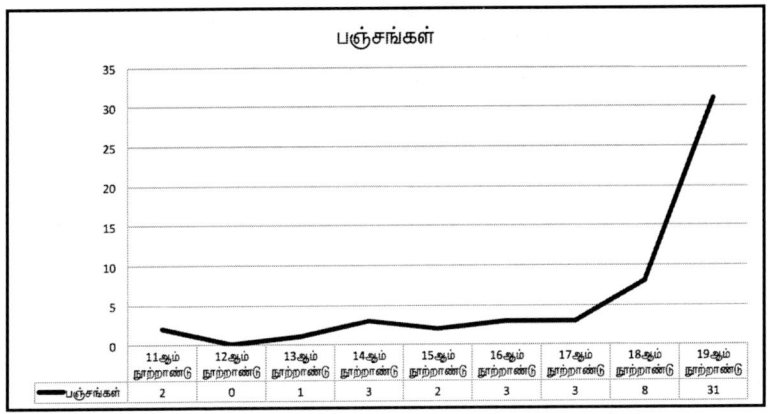

11ஆம் நூற்றாண்டிலிருந்து 1745ஆம் ஆண்டு வரை இந்தியா வில் மொத்தம் 18 முறை பஞ்சம் ஏற்பட்டுள்ளதாகப் பல ஆதாரங்கள் குறிப்பிடுகின்றன. ஆனால், இவை எல்லாமே குறிப்பிட்ட பகுதிகளில் மட்டுமே ஏற்பட்டன. உதாரணத்திற்கு, 13ஆம் நூற்றாண்டில் ஏற்பட்ட பஞ்சம் ஒன்று தில்லியைச் சுற்றியுள்ள பகுதியை மட்டுமே தாக்கியது. ஆனால், 1800– 1900 காலகட்டத்தில் மட்டுமே 31 பஞ்சங்களினால் சுமார் 3.25 கோடி மக்களும் லட்சக்கணக்கான கால்நடைகளும் மாண்டனர்.[3] இதுபோன்ற நிகழ்வு இந்திய வரலாற்றில் வேறில்லை. இவை ஏற்படக் காரணம் என்ன?

போதிய மழை பெய்யவில்லையா? பஞ்சங்கள் ஏற்பட்ட எல்லா ஆண்டுகளிலும் போதிய மழையளவு பதிவாகியுள்ளது. உதாரணத்திற்கு, 1877இல் மெட்ராஸில் பஞ்சம் ஏற்பட்டபோது 66 அங்குலம் மழை பெய்திருந்தது என்று சுண்டர்லண்ட்

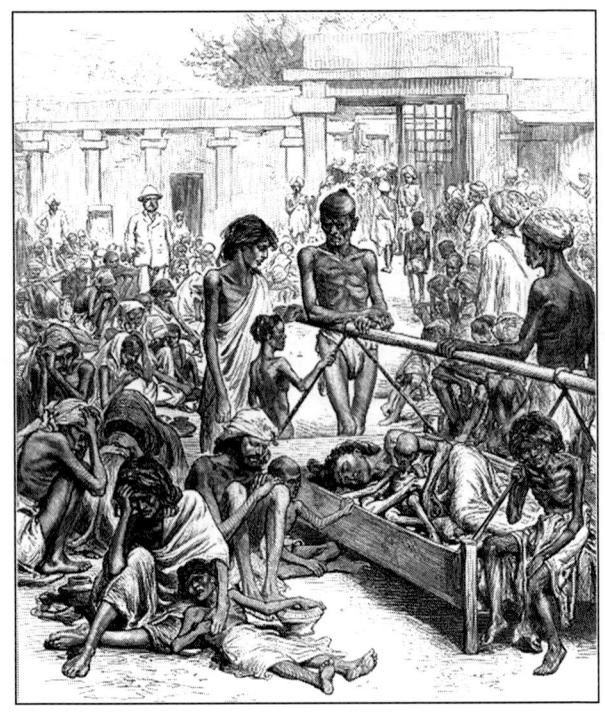

சென்னை மாகாணப் பெரும்பஞ்சம் 1876 – 78

சுட்டிக்காட்டினார்! (சென்னையின் சராசரி மழையளவு 55 அங்குலம் மட்டுமே)[4]

போதிய உணவு உற்பத்தியாகவில்லையா? மிக மோசமான பஞ்சங்கள் ஏற்பட்ட காலங்களில்கூட இந்தியாவில் போதிய உணவு உற்பத்தி செய்யப்பட்டது. டௌ என்பவரின் குறிப்பேட்டின்படி, வங்காளப் பகுதி வறட்சியால் பாதிக்கப் பட்டபோதும் கூட மூன்று கோடி மக்களுக்குப் போதுமான அளவுக்கு உணவு உற்பத்தி நடந்தது.

அப்பொழுது, இதன் உண்மையான காரணம் என்ன? 1770இல் ஏற்பட்ட கடுமையான பஞ்சத்தின் காரணத்தைப் பற்றி, கவர்னர் ஜெனரல் வாரன் ஹேஸ்டிங்க்ஸ் இங்கிலாந்துக்கு நவம்பர் 1772இல் அனுப்பிய கடிதத்தில் இவ்வாறு விளக்குகிறார்:

> "வங்காளத்தில் மூன்றில் ஒரு பங்கு மக்கள் உயிரிழந்த போதும், அதனால் மூன்றில் ஒரு பங்கில் விவசாயம் நடைபெறாதபோதும் கூட 1771இல் வசூலிக்கப்பட்ட வரி,

1768இன் வரி வசூலைத் தாண்டியுள்ளது. பார்க்கப்போனால், இவ்வளவு பெரிய பஞ்சத்தின் சமயத்தில் வரிப்பணம் குறைவாகவே வசூலிக்கப்பட்டிருக்க வேண்டும். அப்படிச் செய்யாத காரணம், வன்முறையாக முந்தைய லாபங்களைத் தாண்ட வேண்டும் என்னும் நோக்கம்தான்.[5]"

இதைப் போலவே 1900இல் குஜராத்தில் ஏற்பட்ட பெரும் பஞ்சத்தின்போது இரண்டு வருடத்திற்குப் போதுமான உணவு தானியங்கள், வியாபாரிகளின் கிடங்குகளில் இருந்தன என்று அரசாங்க பதிவுகளே கூறினவாம். ஆகையால், உணவு மிகுதியாக இருந்தபோதும்கூட, அதை வாங்க வழியில்லாத வறுமை நிலைக்கு மக்கள் தள்ளப்பட்டனர். ஆங்கிலேயரின் பஞ்ச நிவாரணப் பணிகள்கூட மக்களுக்குப் பெரிய உதவியாக இல்லை. கடுமையான கட்டட வேலைகளுக்குக் கூலியாட்களாக வேலை செய்து சிறிது பணம் பெற்ற மக்கள், விரைவில் வலுவிழந்தனர். அவர்கள் விவசாயப் பணிகளைக்கூடச் சரியாகப் பார்க்க முடியாமல் போனது.

இந்தக் கொடுமைகள் எல்லாவற்றுக்கும் மக்கள் முடிந்த அளவிற்கு எதிர்ப்புத் தெரிவிக்கவும், அரசாங்கத்தோடு ஒத்துழைக்காமலிருக்கவும் முயன்று வந்தனர். ஒவ்வொரு முறையும் மக்கள் சக்தி ஒடுக்கப்பட்டது; முறியடிக்கப்பட்டது. உதாரணத்திற்கு, தும்னியா என்ற கிராமத்து விவசாயிகள் ஒன்று திரண்டு வரிச் சட்டத்தை எதிர்த்துப் போராடினர். ஆனால் அவர்கள் எல்லோரும் "நெல் திருடர்கள்" என்ற பட்டம் சூட்டப்பட்டுச் சிறையில் அடைக்கப்பட்டனர்.[6]

இப்படியாக ஆங்கிலேயர் காலத்தில் இந்திய விவசாயத்தின் அடித்தளம் நிரந்தரமாக மாற்றப்பட்டது. விவசாயி தன் சுதந்திரத்தை இழந்து அடிமைப் பணியாளாக ஆனான். விவசாயம் என்ற வாழ்க்கை முறை, வெறும் பணத்தைச் சம்பாதித்துக் கொடுக்கும் வியாபாரமானது. தங்களுக்கென உற்பத்தி செய்துவந்த உணவு, தங்களிடமிருந்து யாருக்காகவோ சுரண்டப்பட்டதைக் கண்ட விவசாயிக்கு விவசாயத்தின் மீதான ஆர்வம் குறையத் தொடங்கியது. விவசாயம் பற்றிய அறிவோ அக்கறையோ இல்லாத வட்டிக்காரர்களும் வியாபாரிகளும் நிலத்தின் சொந்தக்காரர்களானார்கள். தானியங்களின் ஏற்றுமதியினால் உண்ண உணவு கிடைக்காமல் மாண்டு போன லட்சக்கணக்கான மக்களின் விவசாயமும் அவர்களுடனே சேர்ந்து மாண்டது.

3

சுரண்டலின் அடுத்த கட்டம் – பணப் பயிர்களின் அறிமுகம்

ஏற்கனவே வரிக் கொடுமைகளுக்கு ஆளாகி வலுவிழந்திருந்தனர் விவசாயிகள். பிறகு என்ன பயிர் செய்யப்போகிறார்கள் என்பதுகூட அவர்கள் கைகளில் இல்லாமல் போனது. ஒரு ஏக்கர் நிலத்தில்கூடப் பல வகையான உணவுப் பயிர்களையும் மற்ற உபயோக முள்ள பயிர்களையும் சேர்த்துப் பயிரிட்ட காலம் மறைந்தது. ஆயிரக்கணக்கான ஏக்கர் நிலங்களைப் பணப்பயிர்த் தோட்டங்களாக மாற்றியமைக்கும் பணி 18ஆம் நூற்றாண்டில்தான் ஆரம்பமானது.

அபினி (ஓப்பியம்)

முதல்முதலில் இங்கிலாந்தில் தேநீர் அறிமுகமானது 1650களில்தான். பணக்காரர்களின் விலையுயர்ந்த பானம் என்று அறிமுகமாகி, நூறாண்டுகளில் படிப்படியாக அனைத்து மக்களும் விரும்பி அருந்தும் பானமாக மாறியது. முதலில், தேயிலை சீன நாட்டிலிருந்துதான் இறக்குமதியானது. இங்கிலாந்துக்கு வேண்டிய பொருள் சீனாவில். ஆனால், சீனாவுக்குத் தேவையான பொருள் ஆங்கிலேயரிடம் எதுவுமில்லாததால், தங்கக் கட்டிகளை யும், வெள்ளிக் கட்டிகளையும் கொண்டே தேயிலையை இங்கிலாந்து வாங்கிவந்தது. எத்தனை காலந்தான் இப்படித் தங்களுடைய கருவூலத்தைத் தீர்த்துக்கொண்டிருப்பது என்றெண்ணிய ஆங்கிலேயர் 'சீனாவில் மெதுவாகப் பரவிவந்த அபினி போதை மருந்தை இந்தியாவின் வளமிக்க கங்கை முகத்துவாரத்தில் விளைவிக்கலாமே! சீன மக்களை அதற்கு அடிமையாக்கி, அவர்களிடம்

அபினியைப் பதப்படுத்தும் இந்தியத் தொழிலாளர்கள்

விற்று, அதற்கு மாற்றாகத் தேயிலையை வாங்கிக்கொள்ள லாமே!' என்றெண்ணினர்.

அப்போது தங்கள் வசத்திலிருந்த வங்காளத்தின் விவசாயிகளையெல்லாம் பலவந்தமாக அபினியைப் பயிர் செய்யவைத்தது கிழக்கிந்தியக் கம்பெனி. உணவுக்காகக் காய்கறிகள் விளைவிப்பதைக்கூடத் தடைசெய்து, ஒத்துழைக்க மறுத்த விவசாயிகளுக்குத் தண்டனைகளை அளித்தது. இவ்வாறெல்லாம் கிடைத்த அபினியை 1773ஆம் ஆண்டில் கிழக்கிந்தியக் கம்பெனி முதன்முதலில் சீனாவில் கொண்டு இறக்கியது. விவசாயிகள் கம்பெனிக்கு ஒப்பந்தங்களின் மூலம் உறுதியளித்த எண்ணிக்கையைவிடக் குறைந்த ஒவ்வொரு பெட்டிக்கும் ரூ.300 அபராதம் விதிக்கப்பட்டது.[1]

23 ஆண்டுகள் கழிந்து, மக்களெல்லாம் இந்தப் போதைக்கு அடிமையாகி, நாடே பாதிப்படைந்ததைக் கண்ட சீன அரசு இதன் இறக்குமதிக்குத் தடை விதித்தது. இருந்தும் கள்ளத் தனமாகக் கடத்தியே அபினிக்கான சந்தையைத் தக்கவைத்துக் கொண்டனர் ஆங்கிலேயர். 1905–06இல், 6.5 லட்சம் ஏக்கர் நிலத்தில் அபினி பயிராகியிருந்தது. இதில் 4 லட்சம் ஏக்கர் ஆக்ராவிலும் வங்காளத்திலும் மட்டுமே இருந்தன.[2]

அவுரி (இண்டிகோ)

பல நூற்றாண்டுகளாக, இந்தியாவிற்கே உரிய நீலச் சாயப் பொருளான அவுரியைச் சிறிய அளவுகளில் உற்பத்தி செய்து, பிற நாடுகளுக்கு ஏற்றுமதி செய்து வந்ததற்குச் சான்றுகள்

உள்ளன. 1750களில் இங்கிலாந்து ஆலைகளில் டன் கணக்கில் உற்பத்தியான பருத்தித் துணிகளுக்காக இண்டிகோ சாயம் அதிக அளவில் தேவைப்பட்டது. அதுவரையில் இந்தத் தொழிற் சாலைகளுக்கு இண்டிகோ வழங்கி வந்த நாடுகள் அமெரிக்கா மற்றும் மேற்கிந்தியத் தீவுகள். பின்னர், அரசியல் காரணங் களால் தங்களது ஏற்றுமதியைக் குறைத்துக்கொண்ட பின் இந்தியாவில் விளைவிப்பது அவசியமானது. வங்காள விவசாயிகள்தான் மீண்டும் கையில் சிக்கினர்.

இண்டிகோ பண்ணை

உணவுப் பயிருக்குப் பதிலாக இண்டிகோவைப் பயிர் செய்ய வங்காள விவசாயிகள் பலவந்தமாக வற்புறுத்தப்பட்டனர். விவசாயிகளின்மேல் பல கொடுமைகளை இழைத்து, தங்கள் சொந்த லாபத்துக்காக இண்டிகோ விளைச்சலைப் பெருக்கிக் கொண்டனர் ஆங்கிலேயர். 19ஆம் நூற்றாண்டில், வங்காளம் உலகிலேயே மிகப்பெரிய இண்டிகோ உற்பத்தியாளர் என்கிற அளவுக்கு இந்தப் பயிர் பரவலாக்கப்பட்டது!

வங்காளத்தில் ஃபரித்பூரின் நீதிபதியான ஆங்கிலேயர் இ.டி. லதூர், 1848இல் இந்தக் கொடுமையைப் பற்றி இவ்வாறு கூறினார்:

> "இங்கிலாந்தில் வந்திறங்கும் ஒவ்வொரு இண்டிகோ பெட்டியின் மேலும் மனித இரத்தக் கறை படிந்திருக்கிறது ... நீதிபதி என்ற தகுதியில் என்னிடம் அனுப்பப்படும் பல விவசாயிகளின் உடல்களில் ஈட்டிகள் பாய்ச்சப்பட்டிருக்கின்றன; தோட்ட முதலாளிகளால் சுட்டுக் கொல்லப்பட்டிருக்கின்றனர் ... இவ்வாறு இண்டிகோ வர்த்தகத்தை மேற்கொள்வது, ரத்தம் சிந்தவைக்கும் கொடூரமான முறை என்றே கருதுகிறேன்.[3]"

நிலைமை மிகவும் மோசமானதும், 1868ஆம் ஆண்டு கலவரங்கள் வெடித்தன. பிறகு, 1880இல் ரசாயன நீலச் சாயம் உற்பத்திசெய்யும் முறை கண்டறியப்பட்ட பிறகு, இண்டிகோவின் தேவை சரிந்தது; நம்பியிருந்த விவசாயிகளின் வாழ்வாதாரங்களும் கூடவே சரிந்தன. 1895–96இல் வங்காளத்தில் 16 லட்சம் ஏக்கர் நிலத்தில் பயிராகிய இண்டிகோ, 1905–06இல் 5 லட்சம் ஏக்கராகவும், பின்னர் மேலும் சுருங்கியது. பல இண்டிகோ தோட்டத் தொழிலாளிகள் வறுமையில் வாடி மடிந்தனர்.[4]

தேயிலை

ஆங்கிலேயர் இந்தியாவின் பிற பகுதிகளையும் கைப்பற்ற, தங்களுக்குத் தேவையான தேயிலையையும் இங்கேயே விளைவிக்கலாமே என்றெண்ணினர். 1835இல் அஸ்ஸாமில் முதல் தேயிலைத் தோட்டம் உருவாக்கப்பட்டு, மூன்றாண்டுகளில் லண்டனில் விற்பதற்கான முதல் இந்தியத் தேயிலை ஏற்றுமதி செய்யப்பட்டது. ஆங்கிலேய அரசாங்கம் உருவாக்கிய தரிசுநில விதிகளின்படி, வடக்கிந்தியக் காடுகள் (குறைந்தபட்சம் 100 ஏக்கரும், அதிகபட்சம் 3,000 ஏக்கரும்) 'தரிசு நிலம்' என்னும் பெயரில் 45 ஆண்டுகளுக்கு (வரிவிலக்குடன்) குத்தகைக்கு விடப்பட்டன. இதனை பணம் கொடுத்து வாங்க ஆங்கிலேயரால் மட்டுமே முடிந்தது. இந்தத் தேயிலை எஸ்டேட்டுகளில் பணிக்குச் சேர்க்கப்பட்ட விவசாயிகள் சந்தித்த கொடுமைகள், இண்டிகோ, அபினித் தோட்டங்களில் சந்தித்ததைவிட மிக

தேயிலை பங்களாவில் ஒரு காட்சி

பயங்கரமாக இருந்தன. விவசாயிகள் வாழ்நாள் அடிமைகளாக்கப் பட்டு, மிகப் மோசமான சூழ்நிலைகளில் வாழ்ந்து மடிந்தனர். 1905இல் 5 லட்சம் ஏக்கர் காடுகள் அழிந்து, தேயிலை எஸ்டேட்டு களாக உருமாறி நின்றன!⁵

காப்பி

காப்பி புட்டி ஒன்றின் விவரச் சீட்டு

1690 வரையில் அரேபிய மற்றும் அபிசினிய (இன்றைய எதியோப்பியா) நாடுகளில் மட்டுமே பயிராகி வந்தது காப்பி. அதன்பிறகு தேநீரைப் போலவே படிப்படியாக மக்களை அடிமை யாக்கிய காப்பிக்கு உலகெங்கிலும் தேவை அதிகமாகியது. 1830இல் மைசூர் மாநிலத்தில் முதன்முதலில் காப்பித் தோட்டம் உருவாக்கப் பட்டு, 1846இல் தமிழ்நாட்டில் நீலகிரி மலையி லும் பயிர் செய்யப்பட்டது. ஆரம்பகாலங்களில் பயிர் செய்யப்பட்ட பெரும்பான்மையான காப்பியும் ஏற்றுமதி செய்யப்பட்டது. சிறிதளவு இந்தியாவில் வசித்துவந்த ஐரோப்பியர்கள் மட்டும் அருந்தினர். பிறகு, 1900களில் தென்னிந்தியாவில் பிராமணர்களின் பான மாகக் காப்பி அறிமுகமானது. காப்பியும் அருந்துபவரைத் தனக்கு அடிமையாக்கும் காரணத்தால் ஆரம்பகாலங்களில் பழமைவாதப்

பிராமணர்கள் இந்தப் பானத்தை மதுவுடன் ஒப்பிட்டு எதிர்த்து வந்தனர். "வீட்டிற்கு வரும் விருந்தினர்களுக்கு ஏற்ற பானம்" என்று விளம்பரம் செய்து வெற்றிகண்ட கம்பெனிகள், இரகசியமாக அருந்தப்பட்டுக்கொண்டிருந்த இந்தப் பானத்தை, கௌரவத்துக்குரிய ஒரு பானமாக உயரத்தினார்கள். படிப்படியாகக் காப்பி உற்பத்தியில் 50% நம் நாட்டிலேயே விற்பனையும் ஆனது.[6] 1895இல் 2.7 லட்சம் ஏக்கரில் பயிரான காப்பிப் பயிர், இன்று கிட்டத்தட்ட 10 லட்சம் ஏக்கர் காட்டு நிலத்தை ஆக்கிரமித்துக் கொண்டுள்ளது![7]

புகையிலை

400 ஆண்டுகளுக்கு முன்பு இந்தியாவில் புகையிலை என்ற தாவரத்தைப் பற்றிய குறிப்பு எங்குமே இல்லை! முகலாய மன்னர்கள்தான் முதன்முதலில் இந்தப் போதைப் பொருளை உபயோகிக்கத் தொடங்கினர். 17ஆம் நூற்றாண்டில்தான் இந்தியாவில் புகையிலை பயிராகத் தொடங்கியது. கோவா மூலம் போர்த்துகீசியரால் வெளிநாடுகளுக்கு ஏற்றுமதி செய்யப்பட்டு, உள்நாட்டிலும் உபயோகப்படுத்தப்பட்டு வந்தது. இந்தக் காலகட்டம் வரையில், உடல்நலக்கேட்டின் காரணமாக, இங்கிலாந்திலும், இந்தியாவிலும் புகையிலையைப் பயிர்செய்வதற்கும் புகைபிடிப்பதற்கும் பலவகையான தடைகள் போடப்பட்டன; அபராதங்கள் விதிக்கப்பட்டன. அவையனைத்தையும் மீறி 1800ஆம் ஆண்டுக்கு மேல்தான் இவ்விரு நாட்டு மக்களிடமும் இது பிரபலமாகத் தொடங்கியது. 1905இல் இந்தியா முழுவதிலும் 11 லட்சம் ஏக்கரில் பயிரானது புகையிலை.[8]

○

மேலும், இங்கிலாந்தில் தொழிற்புரட்சியை அமோகமாகத் தொடங்கி ஆலைகளை நிறுவியதும், மக்களை இந்த ஆலைகளை இயக்க தயார்செய்ததும், மூலப்பொருட்களுக்காக இந்தியாவின் பக்கம் திரும்பினர் ஆங்கிலேயர். இந்த பிரம்மாண்டமான தொழிற்சாலைகளின் பசியை ஆற்ற வேண்டி, கோடிக்கணக்கான ஏக்கர் உணவுப்பயிர் நிலங்களையும் காடுகளையும் வளைத்துப்போட்டனர். ஏற்கனவே வியாபாரமான விவசாயத்தை இன்னும் தீவிரமான வியாபாரமாக மாற்றினர்!

பருத்தி

எண்ணிலடங்கா வகைகளிலும் வண்ணங்களிலும் நெய்யப்பட்ட இந்தியப் பருத்தித் துணி, காலங்காலமாகவே

இங்கிலாந்து உட்பட பல நாடுகளுக்கும் ஏற்றுமதி செய்யப் பட்டு வந்தது. இங்கிலாந்தில் பருத்தி விளையாததால் கம்பளியைக் கொண்டே அவர்கள் ஆடைகளைத் தயாரித்து வந்தனர். இதனால், இந்தியப் பருத்திக்கு அங்கு நல்ல மரியாதை இருந்துவந்தது. இங்கிலாந்தில் தொழிற்புரட்சி வேரூன்றியதும், தமக்கென ஆலைகளை உருவாக்கிக்கொண்டுவிட்ட பின், இனி இந்தியாவில் உற்பத்தி செய்யப்பட்ட துணியை இறக்குமதி செய்யத் தேவையில்லை என்றெண்ணினர். தங்கள் நாட்டில் இந்தியப் பருத்தித் துணி விற்பனைக்குத் தடை விதித்தனர். அதோடு நிற்காமல், தங்கள் ஆலைகளுக்குத் தேவையான பருத்தியை இந்தியாவிலிருந்து இறக்குமதி செய்யவும் முடிவு செய்தனர். ஏற்கனவே, அவர்கள் ஆக்கிரமித்துக்கொண்டிருந்த அமெரிக்கா உட்பட்ட சில நாடுகளிலிருந்து பருத்தி இறக்குமதி ஆகிக்கொண்டிருந்தது.

இந்தியாவின் பாரம்பரியப் பருத்தி ரகங்களில் பெரும் பான்மையானவை குட்டையான சொரசொரப்பான நாரைக் கொண்டதாக இருந்தன. ஆனால், இங்கிலாந்து ஆலைகள் மிருதுவான நீள ரகப் பருத்திக்கு மட்டுமே ஏற்றதாக இருந்தன. இதனால், 1830இலிருந்து ஆங்கிலேயர் தொடர்ந்து இந்தப் புதிய நீள ரகத்தை இந்திய விவசாயிகளிடையே பரவலாக்க முயன்றனர். அதன் விளைவு என்ன என்பதை வோல்கர் அவரது அறிக்கையில் இவ்வாறு எழுதுகிறார்:

பருத்தித் தொழிலாளர்கள்

"மிருதுவான ரகப் பருத்தியைப் பரவலாக்க அரசாங்கம் பல முயற்சிகளை மேற்கொண்டுள்ளது. இந்திய சொர

சொரப்பான ரகப் பருத்தியைப் பயிர் செய்வதைத் தடுக்கச் சட்டத்தின் மூலம் நடவடிக்கைகூட எடுத்துள்ளது. ஆனால், இந்த முயற்சிகள் எல்லாம் தோல்வியடைந்துள்ளன. பார்க்கப் போனால், முன்பைவிட இன்னும் அதிகமாகவே விவசாயிகள் இந்திய ரகப் பருத்தியைப் பயிர் செய்கின்றனர். இதற்கான காரணங்களைச் சுருக்கமாகச் சொல்ல வேண்டும் என்றால், நீள ரகப் பருத்தியைவிட நாட்டு ரகப் பருத்தி அதிக மகசூல் தந்து, விரைவிலேயே அறுவடைக்கு வந்து, அதிக வலிமையும் வாய்ந்ததாக இருக்கிறது.^{9}"

1860களில் அமெரிக்க உள்நாட்டுப் போரின் போது, அமெரிக்காவிலிருந்து நீள ரகப் பருத்தியின் இறக்குமதியில் தடங்கல் ஏற்பட்டது. இதனால் இந்தியாவில் அமெரிக்கப் பருத்தியைப் பயிர் செய்த விவசாயிகளுக்குப் பரிசுகளையும், பதக்கங்களையும் வாரி வழங்கி அவர்களை ஊக்குவித்தது அரசாங்கம். விவசாயிகளும் இந்த மாற்றத்துக்கு இணங்கினர். ஆனால், அமெரிக்காவில் உள்நாட்டுப் போர் ஓய்ந்ததும், இந்தியப் பருத்தியின் தேவையும், அதனுடன் விலையும் சரிந்தது. ஏற்றுமதியை நம்பி, கைத்தறிக்குச் சற்றும் ஏற்றதல்லாத, அதிகப் பராமரிப்புடன் குறைந்த விளைச்சல் தந்த நீள ரகப் பருத்தியைப் பயிர் செய்த ஆயிரக்கணக்கான விவசாயிகளும் ஏமாற்றம் அடைந்தனர். இதனால், வரிப் பணத்தைக்கூடக் கட்ட இயலாத பருத்தி விவசாயிகள், வட்டிக்காரர்களின் கைகளில் சிக்கிக்கொண்டனர். அவர்கள் வலுவடையவும் காரணமானார்கள். பிறகு, இந்தியாவிலேயே பருத்தி ஆலைகள் பரவலாக நிறுவப்பட்டதும், மறுபடியும் இந்த நீள ரகப் பருத்திக்குத் தேவை அதிகரித்தது. விவசாயிகள் படிப்படியாகப் பாரம்பரியக் குட்டை ரகங்களைப் பயிர் செய்வதைக் கைவிடத் தொடங்கினர்.^{10}

1841இல் கோவை ஆராய்ச்சி நிலையத்தில் நிகழ்ந்த பரிசோதனை ஒன்றில் அமெரிக்க ரகப் பருத்தியைப் பூச்சி தாக்கிப் பயிரெல்லாம் அழிந்ததென்பதும், அருகிலேயே பயிரான இந்தியக் குட்டை ரகம் எந்த விதமான பாதிப்பும் இல்லாமல் செழிப்பாக விளைந்ததென்பதும் நாம் முக்கிய மாகக் கவனிக்க வேண்டியவை.^{11}

கரும்பு

வேத காலம் தொட்டு, இந்தியாவில் கரும்பு ஒரு முக்கிய மான உணவுப் பொருளாக இருந்து வந்திருக்கிறது. இங்கிருந்து உலகின் மற்ற நாடுகளுக்கெல்லாம் பரவியிருக்கிறது. இந்தியாவில்

முக்கியமாக இரண்டு ரக கரும்புகள் பயிராயின. இனிப்புத் தன்மை அதிகம் நிறைந்த, மெலிந்த ரகக் கரும்புப் பயிர் நீர்ப் பாசனத்துக்கு தேவையே இல்லாமல் விளைச்சலைக் கொடுத்தது. அதிக அளவில் பயிரிடப்பட்ட இந்த ரகம், வெல்லம் மற்றும் சர்க்கரை உற்பத்திக்கு உபயோகப்படுத்தப்பட்டது. குறைந்த இனிப்புத் தன்மை வாய்ந்த, கெட்டியான கரும்பு ரகம், மெலிந்த ரகத்தைவிட அதிக விளைச்சல் கொடுத்தாலும், அதற்கு அதிக அளவில் நீர்ப்பாசனம் தேவையாக இருந்தது. இது கடித்துச் சுவைக்க மட்டுமே உபயோகப்படுத்தப்பட்டது.

லெதர் என்ற ஆங்கிலேயர் ஒருவர், நம் நாட்டு ரகக் கரும்பை "சென்னை மாகாணத்தில் தற்போது பயிராகும் கரும்பு, உலகிலேயே மிகச் சிறந்த ரகம் என்பதில் சந்தேகமேயில்லை" என்று புகழ்ந்து கூறியுள்ளார். இப்படிப்பட்ட தரம் வாய்ந்த கரும்பு பயிரான இடங்களில், அதிக விளைச்சல் வேண்டும் என்கிற ஒரே காரணத்தினால், வெளிநாடுகளிலிருந்து சர்க்கரை ஆலைகளுக்கு ஏற்ற மற்ற கெட்டியான ரகங்களைக் கொண்டுவந்தனர் ஆங்கிலேயர். இந்தப் புதிய கலப்பு ரகங்களுக்கு நீர்ப்பாசனம் அதிக அளவில் தேவைப் பட்டது. 1940இல் 42 லட்சம் ஏக்கர் நிலப்பரப்பில் கரும்பு பயிராகியிருந்தது.[12]

தைல மரம்

1843இல் நீலகிரி மலைகளில் விறகுத் தேவைக்காக அறிமுகமானது தைல மரம். பின்னர் காகித ஆலைகளில் மூலப் பொருளுக்காக விரைவில் வளரக்கூடிய மரமாக நாடெங்கும் பரவியது. தைல மரம் பயிர் செய்வதற்காகப் பல லட்சக்கணக்கான ஏக்கர் காடுகளும் உணவுப் பயிர்ப் பண்ணைகளும் அழிந்தன. சுழற்சி விவசாயத்தை நம்பியிருந்த தொழிலாளர்கள் அனைவரும் வேலை இழந்தனர்.

இது போன்றே ரப்பர், எண்ணெய் வித்துக்கள், சணல் போன்ற மற்ற பயிர்களும் ஆங்கிலேய ஆலைகளுக்குத் தீனி போடுவதற்காக நாடெங்கிலும் பரவலாகப் பயிர் செய்யப்பட்டன.

❍

விளைவுகள்

'விவசாயம் என்றாலே சந்தைக்காகத்தான்; பணம் பண்ணத் தான்' என்றாகியுள்ள இன்றைய சூழலில், இங்குக் கூறியுள்ள கதைகளில் ஆங்கிலேயரின் ஆதிக்கத்தை மட்டும் அகற்றிவிட்டால், நம்மில் பலருக்கு எல்லாமும் சரியாக இருப்பதாகத் தெரியலாம்.

தைல மரம்

ஆனால், இந்த மாற்றங்கள்தான் நம் நாட்டின் இன்றைய விவசாய நெருக்கடிக்கு அடித்தளமாக அமைந்தன.

உணவுப் பயிர்களுக்குப் பதிலாக அபினி போன்ற பணப் பயிர்கள் விளைந்து உணவு உற்பத்தி குறையத் தொடங்கியது. பணப் பயிரின் நிலப்பரப்பு 1900இல் 165 லட்சம் ஏக்கரிலிருந்து, 1930இல் 240 லட்சம் ஏக்கராக அதிகரித்தது. அதிலும், வளமான உணவுப் பயிர் நிலங்களைப் பணப் பயிருக்கு மாற்றி, லாபத்தை எவ்வளவு பெருக்கிக்கொள்ளலாம் என்கிறபடியெல்லாம் எண்ணிச் செயல்படத் தொடங்கினர். வோல்கர் கூறுவதைப் பாருங்கள்:

> "திரு. நிக்கல்சன் கூறுவதன்படி கோவையில் பல்லாயிரக் கணக்கான ஏக்கர் வளமான நிலத்தில், ஏக்கருக்கு ரூ. 20 செலவில் ரூ. 40 வருமானம் தரும் உணவுப் பயிரை விளைவிக் கிறார்கள். ஆனால் அதே நிலத்தில், ஏக்கருக்கு ரூ. 150 வரை வருமானத்தை ஈட்டித் தரும் கரும்பு மற்றும் வாழை போன்ற பயிர்கள் அருமையாக விளையுமே.[13]"

தங்கள் சொந்த உபயோகத்திற்காகவும், உள்ளூர்ச் சந்தைக் காகவும் பல பயிர்கள் ஒன்றாக விளைந்த நிலங்களை, இண்டிகோ போன்ற ஓரினப் பயிர்த் தோட்டங்களாக மாற்றினர். இப்படி அயல்நாட்டுச் சந்தையை மட்டும் நம்பியிருந்து, நிலையாக இருந்த உள்ளூர்ப் பொருளாதாரத்தை நிலைகுலையவைக்கத்

தொடங்கினர். மொத்த உற்பத்தியையும் வாங்கிக்கொள்வதாக வாக்களித்து, விவசாயிகளைக் கரும்புப் பயிருக்கு மாற்றிவிடும் சர்க்கரை ஆலை முதலாளிகள்; பின்னர் ஏமாற்றமடைந்த விவசாயிகள், அறுவடைக்குக்கூடக் காசில்லாமல் ஆயிரக் கணக்கான ஏக்கர் கரும்புப் பயிரை எரித்துத் தள்ளும் செய்தி, அடிக்கடி நம் செய்தித்தாள்களில் காண்கிறோமே, அதனுடைய தொடக்கம்தான் இது.

சுதந்திரமாகச் செயல்பட்டுவந்த விவசாயிகள், தேயிலை போன்ற பயிர்த் தோட்டத் தொழிலாளிகளாக மாறினர். விளம்பரங்களின் மூலம் தனியாரின் லாபத்திற்காக (காப்பி போன்ற பொருட்களைக் கொண்டு) மக்களை மயக்கும் தந்திரங்களெல்லாம் கண்டறியப்பட்டன. மக்களின் உடல் நலத்தைக் கெடுக்கும் புகையிலையைப் போன்ற போதைப் பொருட்கள் பெரிய அளவுகளில் புழக்கத்தில் வந்தன.

பல நூற்றாண்டுகளாக நம் நாட்டு மண்ணுக்கும், இயற்கைச் சூழலுக்கும் ஏற்றவாறு விளைந்து வந்த குட்டைரகப் பருத்தி போன்ற நாட்டு ரகங்கள் அழியத் தொடங்கின. பெரிய ஆலைகளின் பசியை ஆற்றுவதற்கென அமெரிக்கப் பருத்தி போன்ற அந்நிய ரகங்கள் அறிமுகப்படுத்தப்பட்டன. நாம் ஒட்டுமொத்தமாக, ஆலைகளுக்காக அமெரிக்க ரகப் பருத்திக்கு மாறியதிலிருந்துதான் பூச்சித் தாக்கம் அதிகரித்தது. இதேபோல், ஆலைகளுக்கென அறிமுகப்படுத்தப்பட்ட கெட்டியான கரும்பு ரகம், காலங்காலமாகச் சேகரித்து வைக்கப்பட்டிருந்த நிலத்தடி நீரை உறிஞ்சித் தீர்க்கத் தொடங்கியது. (மஹாராஷ்டிர மாநிலத்தில் பயிர் செய்யப்பட்டுள்ள மொத்த நிலப்பரப்பில், 5 சதவிகிதத்துக்கும் குறைவானது கரும்புப் பயிர். ஆனால், அந்த மாநிலத்தில் உபயோகப்படும் மொத்த நீர்ப்பாசனத்தில் 60 சதவிகிதம் வெறும் கரும்புக்கு மட்டுமே செல்கிறது!)

இதுமட்டுமல்லாது, ஏற்கனவே வலுவிழந்துவந்த விவசாயிக்குப் புதிய உத்திகளைக் கையாளும் உற்சாகம் மேலும் குறைந்தது. தமக்கும் பயிருக்கும் சிறிதும் தொடர்பே இல்லாத, அனுபவ அறிவு இல்லாத புதிய ஓரினப் பயிர்களை விளைவிக்கும் போக்கில், நம் பாரம்பரிய விவசாயியின் அறிவு தேங்கி நின்றது. கலப்புப் பயிர், பாரம்பரிய விதைப் பாதுகாப்பு போன்ற பல சிறந்த உத்திகளையும் செயல்முறைகளையும் பற்றி ஏற்கனவே பல்லாயிரக்கணக்கான ஆண்டுகளாகச் சேகரித்து வைத்திருந்த அறிவும் சிறிது சிறிதாக மறக்கப் பட்டது. இந்தக் காரணங்களினால், பணப் பயிர் பயிரிடப்

பட்ட விவசாய நிலமெல்லாம் தனது வளத்தையும் இழக்கத் தொடங்கியது.

மேற்கண்ட நிகழ்வுகளில் அடிப்படை மாற்றங்களை அறிமுகப்படுத்தியது ஆங்கிலேயர்தான் என்றாலும், இவை தீவிரமானதில் நம் விவசாயிக்கும் பெரும் பங்குண்டு. இது வரையில் நம் பொருளாதாரம் எனும் இயந்திரம் இயங்குவதற்கு ஒரு கருவியாக மட்டுமே பயன்பட்ட பணம், விரைவாக நம் விவசாயியின் எசமானனாக மாறியது. பணம் சம்பாதிக்கும் ஒரே காரணத்துக்காக ஆலைகளுக்கான பயிர்களை விளைவிக்கும் விபரீதப் பாதையில் அடியெடுத்து வைத்தார் அவர்.

உணவு மற்றும் பணப் பயிர்களின் நிலப்பரப்பின் வளர்ச்சி - ஒரு ஒப்பீடு[14]

	1893-1896ன் சராசரி	1906-1916ன் சராசரி	1926-1936ன் சராசரி	1936-1946ன் சராசரி
உணவுப் பயிர்களின் நிலப்பரப்பு	100	99	94	93
பணப் பயிர்களின் நிலப்பரப்பு	100	126	171	185
முழு மொத்த உணவு தானிய உற்பத்தி (10 லட்சம் டன்)	73.9	74	60.6	60.3

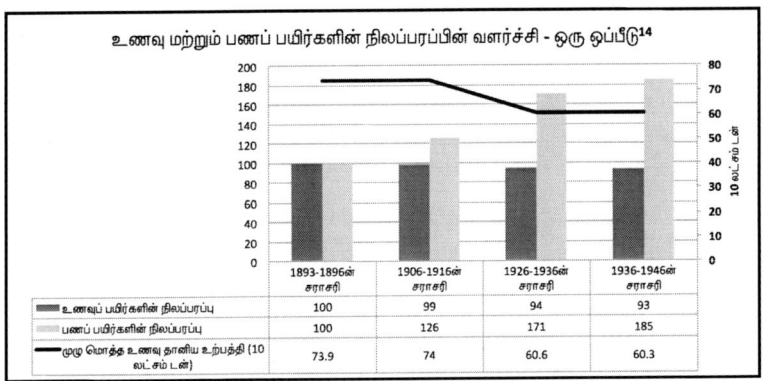

4

வேளாண் அறிவியல்: பாரம்பரியமும் நவீனமும்

பசுமைப் புரட்சியை நோக்கி நம் சமுதாயம் சென்ற பாதையைப் புரிந்துகொள்ள வரலாற்றில் மட்டுமின்றி அறிவியலிலும் கவனம் செலுத்துவது அவசியமாகிறது.

அறிவியல் என்றாலே கடந்த சில நூற்றாண்டுகளில் மேற்கத்திய நாடுகளில் நிகழ்ந்த கண்டுபிடிப்புகள் மற்றும் வளர்ச்சிகளாலான 'நவீன அறிவியல்' என்றுதான் பலரும் பொருள்கொள்கின்றனர். நமது பாரம்பரிய அறிவியல் முறைகள் பற்றிய விழிப்புணர்வோ கவனமோ இன்று அதிகம் காணப்படுவதில்லை. முக்கியமாக, விவசாயத்தைப் பொறுத்தவரையில், பாரம்பரிய அறிவியல் நவீன அறிவியலிலிருந்து அடிப்படையிலேயே வேறுபடுகிறது. இந்த வேறுபாடுகளைப் புரிந்துகொண்டால்தான் இனி வருவதை புரிந்துகொள்ள முடியும்.

இயற்கையின் விவசாயம்

யாருமே விதைக்காமல், எரு சேர்க்காமல், உழாமல், பூச்சிகொல்லி தெளிக்காமல், நீர் பாய்ச்சாமல் பல்லாயிரம் ஆண்டுகளாக இந்தப் பூமியில் வாழ்ந்து, மண் வளத்தைக் குறைக்காமல் தழைத்து நிற்கின்றன காடுகள். நம் முன்னோர்கள் இந்தக் காடுகளிடம் பாடம் பயின்றவர்கள். அவர்கள் சில நூற்றாண்டுகளுக்கு முன்பு வரையில் உயர்ந்த வேளாண் அறிவியல் அறிவை வளர்த்துக் கொண்டு, அதன் அடிப்படையில் நிலைத்து நிற்கும் வேளாண்மையை வளர்த்தெடுத்துவந்தனர். இப்படிப்பட்ட அறிவுபெற்ற பாரம்பரிய விவசாயிகளைத் தன் பேராசிரியர்களாக ஏற்றுக்கொண்டும், காடுகளிடம் நேரடியாகப்

பாடங்கள் பயின்றும் இயற்கை வேளாண்மைச் சிந்தனையை முன்வைத்தார் ஆல்பர்ட் ஹோவார்ட் என்ற ஆங்கிலேய வேளாண் விஞ்ஞானி. இவர் காடுகளில் நான்கு முக்கியமான அடிப்படைக் கோட்பாடுகளைக் கண்டார்.

1. பலவகையான தாவரங்கள் ஒன்றாக வளர்கின்றன.

காடுகள் அதிகபட்ச உயிரினப்பன்மை (biodiversity) கொண்டவை. ஒவ்வொரு வகைத் தாவரமும் ஒரு சில ஊட்டச் சத்துக்களை மண்ணிலிருந்து எடுத்துக்கொண்டு, ஒரு சிலவற்றை மண்ணுக்குத் திரும்பத் தருகிறது. இதனால், மண்வளம் குறையாமல் பாதுகாக்கப்படுகின்றது. ஒவ்வொரு வகையையும் வெவ்வேறு பூச்சிகளும் நோய்களும் தாக்குகின்றன. இதனால், பலவகையான தாவரங்கள் கலந்திருப்பதால் அவை எளிதில் பரவமாட்டா. இப்படி, உயிரினப்பன்மை கொண்ட உயிர்ச் சூழல் அமைப்பு (ecosystem), சரிவிலிருந்து மீண்டெழும் தன்மையை அதிகமாகக் கொண்டிருக்கும்.

2. சூரியன், காற்று மற்றும் மழை ஆகிய மூன்றின் நேரடித் தாக்கத்திற்கு மண் எப்போதுமே இலக்காவதில்லை.

மண் எப்போதுமே உதிர்ந்த இலைதழைகளைக்கொண்டு மூடப்பட்டிருக்கும். இதனால், மண்ணில் இருக்கும் ஈரப்பதம் பாதுகாக்கப்படுகின்றது. மண் சூடாகாமல், அதில் உயிர்வாழும் நுண்ணுயிரிகளுக்கு ஏற்றபடி குளிர்ந்திருக்கும். மண்ணில் உள்ள கனிமப் பொருள்கள் அந்த இடத்தை விட்டு வெளியேறா மலும், வளமான மேல்மண் அரித்துப் போகாமலும், உதிரியாக இருக்கும் மண் கெட்டியாகாமலும் பாதுகாக்கப்படும்.

3. காட்டு மரங்கள், தங்கள் கழிவுகளைக்கொண்டே தங்களுக்குத் தேவையான உரத்தைத் தயாரித்துக்கொள்கின்றன.

காட்டின் உயிர்ச்சூழல் அமைப்பினுள் இருக்கும் சக்தியும் கனிமங்களும் இடைவிடாத சுழற்சி முறையில் இயங்கியபடி இருக்கும். இலை உதிர்ந்து, மண்ணில் வாழும் கோடிக்கணக் கான நுண்ணுயிர்களுக்கு உணவாக மாறி, சிதைந்து, ஊட்டச் சத்துக்களாக மரங்களைச் சென்றடையும். பின்னர் இவை புதிய இலைகளாக மாறும். இப்படித்தான் மரங்கள் பல்லாயிரம் ஆண்டு காலமாக வெளியிலிருந்து சூரிய சக்தியை மட்டுமே எடுத்துக்கொண்டு, தமக்குத் தேவையான உணவை யாருடைய உதவியும் இல்லாமல் தாமாகவே தயாரித்துக் கொண்டுள்ளன.

4. தாவரங்களும் விலங்கினங்களும் தங்களைத் தாங்களே கவனித்துக்கொள்கின்றன.

சர் ஆல்பர்ட் ஹோவார்ட்

சர் ஆல்பர்ட் ஹோவார்ட் 1873இல் இங்கிலாந்தில் ஒரு விவசாயக் குடும்பத்தில் பிறந்தார். 1896இல் கேம்பிரிட்ஜில் இயற்கை விஞ்ஞானத்தில் பட்டம் பெற்று, பிறகு வேளாண்மையில் டிப்ளோமாவும் பெற்றார். இங்கிலாந்து ஹார்ரிசன் கல்லூரியில் விரிவுரையாளராகவும், மேற்கிந்தியத் தீவுகளில் வேளாண்மைத் துறையில் பூசணவியல் வல்லுநராகவும் (mycologist) சில ஆண்டுகள் பணியாற்றினார்.

இந்திய விவசாயிகளுக்கு நவீன வேளாண் அறிவியலைப் புகட்டுவதற்காக 1905இல் இங்கு வந்திறங்கினார் ஹோவார்ட். ஆனால், அவருடைய உண்மையான, அகங்காரமற்ற தேடல், அவருக்குப் பல விஷயங்களை உணர்த்தியது. தன்னுடைய நவீன வேளாண் அறிவியல் பயிற்சியிலிருந்து விலகித் தனது சொந்த ஆராய்ச்சியின் அடிப்படையில் ஒரு முடிவுக்கு வந்தார். 'இந்திய விவசாயிகளிடமிருந்து வேளாண்மையைப் பற்றிய சில அடிப்படை விஷயங்களைக் கற்றுக்கொள்ள வேண்டும்' என்பதுதான் அது!

வனங்களையும் நமது பாரம்பரிய வேளாண் முறைகளையும் கூர்ந்து கவனித்துத் தான் கற்றதை 'இயற்கை விவசாயம்' என்றழைத்தார். இந்தத் தலைமுறையினர் அதைப் புரிந்துகொள்ளும் வகையில் 'An Agricultural Testament' என்னும் புத்தகமாக எழுதினார். 1924இல் அரசாங்கத்தின் 'நவீன வேளாண்மை'யில் உடன்பாடில்லாமல் இந்தோரில் சொந்தமாக ஒரு ஆராய்ச்சி நிலையத்தை நிறுவினார். இங்கு அவர் மெருகேற்றிப் பிரபலப்படுத்திய எரு தயாரிக்கும் 'இந்தோர் முறை' இந்தியா முழுவதும் பிரபலமானது. இந்திய விவசாயிகளிடமிருந்து கற்றுக்கொண்ட பல இயற்கை வேளாண் உத்திகளை, இங்கிலாந்து மற்றும் அமெரிக்காவில் பரப்பினார். மேலை நாடுகளில் ஆல்பர்ட் ஹோவார்ட் 'நவீன இயற்கை வேளாண்மை இயக்கத்தின்' தந்தை என்று போற்றப்படுகிறார்.

அந்தந்தச் சூழலுக்குத் தகுந்த தாவர வகைகள் வளர்ந்து, அதிகபட்ச மற்றும் நீடித்த வகையில் தழைப்பொருளை (biomass) உற்பத்தி செய்கின்றன. ஓர் உயிர்ச்சூழல் அமைப்பில் வளரும் தாவர வகைகளை உண்ணும் சைவப் பூச்சிகளை உணவாக உட்கொள்ளும் அசைவப் பூச்சிகளும் கூடவே இருக்கும். பூச்சிகளை உட்கொள்ளும் தவளை இனங்களும், அவற்றைத் தின்னும் பாம்புகளும், பாம்பை உண்ணும் பறவையும், இறந்த பறவையின் இறைச்சியைச் சிதைத்து ஊட்டச் சத்தாக மாற்றும் நுண்ணுயிர்களும் அங்கு வசிக்கும் எல்லா உயிரினங்களையும் உயிர்ச்சூழலையும் சமநிலையில் வைத்துக் கொள்ளும். (பாடப் புத்தகத்தில் நாம் படித்திருக்கும் உணவுச் சங்கிலிதான் இது!)

இந்த நான்கு கோட்பாடுகளையும் அடிப்படையாகக் கொண்டுதான் நம் விவசாயிகள் விவசாயம் செய்து வந்தார்கள்.

அ) ஒரே தோட்டத்தில் பலவகையான பயிர்களைச் சேர்த்தே பயிரிட்டனர். பயிர்ச் சுழற்சி முறையைப் பின்பற்றினர்.

ஆ) மண்ணின் மேல் மூடாக்குப் போட்டு மண்ணைப் பாதுகாத்து விவசாயம் செய்தனர்.

இ) கால்நடைகளைக் காட்டில் மேயவிட்டு, விவசாயக் கழிவுகளை உணவாகக் கொடுத்து, மாட்டுச் சாணத்தை மண்ணில் சேர்த்து, ஊட்டச்சத்துகளை ஓயாமல் சுழற்சி செய்து வந்தனர். 'அடி காட்டுக்கு, நடு மாட்டுக்கு, நுனி வீட்டுக்கு' எனும் பழமொழி இதற்கு ஆதாரம்.

ஈ) ஒவ்வொரு சூழலுக்கும் ஏற்ற பயிர் வகைகளைக் கண்டறிந்து அவற்றைப் பயிரிட்டனர். இயற்கையின் சமநிலை பராமரிக்கப்பட்டதால், தாவரங்களை உட் கொள்ளும் பூச்சிகள் ஒருபோதும் அளவுக்கு மீறி அதிகரித்துப் பயிர்களைச் சேதம் செய்யவில்லை.[1]

ஹோவார்டை அடுத்து, இயற்கை வேளாண்மைக் கோட்பாடுகளை முன்வைத்து அதைப் பரப்பியவர் மசானோபு ஃபுகோகா என்னும் ஜப்பானிய வேளாண் விஞ்ஞானி. இவரும் பல்கலைக்கழகத்தில் நவீன வேளாண் அறிவியல் பயின்றவர். பின்னர், இயற்கையிடம் சரணடைந்து தனது பண்ணையில் இருபது ஆண்டுகள் மேற்கொண்ட பரிசோதனைகளைக் கொண்டு 'ஒன்றும் செய்யாத வேளாண்மை' என்னும் தத்துவத்தை விளக்கி, செயல்படுத்தி ஒரு பிரமிப்பூட்டும் இயற்கைப் பண்ணையை உருவாக்கிக் காட்டினர்.[2]

மசானோபு ஃபுகோகா

மசானோபு ஃபுகோகா 1913இல் ஜப்பானில் பிறந்தார். நவீன வேளாண் அறிவியலில் அவர் காலத்தில் புதிதாக அறிமுகமாகியிருந்த நுண்ணுயிரிய லில் (microbiology) தேர்ச்சிபெற்றார். 1934இல் யோகஹோமாவில் விவசாயச் சுங்க ஆய்வாளராகப் பணியில் சேர்ந்தார். 1937இல் நிமோனியாவால் பாதிக்கப்பட்டு மருத்துவமனையில் சேர்க்கப்பட்ட ஃபுகோகாவுக்கு ஒரு ஆழமான ஆன்மீக அனுபவம் ஏற்பட்டதென்றும், அது அவரது உலகப் பார்வையை மாற்றி அவர் மனதில் நவீன அறிவியலின் அடிப்படை குறித்த ஐயங்களை எழுப்பியது என்றும் சொல்லப்படுகிறது. உடனே தனது வேலையை ராஜினாமா செய்துவிட்டு, ஷிகோகு தீவிலுள்ள அவரது குடும்பப் பண்ணையில் குடியேறினார். அப்போது அவருக்கு வயது 25.

1938இலிருந்து தொடங்கி தனது பண்ணையில் இருந்த ஆரஞ்சு மரங் களில் 'இயற்கை வேளாண்மை' பரிசோதனைகளைச் செய்யத் தொடங்கி னார். 38 ஆண்டுகள் இயற்கையுடன் ஒத்துழைத்து ஏராளமாக உற்பத்தி செய்யும் ஒரு பிரம்மிப்பூட்டும் உயிர்ச்சூழல் பண்ணையை உருவாக்கிக் காட்டினார். இயற்கையிடம் தான் பயின்ற பாடங்களை 1975இல் 'ஒற்றை வைக்கோல் புரட்சி' (One Straw Revolution) என்னும் நூலாக எழுதினார். இந்த நூல் உலகின் இருபதுக்கும் மேற்பட்ட மொழிகளில் மொழி பெயர்க்கப்பட்டுள்ளது.

'உழத் தேவையில்லை, உரமிடத் தேவையில்லை, பூச்சி கொல்லிகள் தேவையில்லை, களைபிடுங்கத் தேவை யில்லை' என்ற நான்கு கோட்பாடுகளையும் முன் வைத்து 'ஒன்றும் செய்யாமல் வேளாண்மை' (do-nothing farming) முறையைப் பிரபலப்படுத்தினார். 'இயற்கைதான் பயிர்களை வளர்க்கிறது. மனிதன் இயற்கைக்கு உதவியாளனாக மட்டுமே இருக்க முடியும்' என்பதை நிரூபித்துக் காட்டினார். அவரது பண்ணையைப் பார்வையிட உலகின் பல இடங்களி லிருந்தும் விஞ்ஞானிகள், விவசாயிகள், மாணவர்கள் வந்த வண்ணம் இருந்தனர். 1979இலிருந்து ஃபுகோகா உலகமெங்கும் பயணம் செய்து இயற்கை வேளாண்மை பற்றி உரைகள் ஆற்றினார். பாலைவனங்கள் மற்றும்

பாழாய்ப் போயிருந்த விளைநிலங்களை மீட்பதற்கான உத்திகளை மக்களுக்குக் கற்பித்தார்.

சிக்கலான உயிர்வலையை நாம் புரிந்துகொண்டு, அதற்கான உலகளாவிய செயல்முறைகளை வடிவமைக்க முடியும் என்று எண்ணுவது அகங்காரம் கொண்ட சிந்தனை என்றார் ஃபுகோகா. பிளவுண்ட நோக்கை அடிப்படையாகக் கொண்ட நவீன வேளாண் அறிவியலை நிராகரித்து, முழுமையான நோக்கை அடிப்படையாகக் கொண்ட அறிவியலை அவர் முன்வைத்தார்.

பாரம்பரிய வேளாண் அறிவியலின் 'உயிர்ச்சூழல் அணுகுமுறை'

இந்த நான்கு முக்கியமான கோட்பாடுகளையும் ஒன்றாகச் சேர்த்துப் பார்த்தால், நமக்கு ஓர் உயிர்ச்சூழல் பற்றிய புரிதல் கிடைத்துவிடும். பாரம்பரிய அறிவியல் ஓர் அமைப்பை முழுமையாகப் பார்க்கிறது. ஓர் உயிர்ச்சூழல் அமைப்பை எடுத்துக் கொண்டால், அதற்குள் இருக்கும் ஒவ்வொரு அம்சத்தையும் இயங்கு முறையையும் தனித்தனியாகப் பார்க்காது; அது முழுமையில் அங்கம் வகிக்கும் அமைப்பின் அடிப்படையிலேயே பார்க்கிறது. உதாரணத்திற்கு, ஒரு தாவர வகையின் செயல்முறை, அது இருக்கும் தோட்ட அமைப்பைச் சார்ந்தது. தோட்ட அமைப்பு, அந்த கிராமத்தின் அமைப்பைச் சார்ந்தது. அதாவது, அந்தப் பகுதியின் மண் வகை, தட்பவெப்ப நிலை, அங்கு

வாழும் உயிரினங்கள், மழை அளவு, நிலத்தடி நீரின் தன்மை ஆகியவற்றைச் சார்ந்தது. அந்தப் பகுதி அமைந்திருக்கும் கண்டத்தில் மற்றும் உலக அளவில் ஏற்படும் தட்பவெப்ப மாற்றங்கள்கூட, அந்தத் தோட்டத்தில் நடைபெறும் விவசாயத்தைப் பாதிக்கும். இப்படி எல்லா அம்சங்களும் ஒன்றோடொன்று பின்னிப்பிணைந்திருக்கின்றன.

உயிர்ச்சூழல் அமைப்பு ஆரோக்கியமாக இருந்தால் அதன் அங்கங்களும் ஆரோக்கியமாக இருக்கும். அதன் அங்கங்கள் ஏதேனும் ஒன்றில் பிரச்சினை தென்பட்டாலும், அதை அந்த உயிர்ச்சூழல் அமைப்பின் ஆரோக்கியமின்மைக்கும் இயற்கையின் கோட்பாடு(கள்) மீறப்பட்டிருப்பதற்கும் அறிகுறியாகப் பார்ப்பது பாரம்பரிய அறிவியல். பிறகு, அந்தப் பிரச்சினையின் அடிப்படையை ஆராய்ந்து, அந்த அமைப்பின் சமநிலையை மீட்க அது வழிவகைகளைக் கண்டறியும்.

நவீன வேளாண் அறிவியலின் தொடக்கம்

உயிர்ச்சூழல் அமைப்பை முழுமையாக அணுகும் பாரம்பரிய அறிவியலுக்கு முரணானது நவீன அறிவியலின் அணுகுமுறை. அது ஓர் அமைப்பின் ஒவ்வொரு அம்சத்தையும் இயங்கு முறையையும் தனித்தனியாகப் பிரித்துப் பார்த்து அதனைப் புரிந்துகொள்ள முனையும். பிரச்சினை தென்பட்டால், அதைத் தனியாகத் தீர்க்க முயற்சி செய்யும். இதைப் பகுதிகள் சார்ந்த குறுகிய (reductionist) அல்லது பிளவுண்ட (fragmented) சிந்தனையில் பிறந்த அணுகுமுறை எனலாம்.

நவீன வேளாண் அறிவியலின் வித்து, 19ஆம் நூற்றாண்டின் நவீன ரசாயனவியலில்தான் முதலில் முளைத்தது. 1800இல் முழுமையாக ஏற்றுக்கொள்ளப்பட்ட பருப்பொருள் குறித்த அணுக்கொள்கை என்னும் விளக்கத்தின் எளிமை எல்லா விஞ்ஞானிகளையும் கவர்ந்தது. இனி, எல்லாப் பொருட்களையும் அணுவைக் கொண்டே விளக்கிவிடலாம் என்று கொண்டாடினர். 1813இல் ஹம்ஃப்ரே டேவி எனும் விஞ்ஞானி, மண்ணின் வளத்தை வேதியியல் சோதனையின் மூலம் எளிதில் கண்டுபிடித்து விடலாம் என்றார்.

1840இல் ஜஸ்டஸ் வான் லீபிக் எனும் விஞ்ஞானி, தாவரங்கள் தமக்குத் தேவையான கனிமங்களை மண்ணிலிருந்து எடுத்துக்கொள்கின்றன என்கிற 'தாவர ஊட்டச்சத்துக் கோட்பாட்'டினை விளக்கினார். ஒரு செடியை எரித்து, அதன் சாம்பலைப் பரிசோதித்தார். அந்தச் சாம்பலில் இருந்த நைட்ரஜன் (N), பாஸ்பரஸ் (P), பொட்டாசியம் (K) ஆகிய

ஜஸ்டஸ் வான் லீபிக்

மூன்று முக்கியமான சத்துகள் போதிய அளவுகளில் மண்ணில் இருந்துவிட்டால் செடிகள் நன்றாக வளர்ந்துவிடும் என்று முடிவுசெய்தார். இதைத்தான் 'NPK உரம்' என்கின்றனர். லீபிக்கைப் பொறுத்தவரையில், மண்ணின் மேல் இருக்கும் மக்கிய தழைப்பொருள் (humus), தாவர வளர்ச்சிக்கு உதவாத ஒன்று. சில ஆண்டுகளுக்குப் பிறகு, தாவர வளர்ச்சிக்குத் தேவையான மற்ற கனிமங்களையும் கண்டுபிடித்துக் காட்டியது நவீன விஞ்ஞானம்.

"...நீரையும் கனிமங்களையும் கொண்ட கல் துகள்கள் அடங்கிய சேமிப்புத் தொட்டிகளாகவே மண் பார்க்கப்படும். இதனை விவசாயிகள் உழுது கிளறிவிடுவார்கள்" என்று விஞ்ஞானிகள் அறிவித்தனர். நவீன வேளாண் அறிவியல் முன்வைத்த இத்தகைய கோட்பாடுகளை இயற்கையில் சோதித்துப் பார்க்காமல், பரிசோதனைக் கூடங்களில் உட்கார்ந்து கொண்டே திட்டவட்டமாக முடிவு செய்துவிட்டனர். அன்றி லிருந்து இன்றுவரை, இந்த 'சேமிப்புத் தொட்டி மாதிரி'தான் நவீன வேளாண் அறிவியலுக்கும் ஆராய்ச்சிக்கும் அடிப்படை யாக இருந்துவருகிறது.

நவீன அறிவியல் சிந்தனையின் குறைபாடுகள்

லீபிக்கின் கோட்பாட்டைச் சோதித்துப் பார்க்க ஓர் உதாரணம். உத்திரப் பிரதேசம் மற்றும் பிஹார் மாநிலங்களில் பல்லாயிரக்கணக்கான ஆண்டுகளாக அடர்த்தியான காடுகள் இருந்து வந்திருக்கின்றன. உலகிலேயே மிகவும் அதிக உற்பத்தி ஆற்றலுள்ள உயிர்ச்சூழல் அமைப்பு வெப்பமண்டலக் காடுகள் என்பது அறிவியல் உண்மை. ஆனால், இந்தக் காடுகள் வளர்ந்து

நிற்கும் வண்டல் மண் வகையில் ஃபாஸ்பரஸ் பற்றாக்குறை அதிகமாக இருப்பதாக நவீன அறிவியல் ஆராய்ச்சி கூறுகின்றது. அந்த மண்ணுக்கு ஊட்டச்சத்துக்களைப் பிடித்து வைத்துக் கொள்ளும் திறன்கூட இல்லாமல், மிக மோசமான தரத்தில் உள்ளது என்பதென்னவோ உண்மைதான். ஆனால், உயிருள்ள தாவரத் திசுக்களும் மண்ணில் விழுந்து மக்கிக் கொண்டிருக்கும் காய்ந்த இலை தழைகளும் ஒரு ஹெக்டேருக்கு 600 கிலோ ஃபாஸ்பரஸ் சத்துக்கொண்டவை எனக் கண்டுபிடிக்கப் பட்டுள்ளது. இங்கு வாழும் மரங்கள் ஆயிரக்கணக்கான சிறு வேர்களை மேற்பகுதியிலேயே ஒரு பாயைப் போலப் படர விட்டு, இந்தக் கழிவுகளிலிருந்தே நேரடியாகச் சத்துக்களை எடுத்துக்கொள்கின்றன. அதாவது, இந்தத் தாவரங்கள் சூழலுக் கேற்பத் தங்களைத் தகவமைத்துக்கொண்டிருக்கின்றன. அந்தச் சூழலுக்கு ஏற்ற தாவர வகைகள் உருவாகி வளர்ந்து வருகின்றன.[3]

மேலும், வேதிய மூலக்கூறுகள் (inorganic chemical molecules) தாவர வளர்ச்சிக்குத் தேவையானவை என்பதை நவீன வேளாண் அறிவியலால் கண்டறிய முடிந்தது. ஆனால் மாவுச் சத்து, புரதச்சத்து, உயிர்ச்சத்துக்கள் ஆகியவற்றின் கரிம மூலக் கூறுகளுக்குத் (organic molecules) தாவர வளர்ச்சியில் பெரும் பங்கு இருப்பதை அதனால் கண்டறியமுடியவில்லை!

மண் என்பது என்ன? தாவர வளர்ச்சியில் அதன் பங்கு என்ன?

தாவரங்களுக்குத் தேவையான கனிமங்கள் பலவும் மண்ணிலிருந்து கிடைப்பது உண்மைதான். ஆனால், அவை எவ்வாறு கிடைக்கின்றன? கார்பன், ஆக்ஸிஜன், ஹைட்ரஜன் ஆகிய மூன்றும் ஒளிச்சேர்க்கையின் மூலம் செடிகளுக்குக் கிடைக்கின்றன. காற்று மண்டலத்தில் ஏராளமாக இருக்கும் (75%) நைட்ரஜன் வாயுவைத் தாவரங்கள் உட்கொள்ளும் வடிவத்துக்கு நுண்ணுயிரிகள் மாற்றிக்கொடுக்கின்றன. பொட்டாசியம் மற்றும் குளோரினைத் தாவரங்கள் மண் கரைசலிலிருந்து கடன் வாங்கிக்கொண்டு, இறந்ததும் திரும்பத் தந்துவிடுகின்றனவாம். ஏனைய சுண்ணாம்புச் சத்து, மெக்னீசியம், பாஸ்பரஸ், சல்பர், இரும்புச் சத்து, சிங்க் போன்றவை நுண்ணுயிர்களின் உதவியால் மூலப்பாறைகளில் ஏற்படும் ஒருவித இரசாயன மாற்றத்தின் (chelation) பலனால் வெளியாகின்றன. இந்தப் புரிதலின் அடிப்படையில் பார்த்தால், மண்ணின் வளத்தை நிர்ணயிப்பதில் அதிமுக்கியமான பங்கை நுண்ணுயிர்கள்தான் வகிக்கின்றன. ஒரு கிராம் மண்ணில் 100 கோடி நுண்ணுயிர்கள்வரை இருக்கின்றன! அப்படியென்றால்,

உயிருள்ள மண் சத்தமில்லாமல் இயங்கி வரும் ஒரு பிரம்மாண்ட மான உரத் தொழிற்சாலை என்றே சொல்லலாம். உரங்களை உற்பத்தி செய்வதோடு மண்ணில் வாழும் உயிரினங்கள் மேலும் கீழும் சென்று, துளைகளை ஏற்படுத்தி ஓயாமல் மண்ணை உழுதும் கொடுக்கின்றன. ஆனால், அதனை இயக்கிவரும் நுண்ணுயிர்த் தொழிலாளர்களை ஆரோக்கியமாகப் பாதுகாத்து வந்தால் மட்டுமே இது சாத்தியமாகும். இந்த வேலையை மண்ணின் மேல் இருக்கும் மக்கிய தழைப்பொருள் மிக அற்புத மாகச் செய்கிறது!⁴

பாரம்பரிய இந்திய விவசாயிக்கு இருந்த இந்த மண்ணைப் பற்றிய அறிவை, ஏ.ஓ. ஹ்யூம் தனது நூலில் கூறியிருப்பதை நாம் ஏற்கனவே பார்த்தோம்! இத்தனை விஷயம் அடங்கி யிருக்கும் மண்ணை சர்வசாதாரணமாக எளிமைப்படுத்தி, பொதுமைப்படுத்திவிட்டது லீபிக்கின் கோட்பாடு.

லீபிக்குக்குப் பிறகு வந்த விஞ்ஞானிகள், தாவர வளர்ச்சியை நிர்ணயிக்கும் பல காரணிகளை ஒன்றொன்றாகக் கண்டறிந்து, மண் வேதியியல், மண்ணுயிரியல், மண் பௌதிகவியல், மண் நிலவியல் என்று தனித்தனித் துறைகளை உருவாக்கினர். ஒன்று, இரண்டு என்று தொடங்கி இன்று ஏராளமான சிறப்புத் துறைகள் அடங்கியது வேளாண் அறிவியல். 'இயற்கையைத் துண்டு துண்டாகக் கூறுபடுத்தி, ஒவ்வொரு கூறையும் தனித் தனியாகப் பார்த்தால் அதைப் பற்றிய ஒரு ஆழமான புரிதல் கிடைக்கும். இப்படிப் பல துறைகளைப் (துண்டங்களைப்) பற்றிச் சேகரிக்கும் அறிவை ஒன்று சேர்த்துப் பார்த்தால், இயற்கையைப் பற்றிய ஒரு முழுமையான ஆழமான புரிதல் கிடைக்கும்' என்று நம்புகிறது நவீன அறிவியல் சிந்தனை. ஆனால், உண்மையில் இயற்கையை இப்படிக் கூறுபோட்டுப் புரிந்துகொள்ள முடியுமா? இப்படிச் செய்தால், நிறைய தகவல்களை வேண்டுமானால் சேகரிக்க முடியலாம். அவை, தற்காலிக 'வெற்றி'களையும் 'தீர்வு'களையும் நமக்கு அளிப்ப தாகக்கூடத் தெரியலாம். ஆனால், நாளடைவில் அது எதிர் மறையான விளைவுகளையே நமக்கு அளிக்கும்.

ஏனென்றால், இயற்கையின் வெவ்வேறு அம்சங்களையும் இயங்கு முறைகளையும் பகுத்துப் புரிந்துகொள்ள முடியும் என்பதே ஒரு தவறான சிந்தனை. இந்தக் கூறுகளைப் பற்றிய சிறப்பு அறிவை ஆழப்படுத்த ஆழப்படுத்த, முழுமையான பார்வையிலிருந்து மேலும் மேலும் விலகிச் சென்றுகொண் டிருக்கிறோம் என்பதுதான் உண்மை. அப்படி விலகிச் சென்று நாம் வந்து சேர்ந்திருக்கும் இடத்திலிருந்து இயற்கையை முழுமை யாகப் பார்க்கவே முடியாது! ஏனென்றால், இயற்கையின்

சில கூறுகளை மட்டுமே மனித மனத்தால் அறிய முடியும். குறைபாடுள்ள மனித அறிவுக்குப் புரியும் விஷயங்களோடு அதற்கு எட்டாத பல விஷயங்களும் சேர்ந்ததே இயற்கை. ஒரு நெல் வயலில் இருக்கும் பல முக்கியமான குணாம்சங்களை மட்டும் பட்டியலிடும் வரைபடத்தைப் பாருங்கள்.[5]

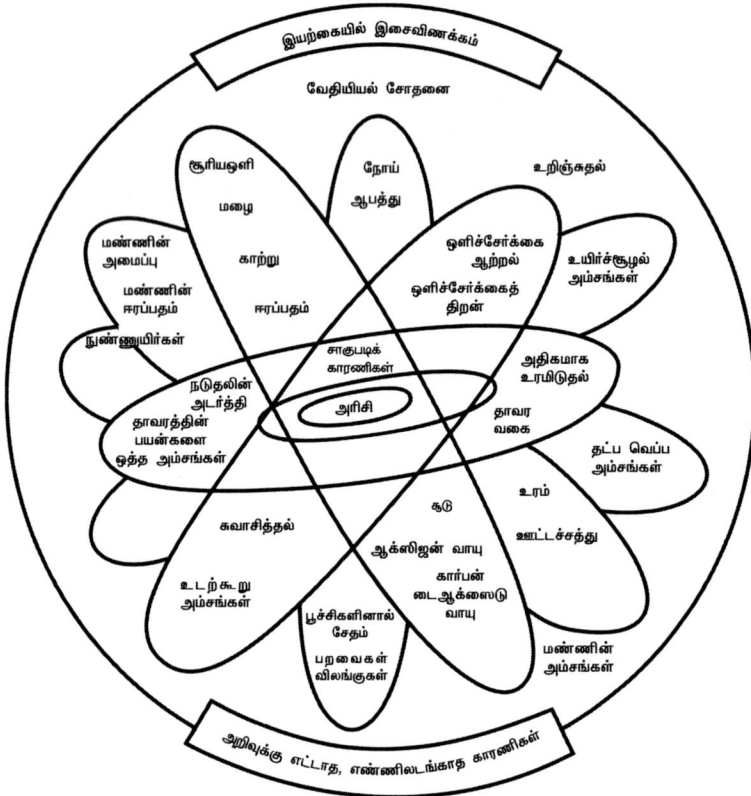

நெல் பயிரைப் பாதிக்கும் எண்ணிலடங்காக் காரணிகள்

இவற்றைத் தவிர, அந்த வயல் அமைந்திருக்கும் கண்டத்தில் மற்றும் நம் உலக அளவில் ஏற்படும் தட்பவெப்ப நிலை மாற்றங்கள் போன்றவைகூட, அந்த வயலின் நெல் விளைச்சலைப் பாதிக்கும். மேலும், இந்த ஒவ்வொரு குணாம்சமும் ஓயாமல் மாறிக்கொண்டே இருக்கும். இவற்றை எப்படி தனித்தனியாகப் புரிந்துகொள்ள முடியும்?

O

இயற்கையின் மர்மம்

இயற்கையை ஓர் ஆய்வுக்கூடத்தில் அடைத்து, அவ்வளவு எளிதில் புரிந்துகொள்ள முடியாது என்பதை ஃபுகோகா மட்டுமல்ல, வான் லீபிக் கூடத் தனது இறுதிக் காலத்தில் தாழ்மையுடனும் நேர்மையுடனும் ஒப்புக்கொண்டார்:

"நம்மை உருவாக்கிய படைப்பாளியின் பேரறிவுக்கு எதிராகப் பாவம் செய்துவிட்டேன். அதற்கான தண்டனையையும் பெற்றுவிட்டேன். அவனுடைய வேலைப்பாட்டை மேம் படுத்த விரும்பினேன். இந்தப் பூமியையும் அதிலுள்ள உயிர்களையும் பிணைத்து இந்தப் பூமியை எப்போதும் புத்துயிருடன் விளங்கச்செய்யும் இயற்கை நியதிகளின் அற்புதமான சங்கிலியில் ஏதோ ஒரு வளையம் விட்டுப் போய்விட்டது என்று என்னுடைய குருட்டுத்தனத்தினால் நம்பினேன். பலவீனமான, சக்தியற்ற நான் விட்டுப்போன அந்த வளையத்தை உருவாக்கிப் பொருத்த முயன்றேன் ... மனிதன், அவன் வாழும் காலகட்டத்தில் பரவலாக ஏற்றுக் கொள்ளப்பட்ட கருத்துகளினால் பாதிக்கப்படுபவன். அவனுக்குள்ளிருந்து ஒரு பெருத்த சக்தி ஊற்றெடுத்து, அந்த கருத்துகளை எதிர்க்க உந்தினால் மட்டுமே அவன் அவற்றிலிருந்து தப்பிக்க முடியும். எனது செயல்களுக்கு நான் அளிக்க இயலும் ஒரே விளக்கம் இதுதான் ... மழை நீரைக் கொண்டு உருவாகும் ஒருவகை மண் கரைசலி லிருந்துதான் செடிகள் தங்களுக்குத் தேவையான ஊட்டச் சத்துக்களை எடுத்துக்கொள்கின்றன என்பது எல்லாருடைய நம்பிக்கையாக இருந்தது. என் மனதினுள்ளும் ஆழமாகப் பதிந்தது. இந்தத் தவறான கருத்துதான் என்னுடைய முட்டாள்தனமான செயல்களுக்கெல்லாம் ஆரம்பம்."[6]

பாரம்பரிய அறிவியல், இயற்கையை முழுமையாகப் புரிந்துகொள்ளும் சக்தி மனிதனுக்கு இல்லை என்றும், ஒவ்வோர் உயிரினத்தினுள்ளும் இருக்கும் ஒரு வகையான நுண்ணறிவு தான் அதன் வாழ்க்கையை இயக்குகிறது என்றும் நம்புகிறது.

❍

விவசாய நிலத்தில் பிரச்சினை தென்பட்டால், நவீன மற்றும் பாரம்பரிய அறிவியலின் அணுகுமுறைகள் எவ்வாறு வேறுபடும்? இதற்கு இரண்டு உதாரணங்களைப் பார்ப்போம்.

1. ஒரு தோட்டத்தில் தாவரங்களைத் தாக்கும் பூச்சிகள் அதிகமாகிவிட்டால், அதை ஒரு தனிப்பட்ட பிரச்சினையாக நவீன அறிவியல் கருதுகிறது. பூச்சிக்கொல்லிகளைக் கொண்டு அவற்றை நேரடியாகத் தாக்கிக் கொல்லும் வழியை அது

கடைப்பிடிக்கிறது. இந்தப் பூச்சிக்கொல்லிகளால் மண்புழுக்கள் மற்றும் சிலந்தி போன்ற நன்மை செய்யும் உயிரினங்களும் கூடவே அழிந்துவிடுகின்றன. மேலும், பின்வரும் தலைமுறை களைச் சேர்ந்த சைவப் பூச்சிகள் விஷத்துக்கான எதிர்ப்புச் சக்தியை வளர்த்துக்கொண்டு சாக மறுக்கின்றன.

பாரம்பரிய அறிவியல், பூச்சிப் பிரச்சினையை அந்த உயிர்ச் சூழல் அமைப்பின் ஆரோக்கியமின்மையின் அறிகுறியாகப் பார்க்கும். உதாரணத்திற்கு, அந்தச் சூழலுக்குத் தகாத பயிர்கள் அங்கே பலவந்தமாகப் புகுத்தப்பட்டிருந்தாலோ ஓரினப் பயிர் முறை பின்பற்றப்பட்டிருந்தாலோ அல்லது மண்ணும் தாவரங் களும் வலுவிழந்திருந்து பூச்சி எதிர்ப்புச்சக்தி குறைந்திருந் தாலோ இத்தகைய விளைவுகள் ஏற்படக்கூடும் என்று அது கணிக்கிறது. இவற்றை அடிப்படையில் சரிசெய்யத் தேவையான வற்றை அது மேற்கொள்ளும்.

2. ஒரு மண் சத்திழந்து, தாவரங்கள் பசுமையாக வளரா விட்டால் நவீன அறிவியல், நைட்ரஜன் சத்தைத் தாவரங் களுக்கு ஊட்ட யூரியாவை மண்ணில் சேர்க்கச் சொல்லும். இந்த உப்பின் சேர்க்கையால், மண்ணில் வாழும் நுண்ணுயிர் கள் அழிந்து, இயற்கையாகக் கிடைத்துக்கொண்டிருந்த ஊட்டச் சத்துகள் கிடைக்காமல் போய், மண் மலட்டுத்தன்மை அடைகிறது. மேலும், இதனால் செடியின் தண்டு உப்பிக் கொண்டு, பூச்சிகளைக் கவர்கின்றது. நீரின் தேவையும் அதிகரிக் கின்றது.

பாரம்பரிய அறிவியல் வளமிழந்த மண்ணைச் சரிசெய்யப் பயறு வகைகளைப் பயிர்செய்யும். கிடைக்கும் தழைப்பொருள் களைக் கொண்டு மண்ணை மூடிவைக்கும். இவ்வாறு செய்து ஈரப்பதத்தைப் பாதுகாத்து, நுண்ணுயிரிகளின் பெருக்கத்திற் கான சூழலை அமைத்துக்கொடுத்து, மண்ணை வளப்படுத்தும் பொறுப்பை அந்த நுண்ணுயிரிகளின் கைகளிலேயே ஒப்படைக்கும்.

NPK பற்றிய அறிவும் வேளாண்மையும்

'இவையெல்லாம் உண்மையாகவே இருந்தாலும்கூட, சென்ற நூற்றாண்டில் கண்டுபிடிக்கப்பட்டுப் பெயரிடப்பட்ட NPK போன்ற கனிமப் பொருட்கள் பற்றிய அறிவு, இயற்கை விவசாயத்துக்கும் தேவையான ஒன்றாகத்தானே இருக்கிறது?' என்ற கேள்வி எழலாம். பயறு வகைகளைக் கொண்டு பயிர்ச் சுழற்சி செய்வதன்மூலம், நைட்ரஜன் சத்தை நிலத்தில் பொருத்தும் நுண்ணுயிரிகள் பெருகுகின்றன என்று நவீன

அறிவியல் பயிர்ச்சுழற்சிக்கான விளக்கத்தை அளிக்கிறது. ஆனால், நமது பாரம்பரிய விவசாயி நைட்ரஜன் பற்றிய அறிவு இல்லாமலேயே, பல நூற்றாண்டுகளாகப் பயிர்ச்சுழற்சி செய்து வந்திருக்கிறார். உள்ளுணர்வு மற்றும் அனுபவப்பூர்வ மாக இந்த அறிவைச் சேகரித்ததால் இது சாத்தியமானது. இதே கருத்தைத்தான் வோல்கரும் முன்வைக்கிறார்.

> "முப்பதாண்டுகால நீண்ட சர்ச்சைக்குப் பிறகு 1880இல் தான் மண்வளத்தை அதிகரிப்பதில் பருப்புப் பயிர்களுக்கு முக்கியப் பங்குண்டு என்பது நிரூபணமானதாக மேலை விஞ்ஞானம் ஏற்றுக்கொண்டது. பல நூற்றாண்டு அனுபவம், இதே பாடத்தைக் கீழை விவசாயிகளுக்குக் கற்பித்திருந்தது.[7]"

இயற்கையுடனான உறவைத் துண்டித்துக்கொண்டுவிட்ட மக்களுக்கும், இயற்கையோடு ஒன்றி வாழும் மக்களுக்கும் அறிவைப் பெறும் முறைகளில் வித்தியாசங்கள் இருக்கின்றன. பழங்குடியின மக்கள், செடிகளுடன் பேசும் திறன் படைத் தவர்கள் என்று சொல்லப்படுவதுண்டு. அதாவது, அவர்கள் செடிகளோடு ஒருவிதத் தகவல் தொடர்பை ஏற்படுத்திக் கொண்டிருக்கிறார்கள். 800 புதிய ரகக் காய்கறி, பழங்கள் மற்றும் பூக்களை இயற்கையோடு கைகோர்த்துக்கொண்டு உருவாக்கியவர், சென்ற நூற்றாண்டில் வாழ்ந்த அமெரிக்கத் தாவரவியலாளர் லூதர் பர்பாங்க். அவர்கூடத் தன் செடி களுடன் தனக்கு இருந்த தகவல் பரிமாற்றங்களைப் பற்றிக் கூறியுள்ளார். இவரது பண்ணையில் பயிரிடப்பட்ட பல்லாயிரக் கணக்கான உருளைக்கிழங்குச் செடிகளுடன் 'உரையாடி' அவற்றுள் மிக எளிதாக எட்டுச் செடிகளை மட்டும் தேர்ந் தெடுத்து, அவற்றிலிருந்து இன்று உலகெங்கும் புழக்கத்தில் இருக்கும் 'பர்பாங்க் உருளை'யை உருவாக்கியதாக அவரே கூறியுள்ளார்.[8]

இவ்வாறு, நவீன மனம் நினைத்துப் பார்க்கவோ புரிந்து கொள்ளவோ முடியாத விதங்களில் அறிவைச் சேகரித்தது பாரம்பரிய மனம். நைட்ரஜன் பற்றிய அறிவு இல்லாமலேயே, பயிர்ச் சுழற்சியைப் பின்பற்றியது. ஆனால், நம்முடைய நவீன மனத்தின் புரிதலுக்காகப் பாரம்பரிய அறிவியலைப் பற்றிய விளக்கங்களில்கூட, நவீன அறிவியலின் மொழியைக் கடன் வாங்க வேண்டியுள்ளது!

5

இயற்கை நியதிகளின் மீறல்: இந்திய வேளாண்மையின் சரிவு

விவசாய வாழ்க்கைமுறை வியாபாரமாக மாறியதில் வலுவிழந்தது விவசாயிகள் மட்டுமல்ல, நம் பூமியும்தான். விவசாயக் கழிவுகளையும் மாட்டுச் சாண எருவையும் கொண்டு பூமியின் பசியை ஆற்றி, மழைநீரைக் கவனமாகச் சேகரித்துப் பூமியின் தாகத்தைத் தணித்து, மென்மையான கருவிகளைக் கொண்டு உழுது, அன்புடனும் அரவணைப்புடனும் பூமியைப் பாதுகாத்து வந்தான் பாரம்பரிய விவசாயி.

இதற்கு மாறாக, பாரம்பரிய வேளாண் அறிவியல் கோட்பாடுகளை மறந்து, அவற்றை மீறி, மண்ணுக்குப் போதிய உணவும் நீரும் அளிக்காமல் பட்டினி போட்டு, வன்மையான கருவிகளைக் கொண்டு பூமியைச் சிதைத்த கதையை இனிப் பார்ப்போம். இங்குப் பட்டியலிடப் பட்டிருக்கும் நிகழ்வுகளுள் சில மட்டுமே இந்தியா முழுவதற்கும் பொருந்தும்.

பயிர்ச் சுழற்சி முறையின் அழிவு

இயற்கை வேளாண்மையின் உயிரினப்பன்மைக் கோட்பாட்டிலிருந்து விலகி, நூற்றுக்கணக்கான ஏக்கர் நிலங்களில் ஒரே பணப் பயிரை விளைவிக்கும் புதிய வழக்கம் காரணமாக, நைட்ரஜன் சத்தை மண்ணில் பொருத்தும் தன்மை கொண்ட பயறு வகைகளைப் பயிரிடும் வழக்கத்தை இந்திய விவசாயிகள் கைவிடத்

ஓரினப் பணப் பயிர்

தொடங்கினர். இந்தப் போக்குக் குறித்து 1924இல் ஆல்பர்ட் ஹோவார்ட் இவ்வாறு கூறினார்:

"...கிழக்குப் பஞ்சாபில்... பணத்தைக் குவிக்கும் கோதுமை, பருத்தி, எண்ணெய் வித்துக்கள் ஆகியவற்றை ஏற்றுமதிக்காகப் பயிரிடத் தொடங்கியதிலிருந்து, மண்வளத்தைப் பாதுகாக்கும் பயறு வகைகளைப் பயிரிடுவதை விவசாயிகள் மறந்தே போய்விட்டனர்."

ஆண்டுதோறும் ஒரே பயிர் விளைந்த மண் தனது வளத்தை இழக்கத் தொடங்கியது.[1]

வெளிநாட்டுத் தாவரவினங்களின் அளவுக்கு மீறிய தேவைகள்

நமது உள்ளூர் உயிர்ச்சூழல் அமைப்புக்கு ஒத்துவராத அந்நியத் தாவர வகைகளுடனும் ரகங்களுடனும் கூடவே முன்பு கண்டிராத நோய்களும் பூச்சிகளும் சேர்ந்து அறிமுக மாயின. (கோவை ஆராய்ச்சி நிலையத்தில் அயல்நாட்டுப் பருத்திப் பயிரைப் பூச்சித் தாக்கிய சம்பவத்தை நினைவு கூரவும்.) சில வகையான வெளிநாட்டுப் பயிர்கள் உள்ளூரில் நிலவிய உயிர்ச்சூழல் அமைப்பின் திறனுக்கு அப்பாற்பட்ட தேவைகளைக் கொண்டவையாக இருந்தன. உதாரணத்திற்கு, வறண்ட நிலத்தில் அதிக நீர்த் தேவையுள்ள (கெட்டியான கரும்பு போன்ற) பயிர்கள் பயிரிடப்பட்டன. இதற்காக, செயற்கையான நீர்ப்பாசன, வாய்க்கால் வசதிகளும் கொண்டு வரப்பட்டன. இதனால் நிலத்தடி நீர்வளம் குறையத் தொடங்கியது.

எண்ணெய் வித்துக்களின் ஏற்றுமதி

நமது மண்ணிற்கு வளம் சேர்த்த பண்டங்களுள் முக்கியமானது எண்ணெய் வித்துக்களின் பிண்ணாக்கு. எள், கடுகு, கடலை, பருத்தி போன்ற பல வகையான வித்துக்களிலிருந்து எண்ணெயைப் பிழிந்தெடுத்த பிறகு மிஞ்சியிருக்கும் சக்கையை மாட்டுக்குத் தீவனமாகக் கொடுத்தும், மண்ணில் கொட்டி உழுதும் ஊட்டச்சத்துக்களின் சமநிலையைப் பராமரித்து வந்தனர். 19ஆம் நூற்றாண்டில் இந்தியாவிலிருந்து இங்கிலாந்துக்கு ஏற்றுமதியான வேளாண் பண்டங்களுள் எண்ணெய் வித்துக்களுக்கு முக்கியமான இடம் உண்டு.

> "இங்கிலாந்தில் வசிக்கும் நாம், இந்த ஏற்றுமதி ஏற்பாட்டின் அனுகூலங்களை அனுபவிப்பதற்குத் தாமதம் செய்வதே இல்லை. நான் . . . வோபர்ன் ஆராய்ச்சிப் பண்ணையில் காளைகளுக்குத் தீவனமாகவும், பயிர்களுக்கு எருவாகவும் பிண்ணாக்கைப் பயன்படுத்தி வந்தேன். இவை, பெரும்பாலும் இந்தியாவிலிருந்துதான் வந்திருக்கும். இவை இந்தியாவிலிருந்து ஏற்றுமதியான மண் வளத்துக்குச் சமமாகும்"

என்று ஹோவார்ட் கூறியுள்ளார்.[2]

இரும்பாலான ஏரின் தாக்கம்

நமது பாரம்பரிய விவசாயக் கருவிகள் பெரும்பாலும் மரத்தாலேயே செய்யப்பட்டிருந்தன. இதன் அனுகூலங்கள் மூன்று: விவசாயி மற்றும் நிலத்தை உழும் எருது விரைவில் சோர்வடையவில்லை; மரத்தாலான ஏர் மழை பெய்தவுடனேயே மண்ணை உழுவதற்கு ஏற்றதாக அமைந்தது (இரும்பில் மண் ஒட்டிக்கொண்டு, உழவு வேலையைக் கடினமாகவும், தாமதமாகவும் ஆக்கியது); மண்ணை மேலோட்டமாகக் கீறிவிட்டு, மேல்மண் சேதமடையாமல் பாதுகாத்துவந்தது.

> "இந்திய விவசாயி, இந்தப் புதிய கருவியை (இரும்பாலான ஏரை) உபயோகப்படுத்த மறுப்பதை, அவர்களின் 'அறியாமையால் வந்த தவறான எண்ணம்' என்று பலரும் கூறுகின்றனர். ஆனால், உண்மைகளையும் சூழ்நிலைகளையும் துல்லியமாகத் தீர விசாரித்ததில், நான் ஒரு தீர்மானமான முடிவுக்கு வந்துவிட்டேன். இங்கிலாந்திலிருந்து இறக்குமதியாகியிருக்கும் ஏரைக் கொண்டு மண்ணை உழுதால், அது வளமான மண்ணைச் சிதைத்து, நாசமாக்கிவிடும்; பயிர் விளைச்சலைக் குறைத்து நாட்டையே பஞ்சத்திற்குள் தள்ளிவிடும்"

என்று வாலஸ் தனது அறிக்கையில் எச்சரிக்கை செய்தார்.[3] (ஏரை உதாசீனப்படுத்தினாலும், பிறகு டிராக்டர்களைக் கொண்டு உழத் தொடங்கியதில் மண்ணில் இத்தகைய சேதம் ஏற்பட்டுத்தான் உள்ளது.)

○

வனங்களின் சேதம்

தங்களுடைய தேவைகளை நிறைவேற்றிக்கொள்வதற்காக ஆங்கிலேய அரசு, 1800களில் வன மேலாண்மையைத் (உண்மையில், அதன் கட்டுப்பாட்டை) தன் கைகளில் எடுத்துக்கொண்டது. முதலில், கிராம மக்கள் வனங்களுக்குச் சென்று கால்நடைகளை மேய விடுவதற்கும், அவற்றிலிருந்து தங்களுக்குத் தேவையான பொருள்களை எடுத்துக்கொள்வதற்கும் தடை விதிக்கப்பட்டது. 1803இல்தான் முதலில் கடல் வர்த்தகத்துக்கான கப்பல்களைக் கட்டுவதற்காக, மலபார் தேக்கு மரங்களை 'ஒதுக்கிவைக்கப்பட்டவை' என்று அறிவித்து வெட்டி வீழ்த்தினர். இப்படி, தங்கள் சொந்தத் தேவைகளுக்காக ஒதுக்கி வைக்கப்பட்ட காடுகளையே, நாம் இன்றும் 'ஒதுக்கிவைக்கப்பட்ட காடுகள்' (reserved forests) என்று அழைக்கிறோம்! பின்னர், படிப்படியாகக் கட்டிடங்கள், ரயில் பெட்டிகள், தண்டவாளங்களில் பயன்படுத்தும் மரக்கட்டைகள் போன்ற தேவைகளுக்கென மரங்களை வெட்டிச் சாய்த்தனர். 1866ஆம் ஆண்டு இந்திய அரசு வனத் துறையை நிறுவியது. இதற்கு முன்னரே வனங்களில் கணிசமான சேதம் ஏற்பட்டுவிட்டது என்பது வோல்கரின் அறிக்கையிலிருந்து தெரியவருகிறது.[4]

வனங்களின் அழிவு

வனத்துறை நிறுவப்பட்டபோது, விலை மதிப்புள்ள மரங்க ளடர்ந்த வனங்களைப் பாதுகாத்து, அதை வெட்டியெடுத்து ஆங்கிலேயருக்கு வருமானத்தை ஈட்டிக் கொடுப்பதே அதன் முக்கிய நோக்கமாக இருந்தது. இதனால், நமது வேளாண்மையும் அதன் அடிப்படையில் அமைந்த நமது கிராமியப் பொருளாதார மும் கலாச்சாரமும் வெகுவாகப் பாதிக்கப்பட்டன.

சாண வறட்டிகளை எரித்தல்

விறகு கிடைக்காமல் போக, மக்கள் மாட்டுச் சாணத்தை வறட்டியாகத் தட்டி எரிக்கத் தொடங்கினர். இவ்வாறு செய்ததனால், மண்ணுக்குப் போய்ச் சேர வேண்டிய எரு இல்லாமல், வெறும் சாம்பல் மட்டுமே மிஞ்சியது. சாம்பலில் சில கனிமங்கள் இருந்தாலும், ஈரமுள்ள எருவில்தான் அதி முக்கியமான நைட்ரஜன் சத்து இருக்கும்.

> "வெறும் 50 ஆண்டுகளுக்கு முன்னர், ஏராளமாக வனங்களும் மேய்ச்சல் நிலங்களும், கால்நடைகளும் இருந்த போது, எரிபொருளுக்குத் தேவையான விறகு மக்களுக்குக் கிடைத்த போது, விவசாய நிலங்களுக்குத் தேவையான எரு அதிகமாகவே கிடைத்துக்கொண்டிருந்தது"

என்று வாலஸ் கூறியுள்ளார்.[5]

> "... விவசாயிகளில் பெரும்பாலானோர், அவர்களுக்கு வசதி யிருந்தால், சாண வறட்டிகளை எரிக்கமாட்டார்கள். ... விறகு கிடைக்காமல் இருப்பதனால்தான் இவர்களுக்கு இந்த வறட்டிகள் தேவையாகியிருக்கின்றன. இவர்களுக்கு விறகுக் கட்டை மலிவாக, எளிதாகக் கிடைத்துவிட்டால், மண்ணுக்குச் சேரவேண்டிய எரு ஏராளமாகக் கிடைத்துவிடும். கோவை, சேலம், மதுரா, குஜராத், பாம்பே (மாகாணம்), நாதியாத், ஹோஸ்பெட், ஹோஷியார்பூர், முல்தான் போன்ற பல இடங்களில், எந்த விவசாயியும் சிறிதளவு சாணத்தைக் கூட எரிபொருளாகப் பயன்படுத்துவதில்லை என்பதை நானே பார்வையிட்டு வந்துள்ளேன் ... வடமேற்கு மாகாணம் போன்ற விறகுப் பற்றாக்குறை உள்ள இடங்களில்தான், சாணத்தை எரிப்பது ஒரு பழக்கமாகியுள்ளது ... மண் வளப் பராமரிப்புக்காக மிக முக்கியமாகச் செய்யவேண்டியது கிராம மக்களுக்கு விறகு விநியோகம் செய்வது. நான் இதைவிட அழுத்தமாகக் கூற முடியாது. எல்லா நடவடிக்கை களையும்விட இதுவே அதிமுக்கியமானது. நாம் இதன்மீது உடனடியாகக் கவனம் செலுத்த வேண்டும்; இதன்மூலம் மிகப்பெரிய அளவில் நல்ல பலன்களை எதிர்பார்க்கலாம். எனது அறிக்கையில் பல பரிந்துரைகளையும் ஆலோசனை

களையும் கொடுத்துள்ளேன். ஆனால், இதனுடன் ஒப்பிட்டுப் பார்த்தால் அவை அத்தனை முக்கியமானவை அல்ல" என்று வோல்கர் குறிப்பிட்டுள்ளார்.⁶

- **தீவனப் பற்றாக்குறை**

கால்நடைகளுக்கெனக் காலம் காலமாகப் பராமரித்து வந்த மேய்ச்சல் வனங்கள் தங்கள் கைகளை விட்டுச் சென்றதன் நேர் விளைவாக, தீவனப் பற்றாக்குறை ஏற்பட்டது.

- **மழை அளவின் குறைவு**

மரங்கள் அழிய மழையும் குறைந்தது. வோல்கர் அவரது அறிக்கையில் இவ்வாறு எழுதுகிறார்:

"முந்தைய நாட்களில் தட்பவெப்ப நிலை இப்போது உள்ளதைப் போன்று இருக்கவில்லை என்று பழைய அறிக்கைகள் மற்றும் வர்ணனைகளின் மூலம் தெரியவருகிறது. ஆனால்... கவன மில்லாமல், ஒட்டுமொத்தமாக வனங்களையும் மற்ற மரங்கள் அடர்ந்த பகுதிகளையும்... அழித்ததன் விளைவாக, தட்ப வெப்ப நிலை இந்த நிலைக்குத் தள்ளப்பட்டிருக்கின்றது. சர் வில்லியம் டென்னிசன், மதராஸின் ஆளுநராக இருந்த போது, அவர் சில மாவட்டங்களைப் பார்வையிட்டபோது, வனங்கள் அழிக்கப்பட்ட இடங்களிலெல்லாம் மழையளவு குறைந்ததாகக் கூறுகிறார்.⁷"

அதுவரை வனங்களிலிருந்து சேகரித்துவந்த பழங்கள், தேன் போன்ற உணவுப் பொருட்கள் கிடைக்காமல் போயின. அவர்கள் விவசாயக் கருவிகளைச் செய்துகொள்ளத் தேவை யான மரம் கிடைக்காமல் போக, அவர்கள் வேலையும் தடை பட்டது. மரங்கள் அழிந்து போக, வளமான மேல்மண்ணைக் காட்டுவெள்ளம் அரிக்கத் தொடங்கியது.

○

கால்நடை

'ஏம்மா, நேத்து காலைலேருந்து லட்சுமி எதுவுமே சாப்பிட மாட்டேங்கறா. சோந்து சோந்து படுத்துக்கறா. வைத்தியரக் கூப்பிட்டு அனுப்பினேனே, வந்து பாத்தாரா?' என்ற பேச்சு கிராமப்புறங்களில் சகஜமாக இடம் பெறும். இங்கு லட்சுமி என்று குறிப்பிடுவது அவர்கள் வீட்டுப் பசு மாடு. வீட்டில் வசித்துவந்த பசு மாட்டைக் குடும்பத்தில் ஒருவராகவே மதித்து, அத்தனை அன்புடன் பாதுகாத்து வந்த பெருமை பெற்றது நமது கலாச்சாரம்.

தீவனம் கிடைக்காமல் மெலிந்து மாண்டுபோனது மட்டு மல்லாமல், கால்நடைகள் கூட்டாகக் கொல்லப்பட்ட விவரங் களைத் தொகுத்துக் காந்திய வரலாற்றறிஞர் திரு. தரம்பால் ஒரு புத்தகமாகவே வெளியிட்டுள்ளார். இதில் கொடுக்கப் பட்டுள்ள தகவலின்படி, 1750களில்தான் பசு வதை அரசாங்கத் தின் பொறுப்பில் நிகழத் தொடங்கியது. நம் நாட்டில் வசித்து வந்த ஆங்கிலேயர் உண்பதற்கான உலர்ந்த இறைச்சி உள் நாட்டிலேயே கிடைக்கத் தொடங்கிய காரணத்தால், அதன் இறக்குமதி 1760இல் நின்றது.

1880–94இல் நிகழ்ந்த மாபெரும் பசு வதை எதிர்ப்புப் போராட்டத்தின்போது, டிசம்பர் 8, 1893இல் இராணி விக்டோரியா இவ்வாறு எழுதுகிறார்:

> "இஸ்லாமியர்களை எதிர்த்த போராட்டமாக இது தென் பட்டாலும், உண்மையில் அவர்களைவிடவும் மிக அதிக எண்ணிக்கையில் பசுக்களை வதை செய்யும் நம்மை எதிர்த்த போராட்டமே இது!"

1858இல் ஒரு லட்சம் ஆங்கிலேய இராணுவ வீரர்களுக்கும் அலுவலர்களுக்கும், மேலும் பல லட்சக்கணக்கான சிவில் அதிகாரிகளுக்கும் தினம் தினம் மாட்டிறைச்சியை வழங்கு வதற்கெனத் தொடங்கப்பட்ட திட்டம் இது. மேலும், இராணுவப் பிரயாண மூட்டைகள், ஆயுதங்கள் ஆகியவற்றை நெடுந் தொலைவுகள் சுமந்துகொண்டு போவதற்காக, விவசாய நிலங்களை உழுதுகொண்டிருந்த எருதுகளை இழுத்து வந்தனர்.[8]

❍

நீர்வள மேலாண்மையின் சீரழிவு

நம் நாட்டின் பாரம்பரிய நீர் மேலாண்மை அமைப்பு களும், நீர் வளமும் இரண்டு நூற்றாண்டுகளுக்கு முன்புதான் சீரழியத் தொடங்கின. அந்தச் சீரழிவு இன்றுவரை பலவிதங் களில் தொடர்ந்து வருகிறது.

ஆங்கிலேயர்கள் மையப்படுத்தப்பட்ட வரிவிதிப்புத் திட்டத்தை அமல்செய்து நீர் மேலாண்மையைத் தங்கள் கட்டுப்பாட்டுக்குள் எடுத்துக்கொண்டார்கள். அதுவரை மக்கள் குழுக்களே சிறப்பாகச் செயல்படுத்திக்கொண்டிருந்த நீர்வள மேலாண்மை, இதனால் எந்த அளவில், எந்த வகையில் பாதிக்கப்பட்டது என்பதற்கான ஆதாரங்கள் அவர்களது அறிக்கைகளே!

1838இல் ஜி. தாம்ஸன் என்பவர் இவ்வாறு எழுதினார்:

சீரழிந்த நீர்நிலை

"நாட்டின் நலனுக்காக, இந்து மற்றும் இஸ்லாமியர்களால் கட்டப்பட்ட சாலைகளும் குளங்களும் கால்வாய்களும் பராமரிப்பே இன்றிச் சீரழிந்து வருகின்றன![9]"

1858இல் மோண்ட்கோமரி மார்டின் இவ்வாறு குறை கூறினார்:

"கிழக்கிந்தியக் கம்பெனி, புதிதாக வளர்ச்சிப் பணிகளை மேற்கொள்ளாதது மட்டுமல்லாமல், ஏற்கனவே உள்ள பொது இடங்களைப் பழுதுபார்த்துப் பராமரிப்பதும் கிடையாது![10]"

'பிரிட்டிஷ் ஹவுஸ் ஆஃப் காமன்ஸ்' சபையில், 1858 ஜூன் 24 அன்று ஜான் பிரைட் என்பவர் இவ்வாறு கணக்கிட்டும் காட்டினார்:

மான்செஸ்டர் நகரில் ஓராண்டில் தண்ணீருக்காகச் செலவழிக்கும் தொகையைவிட, பதினான்கு ஆண்டுகளில் (1834–1848) பொதுப் பணிகளுக்காக இந்திய நாடு முழுவதும் செலவழிக்கப்பட்ட தொகை குறைவானது.[11]

1854இல் பொதுப் பணித் துறை பஞ்சாபில் நிறுவப் பட்டதைத் தொடர்ந்து, இந்தியாவின் மற்ற மாகாணங்களுக்கும் இந்த முறை பரவியது. சாதாரணமாக உள்ளூர் நிர்வாகக் குழுவே தேவைகளை அறிந்து துரிதமாக முடிவெடுத்து வேலைகளை மேற்கொண்ட முறை மறைந்தது. நிர்வாகம் மையப்படுத்தப் பட்டதால் எல்லாவற்றுக்கும் அரசாங்கத்திடம் கையேந்தி நிற்கும் நிலைக்கு மக்கள் ஆளானார்கள். வோல்கர் இது பற்றி விரிவாக விளக்குகிறார்.

"மதுரை மாவட்டத்து விவசாயிகள், ஏரிகளைச் சீரமைக்கும் பணியில் நிகழும் தாமதத்தைப் பற்றிக் கூறுவதைக் கேளுங்கள். தாசில்தாருக்குச் செய்தி கிடைத்தவுடன் அவர் துணை ஆட்சியாளரிடம் செல்கிறார். அவர் ஆட்சியாளரிடம் செல்கிறார். அவர் பொதுப்பணித் துறையின் நிர்வாகப் பொறியியலாளரிடம் முறையிடுகிறார். இவர் தலைமைப் பொறியியலாளருக்கு எழுதுகிறார். (அதுவும், மூன்று மாவட்டங்களுக்கும் சேர்த்து ஒரேயொரு தலைமைப் பொறியியலாளர் திருச்சியில் இருக்கிறார்). இவர் மதராஸி லுள்ள தலைமை அலுவலகத்திற்கு இதன் முன்னுரிமை பற்றிச் சிபாரிசு செய்கிறார். ஆகமொத்தத்தில், இது ஒரு நீண்ட நெடிய செயல்முறையாக உள்ளது. இதெல்லாம் முடிவதற்குள் பொதுவாக அந்த ஆண்டின் பயிர் போதிய நீரில்லாமல் அழிந்துவிடுகிறது!"[12]

இப்படி, அதிகாரம் மக்களின் கைகளைவிட்டு விலகியதன் விளைவாக, நீராதாரங்களைப் பராமரிக்கும் பொறுப்புணர்ச்சி யும் அவர்களிடமிருந்து மறையத் தொடங்கியது. இதையும் வோல்கரே விளக்குகிறார்:

'நாம் இன்றும் வியக்கத்தக்க மாபெரும் ஏரிகளையும் கால்வாய்களையும் ஒரு காலத்தில் மக்கள் தாங்களாகவே உருவாக்கியிருக்கிறார்கள் என்பது என்னவோ உண்மைதான். ஆனால், அதே மக்கள் இன்று புதிய பணிகளை மேற்கொள்ளும் நிலையில் இல்லை. மாறாக, அரசாங்கத்தையே எதிர் பார்க்கின்றனர்.'[13]

1850களில் தமிழ்நாட்டின் குடிமராமத்து முறையும் சிதையத் தொடங்கியது."

ஆயிரமாயிரம் ஆண்டுகளாகத் தண்ணீருடன் மக்களுக்கு உருவாகி நிலைபெற்றிருந்த உறவு, ஒரே தலைமுறை இடைவெளி யில் துண்டிக்கப்பட்டது. தங்களுக்கும் அதற்கும் ஏதோ தூரத்துச் சொந்தம் மட்டும் ஒட்டியிருப்பதுபோல மக்கள் நடந்துகொள்ளத் தொடங்கினர். அணுகுமுறையில் ஏற்பட்ட இந்த அடிப்படை மாற்றம் நமது விவசாயம் சீரழிந்த கதையில் மிக முக்கியமான ஒரு நிகழ்வாகும்.

நிரந்தரப் பாசனம்: கால்வாய்கள்

'வறண்ட நிலங்களுக்கும் ஆண்டு முழுவதும் தண்ணீர் கிடைக்கச் செய்துவிட்டால், அள்ளிக்கொடுக்கும் பணப் பயிர்ப் பண்ணைகளை விரிவாக்கி லாபம் எடுத்துக்கொள்ளலாமே!' என்று ஆங்கிலேயரின் வணிக மூளை சிந்தித்தது. இந்த யோசனை, இந்திய வரைபடத்தில் குறுக்கும் நெடுக்குமாக ஓடும் மாபெரும்

கால்வாய்களாக 19ஆம் நூற்றாண்டில் உருவெடுத்தது. அதற்குச் சற்று முன்னரே தொடங்கியிருந்த அணைக்கட்டுகள் மற்றும் அணைகளின் கட்டுமானப் பணிகள் தீவிரமடைந்தன.

மேலோட்டமாகப் பார்த்தால் நதிகளில் ஓடும் தண்ணீரைக் தடுப்புகள் மூலம் தேக்கி, கால்வாய்களின் மூலம் திசைதிருப்பும் அமைப்பு மிகவும் நன்மை விளைவிக்கும் ஒரு ஏற்பாடாகவே தெரியும். பாசன வசதி கொண்டு வளரும் மெல்லிய நெல் ரகங்கள் போன்ற பயிர்கள் பெருக இந்த அணைகள் காரணமாக அமைந்தன என்பது உண்மைதான். ஆனால், அது உண்மையின் ஒரு பாதிதான். பலருக்கும் தெரியாத அதன் மறுபாதி மிகவும் கசப்பானதாகும். ஆல்பர்ட் ஹோவார்ட், நிரந்தரக் கால்வாய்ப் பாசனத்தின் எதிர்மறை விளைவுகளைப் பற்றி அப்போதே பக்கம் பக்கமாய் எழுதியுள்ளார்.

இந்தியத் துணைக்கண்டத்தின் வறண்ட நிலங்களிலெல்லாம் இயற்கையிலேயே கரையக்கூடிய உப்புகள் உள்ளன. அதிக அளவுகளில் நீரைப் பாய்ச்சி வடிகால் வசதிகளைச் சரியாகச் செய்யாவிட்டால் ஒரு பிரச்சினை உண்டாகும். அங்கு நிலத்தடி நீர்மட்டம் உயர்ந்து, அந்த நீர் ஆவியாகும்போது அதனுடன் உப்புகளும் நிலத்தின் மேற்புறத்திற்கு வந்து கட்டிகளாகத் தங்கி, நிலத்தை ‘உவர் நில’மாக்கிவிடும்.

இப்படி, 19ஆம் நூற்றாண்டில் கால்வாய்ப் பாசனம் செய்து நெல், கரும்பு, பருத்தி, கோதுமை போன்ற பயிர்களை விளைவித்த வறண்ட (முக்கியமாக வடிகால் வசதிகள் இல்லாத) நிலங்களெல்லாம், விரைவில் உப்பு நிலங்களாக மாறின.

இந்தியாவில் ஒரு பாசனக் கால்வாய்

மண்ணில் உப்பின் அளவு அதிகரித்ததால், அதில் நுண்ணுயிர் கள் வாழ முடியாமல் நிலம் வளமிழக்கத் தொடங்கியது. அந்த மண் விரைவிலேயே மலடாகிவிட்டது.

மஹாராஷ்டிர மாநிலத்தில் 1885ஆம் ஆண்டு கட்டி முடிக்கப்பட்டது 'நிரா இடதுகரைக் கால்வாய்.' நான்கே ஆண்டுகளுக்குப் பின் அதைச் சார்ந்த 81,000 ஏக்கர் நிலத்துள், 9,100 ஏக்கர் ஒன்றுக்கும் உதவாத உப்பு நிலமாக மாறியது; 27,000 ஏக்கர் நிலம் கணிசமான அளவுக்குச் சேதமாகியிருந்தது. இப்படி, 1947க்குள் இந்த ஒரு மாநிலத்தில் மட்டுமே கிட்டத் தட்ட 64,000 ஏக்கர் நிலங்கள் உப்பு நிலங்களாக மாறின![14]

1900இல் எஃப்.எச். கிங் இவ்வாறு எழுதுகிறார்:

"நவீனப் பாசனமுறையின் விளைவாக, இந்தியா, எகிப்து, கலிபோர்னியா ஆகிய இடங்களில் மண்ணின் உப்புத் தன்மை அதிகரித்துள்ளது என்பது முக்கியமான உண்மை. ஆயிர மாயிரம் ஆண்டுகளாக அதே மண்ணில் பாரம்பரிய முறை யில் நீர்ப்பாசனம் செய்து பயிர் விளைவித்த அணுகுமுறையி லிருந்து விலகிச் சென்றவர்கள் நிறுவிய முறை இது.[15]"

ஹோவார்ட் கால்வாய்ப் பாசனத்தின் மற்றொரு விளைவையும் சுட்டிக்காட்டுகிறார்.

"கிழக்குப் பஞ்சாபில் நிரந்தரக் கால்வாய்கள் அறிமுகமானதி லிருந்து, விவசாயிகள் ஏற்றுமதிக்கான கோதுமை, எண்ணெய் வித்துகள், பருத்தி போன்ற பயிர்களுக்கு மாறிவிட்டார்கள்; நிலவளத்தைப் பாதுகாக்கும் பயிர்சுழற்சி முறையை மறந்தே போய்விட்டார்கள்![16]"

நவீன நிரந்தரப் பாசனக் கால்வாய்களின் முக்கியமான விளைவு மற்றொன்று உண்டு. கால்வாய்ப் பகுதி மக்கள் ஊட்டச்சத்துமிக்க உணவை, முக்கியமாகச் சிறுதானியங்களைப் (மானாவாரிப் பயிர்களை) பயிரிடுவதை விடுத்துப் பணப் பயிர்களுக்கு மாறிவிடுகின்றனர். உதாரணத்திற்கு, இராஜஸ் தானில் இந்திராகாந்திக் கால்வாய் வந்ததற்குப் பிறகு, கால்வாய்ப் பகுதிகளில் வாழ்ந்த மக்கள் கம்பு பயிரிட்ட நிலங்களில் பருத்தி பயிரிடத் தொடங்கினர். இதனால், இந்த மக்களுக்கு சத்துக் குறைவு ஏற்பட்டுள்ளது.[17] இது போன்றே, நிரந்தரப் பாசனம் அறிமுகமான இடங்களில் உணவுப் பயிர் நிலங்கள் பணக்கார விவசாயிகள், சர்க்கரை ஆலை முதலாளிகளின் பெரிய கரும்புத் தோட்டங்களாக மாறின. இவை ஏற்றுமதிக் கான சர்க்கரையை உற்பத்தி செய்தன. இது நம் நாட்டின் நீரை ஏற்றுமதி செய்வதற்குச் சமமாகும்.

வெள்ளத் தடுப்புக் கரைகள்

ஆண்டுதோறும் வெள்ளத்துடன் ஒத்துழைத்து, வேளாண்மையை மேற்கொண்ட முறையை சரியாகப் புரிந்து கொள்ளாமல், ஆங்கிலேயப் பொறியியலாளர்கள் வெள்ளக் கட்டுப்பாடு என்ற ஒரு முற்றிலும் புதிய கருத்தை அறிமுகம் செய்தனர். 1855இல், தாமோதர் நதியின் இருபுறமும் உயரமான வெள்ளத் தடுப்புக் கரைகளை எழுப்பும் பணியில் இறங்கினர். அதே சமயத்தில் இந்தப் பகுதியில், இரயில் தண்டவாளங் களையும் சாலைகளையும் 1860இல் கட்டி முடித்தனர். அடுத்த ஆண்டின் (1861) பருவ மழையில், இந்த மூன்றிற்கிடையே தண்ணீர் பெரிய குளங்களாகத் தேங்க, அதன் விளைவாக மலேரியா நோய் பரவியது. அதுவரையில், நதியிலிருந்த மீன் குஞ்சுகள் கொசுப்புழுக்களைத் தின்றுவந்ததால், இந்தப் பகுதியில் மலேரியா என்றுமே ஒரு பெரிய பிரச்சினையாக இருந்ததில்லை. மக்கள் தண்ணீரைத் தங்கள் பண்ணைகளி லிருந்து வடிப்பதற்காக, வெள்ளத் தடுப்புச் சுவர்களை அங்குமிங்குமாக உடைக்கத் தொடங்கினர். வண்டல் மண் நிலத்தில் பரவ வாய்ப்பில்லாமல், நதிப்படுகையிலேயே தங்கிய தால் நதியின் கொள்ளளவு குறைந்தது. இதை ஈடு செய்ய,

ஆண்டுதோறும் பிஹாரில் மழைக்காலத்தில் வெள்ளத் தடுப்புக் கரைகளை உடைத்து கிராமங்களைச் சேதம் செய்யும் வெள்ளம்.

கரையை மேலும் உயரமாக எழுப்பினர் ஆங்கிலேயர். காட்டு வெள்ளம் வரும்போது, இந்தச் சுவர் போன்ற கரைகள் ஆங்காங்கே உடைந்து கிராமங்கள் அழிந்தன. ஒரு சமூக சேவகர் சொல்வதுபோல "பூனையைப் போலச் சத்தமில்லாமல் நுழைந்த வெள்ளம், இப்போது சிங்கத்தைப் போலக் கர்ஜித்துக்கொண்டு பாய்ந்தது!"

இந்தக் காட்டு வெள்ளத்தினால் பயிர்கள் சேதமானது மட்டுமல்லாமல், ஆண்டுதோறும் தவறாமல் கிடைத்துக் கொண்டிருந்த வளமான வண்டல் மண் கிடைக்காமல் போனது. அதோடு, இருந்த வளமான மேல்மண்ணையும் அரித்துக் கொண்டுபோனது. இப்படியெல்லாம் 'சும்மா வந்து சோறு போட்டுக்கொண்டிருந்த' தாமோதர் நதியுடன் வம்புக்குப் போனார்கள் ஆங்கிலேய ஆட்சியாளர்கள். இதன் விளைவுகள் விபரீதமானதும் 'வங்காளத்தின் துயரம்' என்று அதன்மீதே அநியாயமாகப் பழிசுமத்தி, அதனைக் கட்டுப்படுத்த எண்ணித் தோற்றுப்போனனர். ஆங்கிலேயர்கள் பின்னர் ஒரு முடிவுக்கு வந்தனர். 1869இல் 32 கிமீ நீளத்திற்கு வெள்ளத் தடுப்புக் கரையை இடித்துத் தள்ளினர். பல வடிகால் வசதிகளைச் செய்தனர். இனி அத்தகைய கரைகளைக் கட்டவே கூடாது என்று உறுதி பூண்டனர். அதேபோல, 1947இல் நம் நாட்டை விட்டு வெளியேறும் வரை அவர்கள் அந்தப் பேச்சை எடுக்கவேயில்லை![18]

❍

இப்படியாக, வளமாக இருந்த நம் விவசாய நிலங்கள் தமது வளத்தை இழக்கத் தொடங்கின. ஆனால், இந்தக் காரணங்களால்தான் நமது நாட்டில் பஞ்சங்கள் ஏற்பட்டு, பசுமைப் புரட்சியை அறிமுகப்படுத்த வேண்டிய கட்டாய நிலைக்குத் தள்ளப்பட்டோம் என்ற முடிவுக்கு வந்துவிட வேண்டாம். ஆங்கிலேயர்களால் நமது விவசாயத்தில் ஏற்பட்ட இத்தகைய அடிப்படையான மாற்றத்திற்குப் பிறகும் நிலைமை கைமீறிப் போய்விடவில்லை. 1900இல் குஜராத்தில் ஏற்பட்ட பெரும்பஞ்சத்தின்போது, இரண்டாண்டுகளுக்குத் தேவையான உணவு தானியங்களை வியாபாரிகள் தங்கள் கிடங்குகளில் மறைத்துவைத்திருந்தனர். 1943இல் வங்காளத்தில் 35 லட்சம் பேர் இறந்துபோன கடுமையான பஞ்சத்தின் போதும், 80,000 டன் உணவு தானியங்கள் இங்கிலாந்துக்கு ஏற்றுமதி செய்யப்பட்டன.[19] ஆம், இத்தனை காயப்படுத்தியும், மண் நமக்கு அள்ளிக் கொடுத்துக்கொண்டிருந்த உணவை மக்களுக்குச் சேர விடாமல் செய்தது, பல அரசியல் பொருளாதார நிகழ்வுகள்தான்.

6

நவீன வேளாண்மையின் ஊடுருவல்

நவீன வேளாண் அறிவியலின் அணுகுமுறையும் வளர்ச்சியும் மனித இனத்தை, குறிப்பாகச் சுதந்திரம் பெறுவதற்குள் நம் நாட்டை எங்கெல்லாம் கொண்டு சென்றது என்பதை வரிவாகப் பார்க்கலாம்.

போரில் பிறந்த ரசாயனங்கள்

முக்கியமான ரசாயன உரங்களும் பூச்சிக்கொல்லிகளும் முதன்முதலில் உலகப் போர்களில் பயன்படுத்துவதற்காகக் கண்டுபிடிக்கப்பட்டன. இன்று நாம் அதே ரசாயனங்களைக் கொண்டு பூமியுடன் போர் புரிந்து வருகிறோம் – இந்தப் போரில் யாருக்கும் வெற்றி கிடைக்காது என்பதை உணராமலேயே!

19ஆம் நூற்றாண்டில், NPK கோட்பாடு பிரபலமான சில ஆண்டுகளிலேயே, பொட்டாஷ் (K) மற்றும் பாஸ்ஃபேட் (P) உரங்கள் உற்பத்தியாகிப் புழக்கத்திற்கு வந்தன. ஆனால், அதிமுக்கியமான நைட்ரஜனை (N) வாயு வடிவத்திலிருந்து தாவரங்கள் உட்கொள்ளும் வடிவத்துக்கு மாற்றிக்கொடுக்கும் தொழில்நுட்பம் மட்டும் கண்டறியப்படவில்லை.

முதலாம் உலகப் போருக்குச் சற்று முன்பாக, ஹேபர், பாஷ் என்ற இரு ஜெர்மானியர்கள், வெடிமருந்துகளின் முக்கிய மூலப்பொருளான அம்மோனியாவை (நைட்ரஜன் வாயுவைப் பொருத்தி) உற்பத்தி செய்யும் முறையைக் கண்டுபிடித்தனர். இது இல்லையென்றால்,

ஜெர்மனியிடம் போரை நீட்டிப்பதற்கான ஆயுதங்கள் தீர்ந்துபோயிருக்குமாம். இந்தத் தொழில்நுட்பம் விரைவிலேயே மற்ற நாடுகளைச் சென்றடைந்து, உலகெங்கும் அம்மோனியா உற்பத்தி பரவலானது.[1]

வியட்நாம் காடுகளின் மேல் களைக்கொல்லி
'ஏஜென்ட் ஆரஞ்'சைத் தெளிக்கும் விமானங்கள்

நாம் சுவாசிக்கும் காற்றிலிருக்கும் நைட்ரஜனைக் கொண்டே அமோனியாவைத் தயாரிப்பதற்கான ஆராய்ச்சியை 1930களில் மேற்கொண்டு வெற்றியும் கண்டது அமெரிக்க அரசு. இந்த முறையில் அமோனியாவைத் தயாரிக்க அதிக மான அளவில் மின்சாரம் தேவைப்பட்டதால், பெரிய அணை களுக்கருகே அமோனியா உற்பத்தி ஆலைகள் கட்டப்பட்டன.

இரண்டாம் உலகப் போர் முடியும் சமயத்தில், பல கோடி டன் அளவில் உலகெங்கிலும் அமோனியா உற்பத்தியாகிக் கொண்டிருந்தது. போர் ஓய்ந்ததும், ஆலைகளும் ஓய்ந்து நின்றன. 'இத்தனை முதலீடும் வீணாகாமல் இருக்க என்ன செய்யலாம்?' என்று அவசர அவசரமாக யோசித்த சிலருக்கு, வேளாண் அறிவியல் முன்வைத்திருந்த NPK கோட்பாடு நினைவுக்கு வந்தது. அமோனியாவைக் கொண்டு பயிர்களுக்குத் தேவையான உரத்தைத் தயாரித்து, உலகெங்கும் விவசாயி களைத் தங்கள் நிலங்களில் கொண்டு கொட்டச் சொல்லலாமே

என்றெண்ணி அதைச் செய்யவும் தொடங்கினர். இன்றுவரை யில் 'உப்பு' என்று கிராமங்களில் வழங்கிவரும், கணக்கே யில்லாத டன்களில் மண்ணில் நாம் கொட்டிவைத்துள்ள யூரியா பிறந்த கதை இதுதான். சுதந்திரம் பெறுவதற்குள் இந்தியாவில் ஆங்காங்கே சில ரசாயன உரத் தொழிற்சாலை களும் நிறுவப்பட்டன.

பல நூற்றாண்டுகளாக இந்தியாவில் பயிர்ப் பாதுகாப்பு என்றால் இரண்டுதான். ஒன்று, வேலியமைத்து கால்நடை, எலி போன்ற பெரிய அளவில் சேதம் விளைவிக்கும் விலங்கினங் களிலிருந்து பயிர்களைப் பாதுகாத்தல். மற்றொன்று, பஞ்சகவ்யம் போன்ற பயிர் வளர்ச்சி ஊக்கிகளின் மூலமாக நோய், பூச்சி எதிர்ப்பு சக்தியை வளர்த்தல். வெளிநாடுகளில் 19ஆம் நூற்றாண்டிலிருந்தே சல்ஃபர், பைரேத்ரம் போன்ற அதிகப் பாதிப்பற்ற சில பூச்சிக்கொல்லிகளும் பயன்படுத்தப்பட்டு வந்திருந்தன. ஆனால், நூற்றுக்கணக்கான ஏக்கர் நிலங்களில் ஒரே வகையான, அதுவும் அந்நிய ரகப் பயிரை விளைவிக்கத் தொடங்கியதிலிருந்துதான், நம் நாட்டில் பூச்சி என்பது ஒரு பெரும் பிரச்சினையாகவே உருவெடுத்தது.

1863இல் தொடங்கப்பட்ட 'பேயர்' (Bayer) எனும் ஜெர்மானிய ரசாயனக் கம்பெனி, மருந்துகளையும் சாயங் களையும் தயாரித்துப் பல நாடுகளுக்கு ஏற்றுமதியும் செய்து வந்தது. 1914இல் முதலாம் உலகப் போரின்போது, ஒருபுறம் இந்த ஏற்றுமதிகளை மேற்கொள்ளத் தடை ஏற்பட்டது. ஆனால் மறுபுறம், போருக்குத் தேவையான ரசாயன ஆயுதங்களின் (வெடிமருந்துகளின்) தேவை அதிகரித்தது. இதைத் தொடர்ந்து, 1925இல் தற்காலிகமாக ஐ.ஜி. ஃபார்பென் (I.G.Farben) என்ற ஒரு கம்பெனியை அமைத்து, ஹிட்லரின் வதை முகாம் களுக்குத் தேவையான விஷ வாயுக்களையும் தயாரித்துக் கொடுத்தது. இப்படி, ரசாயனங்களைக் கொண்டு உயிர்களைக் கொல்லும் தொழில்நுட்பங்கள் வெகு விரைவில் பிரபலமாகின. இரண்டாம் உலகப் போரில் ஆர்கனோபாஸ்ஃபேட் (Organophosphate) எனும் ஒரு வகையான பயங்கரமான விஷ வாயு வகை கண்டுபிடிக்கப்பட்டது. (எண்டோ சல்ஃபான் இந்த வகையைச் சேர்ந்தது.)[2]

19ஆம் நூற்றாண்டிலேயே DDT எனும் ரசாயனம் ஜெர்மனி யில் கண்டுபிடிக்கப்பட்டிருந்தது. ஆனால் 1939இல் தான் அதன் உயிர்க்கொல்லித் தன்மை வெளிச்சத்திற்கு வந்தது. அமெரிக்க ராணுவத்தினருக்குப் பெரும் தொல்லையாகியிருந்த மலேரியாக்

கொசுவை ஒட்டுமொத்தமாக அழித்து, அதன் கண்டுபிடிப் பாளருக்கு நோபெல் பரிசையே பெற்றுத் தந்தது! பின்னர் இது ரசாயன விவசாயத்தில் பெரும் இடத்தைப் பிடித்தது.[3]

இந்தியாவில் சுதந்திரத்திற்கு முன்பாகவே அங்கும் இங்கு மாக இந்த ரசாயனங்கள் எல்லாமே புழக்கத்திற்கு வந்தன.

நவீன இரும்புக் கருவிகள்

இங்கிலாந்தில் தொழிற்புரட்சியில் வளர்ச்சி கண்ட இரும்புத் தொழிற்சாலை, பல நவீன விவசாயக் கருவிகளை பெருமளவில் உற்பத்தி செய்து தள்ளியது. உற்பத்தி செய்த பின், பெரும்பாலானோர் விவசாயிகளாக இருந்த நம் நாட்டில் அவற்றைக் கொட்டுவதற்கு வசதியாக இருந்தது. இரும்பு ஏரைப் பல சோதனைப் பண்ணைகள் மூலமாகப் பிரபலப் படுத்த முனைந்தும், அதன் விலை, எடை, மண்ணில் ஏற்படுத் தும் சேதம் காரணமாக இந்திய விவசாயிகள் அதனை ஏற்க மறுத்துவிட்டனர்.

❍

நவீன வேளாண் பல்கலைக்கழகங்களும் ஆராய்ச்சி நிலையங்களும்

'பிரம்மாண்டமான ரசாயன ஆலைகளையும் இரும்பு ஆலைகளையும் நிறுவியாயிற்று. பின்னர், அவை ஓயாமல் உற்பத்தி செய்து தள்ளிக்கொண்டிருக்கும் ரசாயனங்களுக்கும் கருவிகளுக்குமான சந்தையை விரிவுபடுத்த வேண்டுமே!' இதுதான், ஜே.சி. குமரப்பா நுணுக்கமாக விளக்கியிருக்கும் 'வன்முறைப் பொருளாதாரத்'தின் அடிப்படை.[4] அவருடைய விளக்கத்தின்படி, தேவையின் அடிப்படையில் உற்பத்தி செய்கின்ற பொருளாதாரம் சமாதானப் பொருளாதாரம். தேவையைக் கணக்கிலேயே கொள்ளாமல் உற்பத்திசெய்துவிட்டு, பலவந்த மாகப் போரிட்டுச் சந்தையைத் தேடும் பொருளாதாரம் வன்முறைப் பொருளாதாரம். இன்று நாம் பரவலாகப் பார்க்கும் இந்த 'வன்முறைப் பொருளாதாரம்' பருத்தி, ரசாயனம் மற்றும் இரும்பு ஆலைகளில்தான் பிறந்தது என்றுகூடச் சொல்ல லாம்: இந்த வன்முறைப் பொருளாதாரத்தைச் செயல்படுத்து வதற்கென்றே பல்கலைக்கழகங்களும் ஆய்வு நிறுவனங்களும் ஒன்றன்பின் ஒன்றாக இந்தியாவெங்கும் நிறுவப்பட்டன.

1860களில்தான் நமக்குத் தேவையான கதை ஆரம்ப மாகிறது. நாம் முன்பு பார்த்ததுபோல, இங்கிலாந்திலுள்ள

ஜே.சி. குமரப்பா

குமரப்பா 1892இல் தஞ்சையில் பிறந்தார். 1919இல் இங்கிலாந்தில் பொருளியல் மற்றும் பட்டயக் கணக்கில் (chartered accountancy) பட்டப் படிப்புகளை முடித்தார். 1928ஆம் ஆண்டில் அமெரிக்காவிலுள்ள சிரக்கியூஸ் மற்றும் கொலம்பியா பல்கலைக்கழகங்களில் பொருளியல் மற்றும் வணிக நிர்வாகம் ஆகிய துறைகளில் பட்டம் பெற்றார்.

இந்தியா திரும்பிய குமரப்பா, ஆங்கிலேயரின் வரிக் கொள்கை இந்தியப் பொருளாதாரத்தை எப்படியெல்லாம் சுரண்டுகிறது என்பதைப் பற்றிய ஒரு கட்டுரையை எழுதிப் பிரசுரித்தார். இதைப் படித்த காந்தி, குமரப்பாவை குஜராத்திலுள்ள மதர் தாலுகாவின் பொருளாதாரத்தைப் பற்றி ஒரு விரிவான *சர்வே* எடுக்குமாறு கேட்டுக்கொண்டார். படிப்படியாக காந்தியச் சிந்தனையால் ஈர்க்கப்பட்ட குமரப்பா, Trusteeship, அஹிம்சை, மானுடத் தன்மானம் ஆகியவற்றை ஆதாரமாகக் கொண்ட ஒரு பொருளியல் சிந்தனைக்கு வடிவம் கொடுக்கத் தொடங்கினார். போட்டி, செயல்திறன் மற்றும் பொருள் வளர்ச்சி ஆகியவற்றை மட்டுமே வலியுறுத்தும் பொருளியல் சிந்தனையை நிராகரித்தார். இப்படித்தான் 'காந்தியப் பொருளியல்' எனும் ஒரு புதிய பொருளியல் சிந்தனையை வரையறை செய்தார்.

குஜராத் வித்யாபீட் பல்கலைக்கழகத்தில் பொருளியல் பேராசிரியராகவும், அதே சமயத்தில் *யங் இந்தியா* பத்திரிகையின் ஆசிரியராகவும் பணி புரிந்தார். 1935இல் 'அகில இந்தியக் கிராமியத் தொழில்கள் சங்கத்'தை (All India Village Industries Association) காந்தியுடன் சேர்ந்து அமைத்தார். 'வெள்ளையனே வெளியேறு இயக்கத்'தின்போது ஓராண்டு காலம் சிறையில் அடைக்கப்பட்டார். சிறையிலிருந்துகொண்டு அவர் எழுதிய 'நிலைத்த பொருளாதாரம்' என்னும் நூல், இன்றும் ஒரு முக்கியமான காந்திய நூலாகக் கருதப்படுகிறது.

இந்தியா சுதந்திரம் அடைந்த பிறகு, திட்டக் குழுவில் இருந்துகொண்டு கிராமப்புற முன்னேற்றம் மற்றும் அர்த்தமுள்ள வேளாண் கொள்கைகளை உருவாக்குவதில் முனைந்து செயல்பட்டார். இந்தியா முழுவதும் ஜே.சி. குமரப்பாவின் பெயரில் அமைந்த பல கிராமியத் தொழில் மையங்கள் இன்றும் செயல்பட்டு வருகின்றன.

ஆலைகளுக்குத் தீனிபோட அமெரிக்க நீள ரகப் பருத்திப் பயிர் செய்வதை ஊக்கப்படுத்த அரசு முடிவு செய்தது. அதற்காக ஒரு பருத்தித் துறையை நிறுவிப் பல ஆண்டுகள் முயற்சி செய்தது. ஆனால், நாட்டுப் பருத்திப் பயிரில் கிடைத்த பல அனுகூலங்களின் காரணத்தால் நம் விவசாயிகள் இந்த அந்நிய ரகத்தைப் பல ஆண்டுகள் ஏற்றுக்கொள்ளவேயில்லை. அரசு பரிசுகளையும் தண்டனைகளையும் கையாண்டும்கூட எந்தப் பயனும் இருக்கவில்லை. 1861இல் அமெரிக்க உள்நாட்டுக் கலவரத்தின்போது, இங்கிலாந்தில் அமெரிக்கப் பருத்தியின் இறக்குமதி பெரிய அளவில் தடைபட்டுப்போனது. அப்போது, இந்தியாவில் அதை விளைவிக்கும் முயற்சியில் முன்பைவிடத் தீவிரமாக இறங்க வேண்டியது அவசியமாயிற்று. அந்தச் சமயத்தில்தான், இந்தியாவில் ஒரு தனிப்பட்ட வேளாண் துறையும் அதைச் சார்ந்த வேளாண் ஆராய்ச்சி நிலையங்களும் பல்கலைக்கழகங்களும் நிறுவப்பட வேண்டும் என்கிற பேச்சே தொடங்கியது.[5]

அதே சமயத்தில், ரசாயன உபயோகத்தையும், இந்தியா வில் வந்து குவிந்த நூற்றுக்கணக்கான இரும்புக் கருவிகளையும் பரவலாக்குவதற்கென்றே நாடெங்கும் பல 'பரிசோதனைப் பண்ணை'கள் உருவாயின. இவை நவீனக் கருவிகளின் பொருட் காட்சியகங்களைப் போன்று காட்சியளித்தன! 1863இல் சைதாப்பேட்டையில் 350 ஏக்கர் நிலத்தில் நிறுவப்பட்ட பண்ணையை இருபதே ஆண்டுகள் முடிவதற்குள் இழுத்து மூடிவிட்டனர். "இந்திய வேளாண்மையைப் பொறுத்தவரை யில், இந்தப் பண்ணையின் முடிவுகள் முற்றிலும் எதிர்மறை யாகவே உள்ளன" என்று அதற்கான காரணத்தை மதராஸ் வேளாண் துறையின் இயக்குனர்களே விளக்கினர்.[6]

இதன் பிறகு, மதராஸ் வேளாண் குழு 1890இல் 'இந்திய விவசாயியின் சூழ்நிலைகளையும் செயல்முறைகளையும் பற்றித் தீரவிசாரித்துத் தெரிந்துகொள்ளும் வரையில், அவருக்குக் கற்பிக்கும் முயற்சிகளைக் கைவிட வேண்டும்'[7] என்று ஆலோசனை வழங்கி, இது பரவலாக ஏற்றுக்கொள்ளப் பட்டது. இதற்காகத்தான், 1890களில் வோல்கர், மாலிசன் போன்ற விஞ்ஞானிகள் இங்கிலாந்திலிருந்து அழைத்து வரப்பட்டனர்.

இதே காலகட்டத்தில், இந்திய விவசாயிகளின் நலனில் உண்மையான அக்கறை கொண்டிருந்த ஏ.ஓ. ஹ்யூம், மேயோ பிரபு ஆகியோர் மக்களுக்குச் சேவை செய்யும் ஒரு வேளாண்

துறையை நிறுவுவதற்காக அரசாங்கத்திடம் ஓயாமல் பல ஆண்டுகளாகக் கோரிக்கை விடுத்துக்கொண்டிருந்தனர். அவர்களது கற்பனையின்படி, இத்தகைய துறையின் எல்லா மாகாண இயக்குநர்களும் ஆண்டின் பயிர்க் காலம் முழுவதும் கிராமம் கிராமமாகப் பயணிக்க வேண்டும். இந்திய வேளாண் முறைகளைப் பற்றிய தகவல்களைச் சேகரிக்க வேண்டும். இவர்கள் விவசாயிகளின் உண்மையான தேவைகளைக் கண்டறிந்து, கோடைக் காலங்களில் மட்டுமே தங்கள் அலுவலகங்களில் தங்க வேண்டும். தாங்கள் கற்றதை அறிக்கை களாக அரசாங்கத்திடம் சமர்ப்பிக்கவேண்டும். இவ்விருவரின் கோரிக்கை பல முறை நிராகரிக்கப்பட்டு, இறுதியில் 1871இல் 'அரசாங்க வருமானம், வேளாண்மை மற்றும் வர்த்தகத் துறை' ஒன்று நிறுவப்பட்டது. இந்தப் புதிய துறை வேளாண் வளர்ச்சிக்காக ஒன்றுமே செய்யவில்லை. அதன் பெயருக்கு ஏற்றவாறு, எப்படியெல்லாம் அரசாங்க வருமானத்தை அதிகரிப் பது என்பதும், புள்ளிவிவரங்கள் சேகரிப்பதும்தான் இந்தத் துறையின் முக்கிய நோக்கங்களாக இருந்தன. அடுத்த 20 ஆண்டுகளில், இந்தியாவின் எல்லா மாகாணங்களிலும் வேளாண் துறைகள் நிறுவப்பட்டன.[8]

கர்சன் பிரபு தலைமையில் 1905இல் இந்திய வேளாண் ஆராய்ச்சி நிறுவனம் (Indian Agricultural Research Institute - IARI), பூசாவில் (பீஹார்) நிறுவப்பட்டது. "முதல்முறையாக, இந்திய வேளாண்மையின் ஆய்விலும், செயல்முறையிலும் விஞ்ஞானத் தைப் புகுத்தவிருக்கிறோம். இதுவே நாம் செய்யவிருக்கும் உண்மையான சீர்திருத்தமாகும்!" என்று தங்கள் நோக்கத்தை அறிவித்தார் கர்சன். அதற்குள், ஜெர்மனியில் தொடங்கி, அமெரிக்கா, ஐரோப்பா, ஜப்பான் ஆகிய நாடுகளில் இயங்கிக் கொண்டிருந்த நவீன ஆராய்ச்சி நிலையங்கள் மற்றும் பல்கலைக்கழகங்களின் மாதிரியைக் கொண்டு, இந்தியாவின் எல்லா மாகாணங்களிலும் ஆய்வுக்கூடங்கள், வகுப்பறைகள், பண்ணைகளைக் கொண்ட வேளாண் கல்லூரிகளும் ஆராய்ச்சி நிலையங்களும் உருவாக்கப்பட்டன. 1929இல் இம்பீரியல் வேளாண் ஆராய்ச்சிக் குழு (Imperial Council of Agricultural Research / ICAR) நிறுவப்பட்டது.[9]

ஒவ்வொரு நிலையத்துக்கும் வெவ்வேறு வேளாண் துறையைச் சார்ந்த நிபுணர்கள் இங்கிலாந்திலிருந்து வரவழைக்கப்பட்டனர். அப்போது பூசாவில் பொருளாதாரத் தாவரவியலாளராக (economic botanist) வந்திறங்கியவர், நமக்கு

ஏற்கனவே அறிமுகமானவர். அவர்தான் இந்திய விவசாயி களையும் பூச்சிகளையும் தன்னுடைய பேராசிரியர்களாக ஏற்றுக்கொண்ட ஆல்பர்ட் ஹோவார்ட்.

❍

சரி. இதுவரை நிறுவப்பட்டிருந்த இந்த ஆராய்ச்சி நிலையங்களும் பல்கலைக்கழகங்களும் இந்தியா சுதந்திரம் பெறும் வரையில் நாற்பதாண்டுகளாக என்னதான் செய்து கொண்டிருந்தன? ரசாயனங்களுக்கும் நவீனக் கருவிகளுக்கும் இந்திய மண்ணில் எத்தகைய வரவேற்புக் கிடைத்தது?

வோல்கரைப் பொறுத்தவரையில், பல்கலைக்கழகங்கள் இளைய தலைமுறையினருக்கு வேளாண்மையின் மேல் ஆர்வம் வளர்த்து, தரமான பண்ணைகளை உருவாக்குவதற்கான பயிற்சி ஒன்றும் அளிக்கவில்லை. மாறாக, அவர்களை நிலங்களி லிருந்து விலக்கி ஒன்றுக்கும் உதவாத புத்தக அறிவைத் திணித்தன.

> “செயற்கை உரங்கள், உலர்ந்த இரத்தம், புகைக்கரி போன்று இந்த நாட்டின் வேளாண்மையில் இடம்பெறாதவற்றைப் பற்றியெல்லாம் கற்றுத் தருகிறார்கள். ஆனால், கால்வாய் மற்றும் கிணற்றுப் பாசனம், பிண்ணாக்கு போன்ற பல முக்கியமான அம்சங்களைப் பற்றிய குறிப்புக்கூட இல்லை. ...இத்தகைய கல்வியை உள்வாங்கிய பின், அரசாங்கத்தில் மேசையில் உட்கார்ந்துகொண்டு எப்படிக் கைநிறையச் சம்பளம் வாங்கலாம் என்பதுதான் எல்லாப் பட்டதாரிகளின் ஒரே குறிக்கோளாக உள்ளது”

என்றெல்லாம் அவர் குறை கூறினார்.[10]

பூசாவில் பணியாற்றிய ஹோவார்ட் வேளாண் ஆராய்ச்சி யின் போக்கையும், அதன் பயனையும் பற்றி இவ்வாறு கூறினார்:

> “1899இல் மேற்கிந்தியத் தீவுகளில், காளான் ஆய்வாளராகப் பணிபுரிந்தபோதும், பிறகு இங்கிலாந்தில் தாவரவியலாள ராகப் பணிபுரிந்தபோதும் எனக்கென்று ஆராய்ச்சிகள் மேற்கொள்ள ஒரு துண்டு நிலம்கூட இல்லாமல் இருந்தது. ஆனால், 1905இல் பூசாவில் பணியில் சேர்ந்ததும், என் ஆராய்ச்சிகளுக்குத் தேவையான அனைத்தும் கிடைத்தன: தீர்வுகாண ஏராளமான பிரச்சினைகள், பணம், சுதந்திரம், எனக்கு வேண்டிய வண்ணம் பரிசோதனைகள் செய்து பார்க்க 75 ஏக்கர் நிலம். அப்போதுதான் வேளாண்மையில் என்னுடைய உண்மையான பயிற்சி ஆரம்பமானது. இத்தனை

சுதந்திரத்துடன் என்னால் பல ஆராய்ச்சிகளை மேற்கொண்டு, பல பாடங்கள் பயின்று, உண்மையிலேயே மிக முக்கியமான திருப்புமுனைப் பணிகளைச் செய்ய முடிந்ததற்கு முக்கியக் காரணம் ஒன்றுண்டு. ஆரம்பகாலங்களில், பூசா நிறுவனம் இறுக்கமான அமைப்பாக இல்லாமல் இருந்தது. ஆனால், 1918க்குள் ஆராய்ச்சியின் ஆரோக்கியமான முன்னேற்றத்தை அந்த நிறுவனத்தின் வளர்ச்சியே சிதைத்தது. இதன் காரணம், தீர்வுகாண வேண்டிய உண்மையான பிரச்சினைகளை அடிப்படையாகக் கொள்ளாமல், பிளவுண்ட நவீன அறிவியலை அடிப்படையாகக் கொண்டதுதான். நோக்கத்தைவிடவும் அதை அடைவதற்கான கருவி முக்கியமாகிவிட்டது. இத்தகைய நிறுவனங்கள், தங்களைத் தாங்களே அழித்துக்கொள்ளும் வழியைத்தான் பார்க்கும். இதனால்தான், நான் பூசாவிலிருந்து விலகி, ஆறாண்டு காலம் கழித்து 1924இல் 'இந்தோர் நிறுவனம்' என்ற ஒரு புதிய நிலையத்தைச் சொந்தமாகத் தொடங்கினேன்.[11]"

1915இல், ஜேம்ஸ் மெக்கென்னா என்பவரும் ஹோவார்டின் கருத்தையே எதிரொலித்தார்.

"20 ஆண்டுகள் மாகாணத் துறைகள் மேற்கொண்டுள்ள ஆராய்ச்சிகளின் மூலம் சில உண்மைகள் தெளிவாகியுள்ளன. இந்திய முறைகள் மிக மேன்மையானவை. நாம் இந்திய விவசாயிகளுக்குக் கற்றுத் தருவதைவிட அவர்களிடமிருந்து கற்றுக்கொள்வதற்குத்தான் அதிகம் உள்ளது. இதுவரையில், கண்மூடித்தனமாக மேற்கத்திய / நவீனக் கருத்துகளை இந்திய விவசாயிகளின்மேல் திணிக்க முற்பட்டது ஒரு தவறான கருத்தாக்கத்தை அம்பலப்படுத்தியுள்ளது. இனியாவது, பாரம்பரிய ரக விதைகளைத் தேர்வுசெய்து மேம்படுத்தும் பணிகளைத் தீவிரப்படுத்த வேண்டும். வெளிநாட்டு ரக விதைகளை அறிமுகப்படுத்துவதை நிறுத்த வேண்டும். பாரம்பரிய வேளாண் முறைகளை மேம்படுத்த வேண்டும்.[12]"

வருமானம் ஈட்டித்தந்த பணப் பயிர்களின் விளைச்சலை எப்படியெல்லாம் அதிகமாக்க முடியும் என்பதற்கான வழி களைக் கண்டறிவதற்காகச் சர்க்கரை, புகையிலை, தேயிலை, பருத்தி ஆகியவற்றுக்கு ஆராய்ச்சி நிலையங்களும் செயற்குழுக் களும் உருவாயின. அதுவும், கைத்தொழில்களுக்குச் சற்றும் ஏற்றதல்லாத, பெரிய ஆலைகளுக்கு மட்டுமே ஏற்ற கெட்டி யான கரும்பு, நீள ரகப் பருத்தி போன்ற அந்நிய ரகங்களைப் பற்றியே ஆராய்ச்சிகள் மேற்கொள்ளப்பட்டன. 1946இல் நம் நாட்டில் உணவுப் பற்றாக்குறை ஏற்பட்டபோது, ICAR மாணவர் களுக்கு நல்கைகள் அளித்து, வெளிநாடுகளுக்குப் புகையிலை

வளர்ப்புப் பற்றிய பயிற்சிக்காக அனுப்பி வைத்ததைப் பார்த்து காந்தி மிகவும் வருந்தினார். இப்படியெல்லாம் செய்து நம் நாட்டை 'இந்தியா லிமிடட்' என்ற கம்பெனியாக்கி, வெளிநாடு களின் இலாபத்துக்காக உழைத்துக் கொண்டிருப்பதாக வருத்தத்துடன் எழுதினார்.[13]

வேளாண் ரசாயனங்கள்

இருபதாம் நூற்றாண்டின் தொடக்கத்திலிருந்தே ரசாயன உரங்களின் விளைவுகளைப் பற்றிய பல ஆராய்ச்சிகள் வெளிநாடுகளிலும் இந்தியாவிலும் மேற்கொள்ளப்பட்டு வந்தன. அவற்றை ஹரிஜன் பத்திரிகையில் காந்தி அவ்வப் போது வெளியிட்டு வந்தார்.

ஜே.சி. குமரப்பா, இயற்கை உரங்களை நல்ல சத்துள்ள உணவுடனும், ரசாயன உரங்களை உடனடியாக சக்திதரும் ஸ்டீராய்ட் மருந்துடனும் ஒப்பிட்டுக் காட்டினார். ஸ்டீராய்ட் உட்கொண்டால் உடனடியாக இயற்கைக்கு மீறிய சக்தி கிடைத்து வேலை செய்ய முடிந்தாலும், அதற்குப் பக்க விளைவு கள் உள்ளன. நல்ல சத்துள்ள உணவிலிருந்து கிடைக்கும் சக்திக்கு இது ஈடாகாது.[14] அமெரிக்காவின் மிசூரி வேளாண் துறை நிகழ்த்திய பரிசோதனைகளில், செயற்கை உரங்களில் விளைந்த கீரைகளும் காய்கறிகளும் பெரிதாக இருந்தாலும், அவற்றின் சுவையும் ஊட்டச்சத்தும் மிகவும் குறைந்திருந்தது சுட்டிக்காட்டப்பட்டது.[15]

மண் விஞ்ஞானிகள் பலரும் செயற்கை உரங்கள் மண்ணின் தன்மையை மாற்றியமைத்து நாளடைவில் அதன் வளத்தைக் குறைத்துவிடும் என்பதால், இயற்கை உரமே மேலானது என்றனர். டி.டி.டி. (DDT) பெரிய அளவில் 1945இல் பூச்சிக்கொல்லியாகப் புழக்கத்திற்கு வந்தபோது, எட்வின் வே டீல் எனும் அமெரிக்கர்,

> "புரட்சி எப்படி சமூகப் பொருளாதாரத்தைச் சீர்குலைக்குமோ, அதேபோல டி.டி.டியின் தெளிப்பு இயற்கையின் பொருளாதாரத்தைச் சீர்குலைக்கும். பூச்சிகளில் 90% பயிர்களுக்கு நன்மை செய்பவை. அவை இறந்துபோனால், உடனடியாகப் பெரும் பிரச்சினை ஏற்பட்டுவிடும்!"

என்று அப்போதே எச்சரித்தார்.[16]

நவீன விவசாயக் கருவிகள்

இரும்பு ஏர்கள் ஒட்டுமொத்தமாக நிராகரிக்கப்பட்டன. டிராக்டர்கள், மர ஏரால் உழுது விவசாயம் மேற்கொண்ட

பெரும்பான்மை விவசாயிகளை இடம் பெயரச்செய்வதோடு, மேல்மண்ணைச் சிதைத்து அரித்துப் போவதற்கு வழிவகுத்தது. அது மட்டுமல்ல. வெளிநாட்டிலிருந்து இறக்குமதியாகும் பெட்ரோலை மிகவும் சார்ந்திருக்க வேண்டியிருந்ததாலும் பல இந்தியத் தலைவர்கள் டிராக்டரை எதிர்த்தனர். 'மாடு பண்ணைக் கழிவுகளை உண்டுவிட்டு மண்ணை வளப்படுத்தும் சாணத்தைக் கொடுத்து, நிலத்தை உழுதும் கொடுக்கிறது. உங்கள் டிராக்டர் சாணம் போடுமா?' என்று காந்தி அடிக்கடி கேட்பாராம். ஆனால், சில தரிசு நிலங்களில் ஆழமான வேர் அமைப்புகள் கொண்ட புற்களைக் கிளறிவிட்டு, நிலத்தை விவசாயத்துக்கு ஏற்றதாக மாற்றியமைக்க மட்டும் இந்த இயந்திரம் மிகவும் பயனுள்ளதாக இருக்கும் என்று மீராபென் உட்படச் சிலர் நம்பினர்.[17]

புதிய முறைகளையும் கருவிகளையும் விவசாயிகள் ஏற்றுக் கொள்வதைப் பற்றிய பொதுவான தன் கருத்தை வாலஸ் இவ்வாறு தெரிவித்தார்.

"என் அனுபவத்தில், தனக்குப் பலனளிக்கக்கூடிய எந்த யோசனையையும் ஒரு விவசாயி ஒருபோதும் நிராகரிக்க மாட்டார். அதே சமயத்தில் ஒரு திட்டம் அவரது சூழ் நிலைக்குப் பொருந்தாததாக இருந்தால் அதை நடைமுறைப் படுத்தும் முயற்சியை மௌனமாக அலட்சியப்படுத்தி விடுவார். அதற்கான காரணங்களைக் கூறுவதற்குக்கூட மெனக்கெடமாட்டார். அந்தத் திட்டம், திட்ட அளவில் – நடைமுறை நிலவரம் பற்றி அறியாதவர்களுக்கு – நடைமுறை சாத்தியமானதாகத் தோன்றலாம்.[18]"

7

உணவுப் பற்றாக்குறை – உண்மை நிலை

உணவுப் பிரச்சினையைத் தீர்ப்பதற்காக நவீன அறிவியல் நமக்களித்த ஒரு தொழில்நுட்பத் தீர்வுதான் பசுமைப் புரட்சி. அப்படியென்றால், உணவுப் பிரச்சினை பெரும்பாலும் ஒரு தொழில்நுட்பப் பிரச்சினை என்ற முடிவில்தான் இப்படி ஒரு தீர்வை முன்வைத்திருக்க வேண்டும். அந்தத் 'தீர்வின்' பலன்களை அலசி ஆராய்ந்து பார்ப்பது அடுத்த கட்டம். முதலில், இந்த முடிவின் அடிப்படை அனுமானங்களையே கேள்விக்குட்படுத்த வேண்டியிருக்கிறது.

இதுவரையில் நாம் விவரமாகப் பார்த்ததுபோல, இந்திய மண் வளமிழந்தது உண்மைதான். போதிய (எருவாகிய) சாணம் கிடைக்காமல், மண்ணுக்குச் சேர வேண்டிய பிண்ணாக்குகள் ஏற்றுமதியாகி, கால்நடைகளுக்குப் போதிய உணவில்லாமல், பயிர்ச் சுழற்சி கைவிடப்பட்டு, கால்நடைகள் லட்ச லட்சமாய் மாண்டு போய், மேல்மண் அரிக்கப்பட்டு, கரைச்சுவர்களினால் நிலங்கள் உப்பாகி, கால்வாய்களும் கிணறுகளும் பழுதடைந்து . . . இப்படி நாம் பார்த்த பல காரணங்களினால் நமது விளைநிலங்கள் வளமிழந்து நின்றன. இதனால் உணவு உற்பத்தியும் சரிந்தது. நாம் பார்த்தது போல, இந்தக் காரணங்களின் பின்னணியில் பல அரசியல் – பொருளாதாரக் காரணிகள் இருந்தாலும், இவை பெருமளவில் உற்பத்திக் குறைவு என்கிற தொழில்நுட்ப ரீதியான பிரச்சனையில் அடங்கும் என்று வாதத்திற்காகச் சொல்லிக்கொள்ளலாம். இந்தக் கட்டுரை யில், சுதந்திரத்திற்கு முன்பாக நம் நாட்டில் பரவலாக இருந்த உணவுப் பற்றாக்குறையைச் சற்றே ஆராயப் போகிறோம்.

உணவுப் பற்றாக்குறைப் பிரச்சினை நாடெங்கும் பரவிய காரணத்தால், அந்த நாட்களில் இது ஒரு முக்கியமான தேசியப் பிரச்சினையாகக் கருதப்பட்டது. இதை ஆராய்ந்து, இதற்கான பல தீர்வுகளை முன்வைத்து மருத்துவர்கள், விஞ்ஞானிகள், அமைச்சர்கள் மற்றும் பொதுமக்கள் ஆயிரக்கணக்கான கடிதங்களை காந்திக்கு அனுப்பினர். இவற்றையெல்லாம் ஒன்றுவிடாமல் படித்து, கவனமாகத் தேர்ந்தெடுத்து 'ஹரிஜன்' பத்திரிகையில் பிரசுரித்துவந்தார் அவர். அரசாங்கம், நுகர்வோர், விவசாயிகள், வியாபாரிகள் ஆகிய அனைத்துத் தரப்பினர்களுக்குமான உணவு இருப்பை அதிகரிப்பதற்கான பல யோசனைகளை காந்தி இந்தப் பத்திரிகையில் எழுதியுள்ளார்.

○

வங்காளப் பெரும்பஞ்சம்

இப்போதைய நம் கதை கிட்டத்தட்ட இரண்டாம் உலகப் போரின் சமயத்திலிருந்து தொடங்குகிறது. போர்க் காலத்தில் நாட்டில் உணவுப் பற்றாக்குறை ஏற்படாமல் இருக்க 'அதிக உணவை உற்பத்தி செய்யுங்கள்!' என்ற பிரச்சாரம் மேற்கொள்ளப்பட்டது. ஆனால், சொல்லிக்கொள்ளும் அளவுக்கு உற்பத்தி பெருகவில்லை.

1943இல் வங்காளம்: பட்டினியால் வாடும் ஏழை, ஆரோக்கியமான பணக்காரர்கள்.

உலகப் போரில் மத்திய கிழக்கில் இருந்த ஆங்கிலேய – இந்திய ராணுவத்திற்காக உணவு தானியங்கள் ஏற்றுமதி செய்யப்பட்டன. 1942இல் ஜப்பானியர்கள் ஆங்கிலேயரை வென்று, சிங்கப்பூரையும் பர்மாவையும் கைப்பற்றினர். இதனால் பர்மாவிலிருந்து இந்தியாவுக்குக் கிடைத்துக் கொண்டிருந்த அரிசி நின்றுபோனது. இது நம் நாட்டுத் தேவையில் 5%. பின்னர், ஜப்பானியர்கள் பர்மாவிலிருந்து வங்காளத்துக்குள் நுழைந்து இந்தியாவையும் கைப்பற்றி விடுவார்களோ என்கிற பயத்தில், வங்காளத்தில் இருந்த ஆங்கிலேய ராணுவத்தினருக்கான போதிய உணவு அவசர அவசரமாகப் பதுக்கிவைக்கப்பட்டது. இதெல்லாம் போதா தென்று, அக்டோபர் மாதம் 1942இல் ஒரு மாபெரும் புயல் வங்காளத்தைத் தாக்கி இளம் பயிர்களை அழித்தது. இவை தவிர, எப்போதும்போல இந்தியத் தானியங்களை ஆங்கிலேயர் ஏற்றுமதி செய்வதும் தொடர்ந்தது.

பல காரணங்களினால், வங்காளத்தில் கிடைத்துக் கொண்டிருந்த உணவு இருப்பு குறையத்தொடங்கிய சமயத்தில் அரசு ஒரு காரியத்தைச் செய்தது. உண்பதற்குத் தேவையான உணவு கிடங்குகளில் போதிய அளவு இருந்தும், அரசாங்கம் 'உணவுப் பஞ்சம்' பற்றிய ஒருவிதப் பயத்தைப் பரப்பியது. 'விலைக் கட்டுப்பாட்டுக் கொள்கை'யைப் பின்பற்றி, உணவுப் பொருட்களுக்கு அரசாங்கமே ஒரு குறைந்த விலையை நிர்ணயம் செய்து உணவு விநியோகத்தையும் கட்டுப்படுத்தியது. இதனால், வியாபாரிகள் தங்கள் கையிருப்பைப் பதுக்கி வைத்துக் கொள்ளத் தொடங்கினர். இதனால், உணவு போதிய அளவில் சந்தைக்கு வராமல் செயற்கையான உணவுப் பற்றாக்குறை ஏற்பட்டது. பதுக்கி வைக்கப்பட்ட உணவின் அளவு என்ன என்று வெளிப்படையாகத் தெரியாததால், ஏற்கனவே ஏற்பட்ட செயற்கைப் பற்றாக்குறை தீவிரமடைந்தது. அதனால் பயம் அதிகரித்து, விவசாயிகளும் வியாபாரிகளும் மேலும் பதுக்கினார்கள்.

அதே சமயம், ஒரு மாபெரும் கருப்புச் சந்தை உருவாகியது. பணக்காரர்கள் அதிக விலை கொடுத்து உணவை வாங்கினார் கள். இது முடிவற்ற ஒரு சுழற்சியாக மாறி, கட்டுப்பாடும் பற்றாக்குறையும் பயமும் கள்ளச் சந்தையும் ஒன்றையொன்று வளர்த்தன. இதையடுத்து, அரசாங்கத்தில் ஊழல் அதிகரித்து அரசாங்க அதிகாரிகள் பணம் பண்ணத் தொடங்கினார்கள். இப்படிப்பட்ட லாபகரமான ஏற்பாட்டை மாற்றியமைக்க, அதிகாரமுள்ளவர்களுக்கு எந்த ஆர்வமோ நிர்ப்பந்தமோ

ஏற்படவில்லை. இப்படியாக, புழக்கத்தில் இருந்த உணவு, கையிருப்பில் இருந்த உணவு, ஏழை மக்களுக்குக் கிடைக்காமல் போயிற்று.

ஆகஸ்டு 1943இல் இந்திய அரசாங்க உணவுத் துறை, "வங்காளத்திலிருந்து உணவு ஏற்றுமதி அனைத்தும் நிறுத்தப் பட்டுவிட்டது" என்று அறிவித்தது. ஆனால், கல்கத்தா சுங்கத் துறை வெளியிட்ட ஏற்றுமதிப் பட்டியலின்படி, ஆகஸ்டு – செப்டம்பர் ஆகிய மாதங்களில் மட்டும், ஒரே ஒரு அந்நிய நிறுவனம் மட்டுமே 22,504 டன் அரிசியை வெளிநாடுகளுக்கு ஏற்றுமதி செய்ததாகப் பின்னர் தெரியவந்தது! 1943இல் மட்டும் மொத்தமாகக் குறைந்தபட்சம் 80,000 டன் உணவு தானியங்கள் வெளிநாடுகளுக்கு ஏற்றுமதி செய்யப்பட்டன என்று ஆதாரங்கள் கூறுகின்றன.[1]

அமர்த்தியா சென்

'வறுமையும் பஞ்சமும்' புத்தகம்

இப்படி வங்காள மக்கள் அனைவருக்கும் ஓராண்டிற்குப் போதுமான உணவு இருந்தும், ஏழை மக்களுக்கு மட்டும் அது போய்ச் சேரவில்லை. நொபெல் பரிசு பெற்ற இந்தியப் பொருளியலாளர் அமர்த்தியா சென், வங்காளப் பெரும்பஞ்சத் தைப் பற்றி அவருடைய 'Poverty and Famines' என்னும் நூலில் விளக்கமாக எழுதியுள்ளார். பஞ்சத்தில் மாண்ட 30 லட்சம் மக்களில் அனைவருமே கூலியாட்கள் மற்றும் சிறு தொழிலாளர் கள்தான் என்பதை அவர் தன் நூலில் சுட்டிக்காட்டியுள்ளார். மேலும், பஞ்சம் ஏற்படாத போர் நிகழ்ந்துகொண்டிருந்த ஆண்டான 1941ஐவிட 1943இல் உணவு உற்பத்தி அதிகமாகவே இருந்தது என்றும், அதனால் உணவுப் பற்றாக்குறை என்பது உற்பத்தி பற்றிய பிரச்சினை இல்லை என்றும், அது முக்கிய மாக அரசியல் – பொருளாதாரப் பிரச்சினை என்றும் நிரூபித் துள்ளார்.[2]

1946இல்கூட, டாக்காவில் ஒரு மாண்டு (~27 கிலோ) அரிசியின் விலை ரூ. 50ஆக அதிகரித்ததாம். ஆனால், மற்ற

மாகாணங்களில் ரூ. 20க்கு விற்பனையாகியதாம். சாதாரண மாக, அதற்கு முன்னதாக இருந்த அரிசியின் விலை ரூ.4![3]

❍

நாடு முழுவதும் உணவுப் பற்றாக்குறை

இவற்றையெல்லாம் தொடர்ந்து, வங்காளத்தில் மட்டு மல்லாமல் நாடெங்கிலும் உணவுப் பற்றாக்குறை பரவத் தொடங்கியது. இதற்கு முக்கியக் காரணமாக அரசாங்கத்தின் விலைக் கட்டுப்பாட்டுக் கொள்கையைத்தான் சுட்டிக் காட்டு கிறார் காந்தி. இருக்கும் உணவைப் பெரும்பாலான ஏழை மக்களுக்குப் போய்ச் சேராமல் செய்து, கிடங்குகளில் தங்கிச் சீரழியக் காரணமானது இக்கொள்கையே. இந்தக் கொள்கையை நிறுத்துமாறு காந்தி அடிக்கடி *ஹரிஜன்* பத்திரிகையின் மூலம் அரசாங்கத்திடம் வேண்டிக்கொண்டார்.

1946இல் மும்பையில் இருந்த ஒரு இந்தியக் கப்பல் நிறுவனத்தின் நிர்வாகியின் மூலம் கீழ்க்கண்ட தகவல் தெரிய வந்தது.

> "ஜப்பானுக்கு இழந்த இரண்டு கப்பல்களுக்குப் பிறகு, சென்ற மாதம்தான் ஒரு புதிய கப்பல் எங்களுக்குக் கிடைத்துள்ளது. சென்ற வாரம்தான் (14.2.1946) ஒரு அன்னிய நாட்டுக்கு அவளது முதல் பிரயாணம் நடைபெற்றது. அதில் 2,951 மூட்டைகள் பாசிப்பருப்பைக் கொண்டு சென்றாள். சென்ற மாதம், 'பேகம்' மற்றும் 'ஜலஜ்யோதி' ஆகிய கப்பல்கள் 35,000 மூட்டைகள் பருப்பு வகைகளைக் கொழும்புக்குக் கொண்டு சென்றன; 3,011 மூட்டைகள் துவரம் பருப்பு, 1,612 மூட்டைகள் பாசிப் பருப்பு, 26,053 மூட்டைகள் ஏனைய உணவுப் பொருட்கள் ஆகியவை ஏற்றுமதி செய்யப் பட்டன. அதிகாரிகளுக்குத் தெரிந்த வரையில், இதே அளவுகளில் ஒவ்வொரு மாதமும் பருப்பு வகைகள் ஏற்றுமதி செய்யப்பட்டு வருகின்றன.[4]"

உணவுப் பற்றாக்குறை தலைவிரித்தாடும் சமயத்தில் கூட, உணவு ஏற்றுமதி என்னவோ நாட்டின் பல துறைமுகங் களிலிருந்து நடந்துகொண்டுதான் இருந்தது என்பதை இது போன்ற தகவல்கள் சுட்டிக்காட்டுகின்றன.

அரிசித் தொழிற்சாலைகளில் நேர்ந்த இழப்புகள்

தினஜ்பூரிலிருந்து வடக்கு வங்காள அரிசித் தொழிற்சாலைச் சங்கத் தலைவரின் அறிக்கை, கீழ்க்கண்ட பல முக்கியமான தகவல்களை அளிக்கிறது.

"1944 வரை உடைந்த அரிசிகளை (குறுணைகளை) எல்லாம் சேர்த்துத்தான் மக்கள் சாப்பிட்டுக்கொண்டிருந்தனர். 1945இல் அரிசித் தொழிற்சாலைகள் இந்தக் குறுணைகளை நீக்கி முழு அரிசியை மட்டுமே விநியோகம் செய்யுமாறு கட்டாயப் படுத்தப்பட்டன... இந்தக் குறுணை மூட்டைகள் ஏராளமாகத் தேங்கத்தொடங்கிவிட்டன. எத்தனையோ முறை முறை யிட்டும் நினைவுபடுத்தியும், இவற்றை உபயோகப்படுத்த எந்த ஏற்பாடும் மேற்கொள்ளப்படாமல் உள்ளது... பல சமயங்களில், 'தரம் குறைவு' என்ற காரணம் காட்டி, அரசாங்கம் தொழிற்சாலைகளிலிருந்து அரிசியை வாங்கவும் வாங்காது, எங்களை ஏற்றுமதி செய்யவும் விடாது. இதனால் உணவு வீணாகிப் போகும். அல்லது, மாட்டுத் தீவனத்துக்குச் செல்லும். அரசாங்கம் விற்கும் மிக மோசமான அரிசியைவிட எங்கள் அரிசி எவ்வளவோ தரமானது. உள்நாட்டிலேயே விற்க அனுமதியளித்தால்கூட, இத்தகைய உணவுப் பற்றாக் குறைக் காலங்களில் மக்களுக்காவது போய்ச்சேரும்!... 100% மெருகேற்றிய அரிசியை மட்டுமே விநியோகம் செய்யு மாறு அரசாங்கம் எங்களைக் கட்டாயப்படுத்துகின்றது. சிறிது பழுப்பாகவோ இளஞ்சிவப்பாகவோ இருந்துவிட்டால் கூடக் கடுமையான வரி விதிக்கப்படுகின்றது. மெருகேற்றும் போது, அரிசி நிறைய உடைந்தும் வீணாகிறது! இத்தகைய இழப்பு ஒரு பெரும் குற்றமாகும்... அதனால், உடனடியாக ஒரு விசாரணைக் குழு அமைத்து இந்தப் பிரச்சினைகளைக் கவனிக்கவில்லையென்றால், 1943இல் வங்காளத்தில் ஏற்பட்ட சோகம் நாடு முழுவதற்கும் பரவிவிடும்."[5]

ஆங்கிலேயரின் நவீன அரிசி ஆலைகள் வந்த காலத்திற்கு முன்புவரையில் ஊட்டச்சத்துகள் நிறைந்த தவிட்டுடன் கூடிய ஒருவிதப் பழுப்பு நிற அரிசியைத்தான் நாம் உண்டு வந்தோம். அதற்குப் பிறகுதான், அரிசியிலிருந்து தவிட்டை நீக்கி, மெரு கேற்றி, வெள்ளை வெளேரென்று கிடைக்கத் தொடங்கியது. வெகு விரைவிலேயே இதை மக்கள் நன்றாக ருசியும் பார்த்து விட்டனர். காந்தி இதைப் பற்றி எழுதுகையில்,

"பர்மாவிலிருந்து இறக்குமதியாகிக்கொண்டிருந்த (இப்போது நிறுத்தப்பட்டுள்ள) அரிசி இறக்குமதி என்னவோ நமது தேவையில் 5% தான் (1938–39இல் இந்தியாவின் அரிசி உற்பத்தி 240 லட்சம் டன்; பர்மாவிலிருந்து இறக்குமதியானது 14 லட்சம் டன்). ஆனால், இப்படி அரிசியை மெருகேற்றும் போது ஏற்படும் இழப்பு 10% ஆகும். அதாவது 28 லட்சம் டன்"

என்று எழுதினார். அரசாங்கம் அப்போது விநியோகிக்கத் தொடங்கிய பழுப்பு அரிசியை வாங்கி உண்ணுமாறு மக்களை கேட்டுக்கொண்டார். ஆனால், விரைவில் மும்பையில் ஒருவித இரும்பு உரல் – உலக்கை வேகமாக விற்பனையாகத் தொடங்கியது. வாங்கிய அரிசியை வீடுகளிலேயே அரைத்து மெருகேற்றுவதற்காக உபயோகப்பட்ட இந்த உரல் – உலக்கை, 30% வரை இழப்பை ஏற்படுத்தியது என்று காந்தி வருத்தத்துடன் எழுதினார். இது அரசாங்கத்திடம் கிடைக்கும் மெரு கேற்றிய அரிசியைவிட மோசமானதாகும் என்றார்.[6]

போக்குவரத்து மற்றும் கிடங்குகளில் ஏற்பட்ட இழப்புகள்

நிலங்களில் அறுவடை செய்யப்பட்ட உணவு தானியங்கள், தொழிற்சாலைகளுக்கும் பல நூற்றுக்கணக்கான கிலோ மீட்டர் தூரங்களில் இருந்த விநியோக மையங்களுக்கும் எடுத்துச் செல்லப் பட்டன. இப்படி எடுத்துச் செல்லும்போது கிழிந்த கோணிப் பைகளினால் ஏற்பட்ட இழப்புகளும் மழை மற்றும் எலிகள், பறவைகளால் ஏற்பட்ட இழப்புகளும் ஏராளமாக இருந்தன.

> “சென்ற 12 மாதங்களில் மட்டுமே, 30 லட்சம் மாண்டு (81,000 டன்) கோதுமை, அரசாங்கக் கிடங்குகளில் சேதமாகி யுள்ளது” என்று வங்காள உற்பத்தியாளர் மற்றும் வியாபாரிகள் கூட்டமைப்பு அறிவித்தது.[7]”

காந்திக்குக் கடிதம் எழுதிய ஒருவர், தான் நேரில் கண்ட சம்பவத்தைப் பற்றி எழுதியிருந்தார். ஒரு முறை லஹோருக் கும் லயல்பூருக்கும் இடையே உள்ள இரயில் தண்டவாளங் களிலும் மற்றும் சில திறந்த லாரிகளிலும் மழையில் நனைந்த கோதுமை மூட்டைகள் மட்டும் 1,500 டன் ஆகும்.

> “பெரிய அளவுகளில் பாழாகிப் போன கோதுமை மாவைக் கடந்த சில நாட்களாக நாராயன்கஞ்சில் உள்ள ஷிதலாக்ஷா நதியில் கொட்டிக்கொண்டிருக்கிறார்கள்’ என்றது ஒரு வங்காளச் செய்தித்தாள்.[8] மனிதர்களுக்கு ஏற்றதல்லாத உணவு என்று அறிவிக்கப்பட்ட, கிடங்குகளில் தேங்கிக் கொண்டிருக்கும் உணவுப் பொருட்களை ஏராளமாக வெளியே கொண்டு கொட்டுகிறார்களாம். இதைப் பற்றிய கடிதங்கள் வந்து குவிந்து கொண்டிருக்கின்றன”

என்றார் காந்தி.[9]

ஒரு மருத்துவர் எழுதிய கடிதத்தில், கிடங்குகளில் தேங்கிக் கிடக்கும் உணவு பாழாகிப்போய், அதை உண்ணும் மக்களுக்கு வியாதிகள் அதிமாகியுள்ளன என்று கூறியுள்ளார்.[10]

பணப் பயிர்களுக்கு விட்டுக்கொடுக்கப்பட்ட நிலங்கள்

உணவுப் பற்றாக்குறை மோசமாக இருந்த நிலையில்கூட, ஆங்கிலேயருக்கு லாபம் ஈட்டித்தந்த பணப்பயிர் வளர்ப்பு சற்றும் தடைபடாமல் வளர்ந்துகொண்டுவந்தது.

> "லட்சக்கணக்கான ஏக்கர் வளமான மண் – குண்டூரில் 4 லட்சம், கிருஷ்ணா கோதாவரி மாகாணங்களில் 6 லட்சம், சர்கார்களில் 10 லட்சம், மற்றும் இதர பகுதிகளில் 20 லட்சம் – வர்ஜினியா புகையிலை வளர்க்கப் பயன்பட்டு வருகிறது"

என்று காந்தி கணக்கிட்டுக் காட்டினார். புகையிலைக்கு வரி விதிக்காத சில மாநிலங்களில் மட்டும் இலவசமாக நிலங்களை வழங்கி, விதைகளை விநியோகம் செய்து, வேறு மாநிலங் களிலிருந்து விவசாயிகளை வரவழைத்து சம்பளம் கொடுத்தது அரசாங்கம். இப்படிக் கிட்டத்தட்ட 3,000 குடும்பங்கள் குஜராத்தி லிருந்து பக்கத்து மாநிலங்களுக்கு இடம்பெயர்ந்தன.[11]

இவை தவிர அரிசி, சோளம், கோதுமை, உருளைக் கிழங்கு, ஜவ்வரிசி, பார்லி ஆகியவற்றை மூலப்பொருட்களாகக் கொண்டு, குறைந்தது பதிமூன்று தொழிற்சாலைகள் கஞ்சிப் பசையை (starch, dextrine) தயாரித்ததாகவும், அது தற்காலிகமாக நிறுத்தப்பட வேண்டும் என்றும் காந்தி கேட்டுக்கொண்டார்.[12]

முன்வைக்கப்பட்ட தீர்வுகள்

அந்தச் சமயத்தில், பிற நாடுகளிலிருந்து உணவு தானியங் களை இறக்குமதி செய்யும் சாத்தியக்கூறைப் பற்றி அரசாங்கம் பேசத் தொடங்கியது. இதை முற்றிலும் நிராகரித்தார் காந்தி. "இந்திய மண்ணில் நம் நாட்டுக்குத் தேவையான உணவு தானியங்களை விளைவிக்க முடியாது என்ற வாதத்தை நான் ஒருபோதும் ஏற்கமாட்டேன். நமக்கு இப்போது தேவையானது எல்லாம் தன்னம்பிக்கை, நல்ல யோசனைகள் மற்றும் கடும் உழைப்பு" என்றார்.

இதுவரை நாம் பார்த்த இத்தனை விதமான இழப்பு களையும் சரியாகப் புரிந்துகொண்டு, அவற்றைச் சரிப்படுத்தத் தேவையானவற்றைச் செய்ய வேண்டும் என்பதைத் தவிர, உணவைப் பெருக்குவதற்கான பல வழிகளைப் பற்றி காந்தி எழுதியுள்ளார். எளிதாக மற்றும் விரைவில் விளையக்கூடிய கிழங்கு வகைகளை அதிகம் பயிரிடலாம். தவிட்டுடன் சேர்ந்த அரிசி மற்றும் கோதுமையால் செய்த உணவுகளை உட் கொள்ளலாம். ஆல்பர்ட் ஹோவார்டின் 'இந்தோர் முறை'யில் எரு தயாரித்து நிலங்களுக்கு இடலாம். எல்லா இடங்களிலும்

விளைந்திருக்கும் காட்டுக் கீரைகளை அடையாளம் கண்டு, அவற்றை உபயோகப்படுத்தும் முறைகளைத் தெரிந்துகொண்டு எளிதில் ஊட்டச்சத்துக்களைப் பெறலாம். எல்லா வீடுகளிலும், கிடைக்கும் தொட்டிகளில் எல்லாம் சிறிது மண்ணை நிரப்பிக் காய்கறி வளர்க்கலாம். இப்படிப் பல யோசனைகளைப் பற்றி விளக்கமாக எழுதிய வண்ணம் இருந்தார். இவற்றைத் தவிர, நிலச் சொந்தக்காரர்கள் எல்லாம் தங்கள் நிலங்களைத் தரிசாகப் போட்டிருக்காமல், ஏதாவது உணவுப் பயிர்களை விளைவிக்குமாறு கேட்டுக்கொண்டார். 1946இல், 22% (471.5 லட்சம் ஏக்கர்) விவசாய நிலம் ஒன்றும் விளையாமல் தரிசாகக் கிடந்தது.[13]

O

நாட்டில் ஏற்படும் பஞ்சங்களுக்கு மக்கள்தொகை வளர்ச்சியைக் காரணம் காட்டுவது சமீபத்தில் ஒரு வழக்கமாகிவருகிறது! நிலங்கள் சேதமடையாத விதத்தில் பயிரிட்டு, அறுவடை செய்த உணவைப் பாதுகாத்து, எல்லோருக்கும் கிடைக்கும்படி செய்தால், இங்கு மக்கள்தொகை அதிகமானாலும் உணவுப் பற்றாக்குறை ஏற்பட எத்தனையோ ஆண்டு காலமாகும் என்று கூறிவிட்டு, இதற்கான காரணங்களையெல்லாம் பட்டியலிட்டிருக்கிறார் காந்தி.[14] மேலே கொடுக்கப்பட்டுள்ள தகவல்களையும் அரசியல் அதிகாரத்தின் தன்மையையும் வைத்துப் பார்க்குபோது, மக்கள்தொகைப் பெருக்கம் என்பது அரசு, தனது பொறுப்புகளைத் தட்டிக் கழிப்பதற்காகச் சொல்லும் சாக்காகத்தான் தெரிகிறது.

8

சுதந்திர இந்தியாவில் வேளாண்மை

பசுமைப் புரட்சியின் கதையைப் பேசுபவர்களும் எழுதுபவர்களும், வங்காளப் பெரும்பஞ்சத்தைப் பற்றிக் கூறிவிட்டு உடனே PL–480க்குத் தாவிவிடுவது வழக்கம். ஒரு மாறுதலுக்கு, இந்த இரு நிகழ்வுகளுக்கும் இடையே நிகழ்ந்த பல முக்கியமான உள்நாட்டு, வெளிநாட்டு நிகழ்வுகளை பார்ப்போம். அவற்றுள், சுதந்திர இந்தியாவில் முதல் பத்தாண்டுகளில் நிகழ்ந்த சில முற்போக்கான விஷயங்களைப் பார்ப்போம்.

சுதந்திரம் அடைந்ததும், இந்திய அரசாங்கம் முதன் முதலில் எடுத்துக்கொண்ட முக்கியமான விஷயங்களுள் ஒன்று வேளாண் சீர்திருத்தம் / வளர்ச்சி. அப்போது, நம் நாட்டில் உணவுப் பயிர்களின் விளைச்சல் மோசமாக இருந்தது. சுதந்திர இந்தியாவின் முதல் உணவு அமைச்சராகப் பொறுப்பேற்றவர் டாக்டர் ராஜேந்திர பிரசாத். அவர் உணவு உற்பத்தியைப் பெருக்கும் திட்டங்களைத் தீட்ட ஆலோசனைக் குழு ஒன்று அமைத்தார். அதில் காந்தி உட்பட அதிகாரிகள் அல்லாத பல ஆளுமைகளும் முக்கியப் பங்கேற்றனர். வெளிநாடுகளிலிருந்து இறக்குமதி செய்யாமல், இந்தியா உணவு உற்பத்தியில் தற்சார்பு அடைய வேண்டும் என்பதுதான் இந்தக் குழுவின் நம்பிக்கையும் நோக்கமுமாக இருந்தது.

கிட்டத்தட்ட 1960 வரையில் (அதாவது இரண்டாம் ஐந்தாண்டுத் திட்டக் காலம் வரையில்) இயற்கையுடன் ஒன்றிய, மக்கள் சக்தியை வலுப்படுத்தும், ஜனநாயக உணர்வுடன் கூடிய பல நல்ல திட்டங்கள் தீட்டப்பட்டன. அப்போது உயிரோட்டத்துடன் இருந்த காந்திய

அமைப்புகள் மற்றும் குமரப்பா, வினோபா போன்ற காந்தியச் சிந்தனை யாளர்களும் இதில் முக்கியப் பங்காற்றினர்.

அவை அனைத்தும் நூறு சதவிகிதம் மக்களைச் சென்றடையவில்லை என்றாலும், உண்மையிலேயே விவசாயி களை வலுப்படுத்த வேண்டும்; பாழ்பட்டுப் போன நிலங் களை மீட்க வேண்டும் என்கிற நோக்கம் மேலோங்கி இருந்தது.

நிலச் சீர்திருத்தங்களும் கூட்டுறவு அமைப்புகளும்

1948க்குள் விலைக் கட்டுப்பாட்டை நீக்கியதால், எல்லா உணவுப் பொருட்களின் விலைகளும் குறையத் தொடங்கின. பொருட்கள் ஏழை மக்கள் வாங்கக் கூடியனவாக இருந்தன. கருப்புச் சந்தை சுருங்கத் தொடங்கியது.

ஜே.சி. குமரப்பா தலைமையில் நிறுவப்பட்ட காங்கிரஸ் வேளாண்மைச் சீர்திருத்தக் குழு (Congress Agrarian Reforms Committee), ஜூலை 1949இல் ஓர் அறிக்கையை வெளியிட்டது. இதில் வெவ்வேறு நில உரிமை அமைப்புகளை ஆராயும்போது,

"(வேளாண் துறையில்) தனிநபர் சொத்துரிமை, பெரிய இயந்திரங்களின் உபயோகத்தை ஊக்குவித்துப் பெரிய விவசாயிகளை சக்தியுள்ளவர்களாக்கிவிடும்; சிறுவிவசாயி களுக்கான இடத்தைச் சுருக்கி அவர்களைக் கூலியாட்களாக மாற்றிவிடும்; கூட்டுப் பண்ணை முறையில் விவசாயிகள், தொழில்நுட்பவாதிகள் மற்றும் அரசு அதிகாரிகளின் பெரும் படைக்கு அடிமையாகிவிடுவர். ஆகையால், கிராமம் சார்ந்த கூட்டுறவு அமைப்புகளே சிறந்தவை. இவை தனிப்பட்ட விவசாயியின், விவசாயச் சமூகத்தின் நலனுக்கு உகந்தவை யாகும். விவசாயிகள் தங்களுக்குத் தேவையான இடுபொருட் களை வாங்குவதற்கும், தங்களுடைய விளைபொருட்களை விற்பதற்கும் கிராமப் பல்நோக்குச் சேவைக் கூட்டுறவு அமைப்புகளை நிறுவ வேண்டும்"

என்று பரிந்துரைத்தது.[1]

எனவே, முதல் இரண்டு ஐந்தாண்டுத் திட்டங்களில் (1951-60) நில மறுவிநியோகம், வாடகைக் குறைப்பு, குத்தகை தாரர்களின் உரிமைகள் ஆகியன முக்கியமான அம்சங்களாக இருந்தன. விவசாயிகளையெல்லாம் ஒன்றுதிரட்டி, பெரிய இயந்திரங்களைப் பயன்படுத்தாமல், சிறு சிறு திட்டங்களின் மூலம் விவசாய உற்பத்தியை அதிகரிக்கும் வழிகள் பரிந்துரைக்கப்பட்டன. கிராம மேம்பாட்டுத் திட்டங்களைச் செயல்படுத்துமாறு கிராம அளவிலான கூட்டுறவு அமைப்பு

களும் பஞ்சாயத்துகளும் அறிவுறுத்தப்பட்டன. ஃபோர்டு ஃபௌண்டேஷனும் இந்தக் கொள்கையை அடியொற்றி 1,500 கிராமங்களுக்கு சேவை புரியும் வகையில் தான் நிறுவிய 15 சமூக மேம்பாட்டுச் செயல்திட்டங்களிலும் இந்த அணுகு முறையையே பின்பற்றியது.

இவை அனைத்தும் கொள்கை அளவில் சிறப்பாக இருந் தாலும், செயல்பாடாக மாறும்போது நினைத்த அளவுக்குப் பெரிய பலன்களை அளிக்கவில்லை. தங்கள் நலன்களைப் பாதுகாத்துக்கொள்வதற்காக ஒன்றாக இணைந்த ஜமீன்தார் கள், மாநில அரசுகள்மீது நிர்ப்பந்தம் செலுத்தியதுதான் இதற்குக் காரணம். மாநில அரசுகள்மீது செல்வாக்குச் செலுத்தி, தனிநபர் வைத்திருக்கக்கூடிய நிலத்தின் உச்சவரம்பை அதிகரிக்கச் செய்தனர்.

ஒட்டுமொத்தமாகப் பார்த்தால், ஆங்கிலேய ஆட்சிக் காலத்தில் வேரூன்றிய ஜமீன்தார்முறை சுதந்திர இந்தியாவில் ஒழிக்கப்பட்டது. ஆனால், மாநில அளவில் இந்த மாற்றம் ஆழமாக நடைபெறவில்லை. கம்யூனிஸ்ட் கட்சிகள் வெற்றி பெற்ற மேற்கு வங்காளம், கேரள மாநிலங்களில் மட்டும், நிலச்சீர்திருத்த முயற்சிகள் ஓரளவு வெற்றிகண்டன.

இயற்கை விவசாயத்தைப் பலப்படுத்தும் முயற்சிகள்

இந்தப் பத்தாண்டுக் காலத்தில் பிரசுரிக்கப்பட்ட ஐந்தாண்டுத் திட்ட அறிக்கைகள், கட்டுரைகள், பள்ளி மற்றும் கல்லூரிப் பாடப் புத்தகங்கள், ஆராய்ச்சி அறிக்கைகள், விவசாய மாநாடுகளில் தலைவர்கள் ஆற்றிய உரைகள் போன்றவற்றைப் புரட்டிப் பார்க்கையில் ஒரு விஷயம் தெளிவாகிறது. மந்திரி கள், விவசாயிகள், விவசாயத் துறை நிபுணர்கள் இப்படி அனைவருமே இயற்கையுடன் ஒன்றிய விவசாயத்தை மேம் படுத்தும் வழிகளைப் பற்றிப் பக்கம் பக்கமாக எழுதியும் பேசியும் இருக்கிறார்கள். அது மட்டுமல்லாமல், செயற்கை விவசாயப் பாதையில் அடியெடுத்து வைக்க வேண்டாம் என்று எச்சரித்தும் இருக்கிறார்கள்.

1950இல் வேளாண் மற்றும் உணவுத் துறை அமைச்சராக இருந்தவர் கே.எம். முன்ஷி. அவர் 'வேளாண்மையை மேம்படுத் தும் திட்டங்கள் யாவும் கீழ்மட்டத்திலிருந்து, ஒவ்வொரு கிராமத்தையும் அதற்கே உரிய நீர், நிலம், பயிர் வகைகள், தட்பவெப்ப நிலைகளின் அடிப்படையில் தனித்தனியாகப் புரிந்துகொண்டு, தீட்டப்பட வேண்டும்' என்று ஆணித்தரமாக நம்பினார். 1951, செப்டம்பர் 27 அன்று வேளாண்மை

கே.எம். முன்ஷி

அமைச்சகம் ஏற்பாடு செய்த கருத்தரங்கு ஒன்றில் மாநில வேளாண் விரிவாக்கத் துறை இயக்குநர்கள் மத்தியில் உரையாற்றுகையில் முன்ஷி இவ்வாறு கூறினார்:

> உங்கள் பொறுப்பில் இருக்கும் கிராமத்தில் உயிர்ச் சுழற்சியின் இரண்டு அம்சங்களைப் பற்றி நன்றாகத் தெரிந்துகொள்ளுங்கள். ஒன்று நீர்ச் சுழற்சி, மற்றொன்று ஊட்டச்சத்துச் சுழற்சி. இந்த இரு சுழற்சிகள் எங்கெல்லாம் துண்டிக்கப்பட்டுள்ளன என்பதைக் கண்டுபிடித்து, அவற்றைச் சரிசெய்யத் தேவையான நடவடிக்கைகளைப் பட்டியலிடுங்கள். உங்கள் கிராமங்களில் (அ) இப்போதிருக்கும் நிலை, (ஆ) நீர்ச் சுழற்சியை முழுமையாக்குவதற்காக எடுக்க வேண்டிய நடவடிக்கைகள், (இ) ஊட்டச்சத்துச் சுழற்சியை முழுமையாக்குவதற்காக எடுக்க வேண்டிய நடவடிக்கைகள், (ஈ) கிராமத்தில் இந்த இரு சுழற்சிகளும் முழுமையடைந்தால் எப்படியிருக்கும் என்கிற கற்பனைப் படம், ஆகிய நான்கையும் தயாரியுங்கள். உங்கள்மேல் நீங்களே நம்பிக்கை வையுங்கள். உயிர்ச் சுழற்சியை மீட்டால்தான் நமக்கு உண்மையான சுதந்திரமும் ஆனந்தமும் கிடைக்கும்; நாம் உயிர் வாழ முடியும் என்று நம்பும் எந்த ஒரு மனிதனுக்கும், எந்த முயற்சியும் கடினமானது அல்ல.[2]

1950இல் அவர் தொடங்கிவைத்த ‘வன் மஹோத்ஸவ்’ எனும் ஒரு வாரகால மரம் நடும் விழா, இன்றும் ஆண்டுதோறும் நாடெங்கிலும் கொண்டாடப்படுகிறது.

சுதந்திரம் அடைந்த கையோடு, டாக்டர் ராஜேந்திர பிரசாத் தலைமையில் மீராபென், ‘அனைத்திந்திய எரு மாநாடு’ ஒன்றை ஏற்பாடு செய்தார். இதில் நகரங்கள் மற்றும் கிராமங்களுக்கான பல திட்டங்கள் உருவாக்கப்பட்டன. நகரங்களில் உற்பத்தியாகும் திடக் கழிவுகள், திரவக் கழிவுகள், கசாப்புக் கடைகளின் கழிவுகள், பருத்தி, தோல், கம்பளி போன்ற

தொழிற்சாலைக் கழிவுகள், கரும்புச் சக்கைகள், காய்ந்த இலைகள், நீர் நிலைகளின் மேல் மிதந்துகொண்டிருக்கும் வெங்காயத் தாமரை மற்றும் இவை போன்ற மக்கக்கூடிய, இயற்கையான பொருட்களையெல்லாம் வீணாக்காமல், சரியான முறைகளில் மக்கச்செய்து எருவாக மாற்ற வேண்டும் என்று இந்த மாநாட்டில் முடிவெடுக்கப்பட்டது.[3] இதைத் தொடர்ந்து, குறைந்தது அடுத்த பன்னிரண்டு ஆண்டுகள் இந்த யோசனைகள் செயல்படுத்தப்பட்டன என்று, 1959ஆம் ஆண்டின் சென்னை விவசாய இலாகா வெளியீடு ஒன்றிலிருந்து தெரியவருகிறது.

இந்த முன்முயற்சிகளை அடுத்து, எரு தயாரித்து உபயோகிப்பதன் முக்கியத்துவம் நாடெங்கிலும் பரவிற்று. 'வன் மஹோத்சவ' வாரம், 'எரு வார'மாகவும் கொண்டாடப் பட்டு, மாநிலத்திலேயே அதிக எரு தயாரித்தவர்களுக்குப் பரிசுகளும் வழங்கப்பட்டன. 1958ஆம் ஆண்டில், மதுராந்தகம் தாலுக்காவில் மருதேரி கிராமத்தைச் சேர்ந்த வி.கே. இராம சாமி முதலியார் என்பவர் அன்றைய மெட்ராஸ் மாகாணத்தி லேயே அதிகமான (86 டன்) எரு உற்பத்தி செய்து, முதல் பரிசைப் பெற்றாராம். அதே விவசாயி மாநிலத்திலேயே அதிக விளைச்சலுக்கான (3.6 டன்)* பரிசையும் வென்றுள்ளார். மேலும், நாட்டின் பல நகராட்சி, ஊராட்சிகளிலும், நகரக் குப்பையோடு கொல்லைக் கழிவையும் சேர்த்து, 'பெங்களூர் முறை'யில் சிறந்த எரு ஒன்று தயாரிக்கப்பட்டது. இப்படி நாடெங்கிலும் (கிராமப் புறங்களிலும், நகர்ப் புறங்களிலும்) ஆயிரக்கணக்கான டன் எரு தயாரிக்கப்பட்டு விவசாயிகள் மத்தியில் விநியோகிக்கப்பட்டு வந்தது.[4]

இம்பீரியல் வேளாண் ஆய்வுக் குழுவின் (Imperial Agricultural Research Council) முன்னாள் துணை தலைவர் டி. விஜய ராகவாச்சாரியார் முன்னுரை எழுதி, பள்ளிப் பாடப் புத்தகமாகப் பரிந்துரைக்கப்பட்டு 1949இல் வெளியானது 'தென்னிந்திய வேளாண்மை – பகுதி 1' என்னும் நூல். இது இன்று இயற்கை வேளாண் வல்லுனர்கள் பிரபலப்படுத்தி வரும் அத்தனை விஷயங்களையும் கொண்டுள்ளது. தழை உரம், தொழு உரம் போன்ற வகை வகையான இயற்கை உரங்கள் (அவற்றின் ஊட்டச்சத்துக்கள், தன்மைகள், அவற்றைத் தயாரிக்கும் முறைகள்), பயிர்களைத் தாக்கும் புழு பூச்சிகளைப் பிடித்துத் தின்னும் பறவைகளைக் கவரும் உயிர்வேலி மரவகைகள் என்று இன்று உலகம் முழுவதும் பிரபலமாகிவரும் இயற்கை வேளாண்மை தொடர்பான

பல விஷயங்களைக் கொண்ட பொக்கிஷமாய் விளங்குகிறது அந்தக் கையேடு.[5]

முதல் இரண்டு ஐந்தாண்டுத் திட்ட அறிக்கைகளும், 'மண் வளப் பாதுகாப்பு' என்கிற தலைப்பில் ஒரு முழு அத்தியாயத்தில், மேல் மண்ணின் முக்கியத்துவத்தையும் அதனை வளப்படுத்தும் வழிகளையும் தெளிவாக விளக்கி யுள்ளன. இதைப் பின்பற்றி, 1953இல், ஒவ்வொரு மாநிலத்திலும் 'மண் வளப் பாதுகாப்பு வாரியம்' நிறுவப்பட்டது. அதன்கீழ் பல பயிற்சி நிலையங்கள் மூலம் பல அதிகாரிகளுக்கு மண் வளப் பாதுகாப்பு முறைகளில் பயிற்சியளிக்கப்பட்டது. மேல் மண் அரிப்பைக் கட்டுப்படுத்தி நீர் வளங்களையும் காடுகள் பெருக்குவதால், காடு வளர்த்தல் முக்கியமான நடவடிக்கையாக மேற்கொள்ளப்பட்டது. இது தவிரப் பயிர்ச் சுழற்சி, மூடாக்கு விவசாயம், சரியான உழவு முறைகள் ஆகியவற்றில் பயிற்சி அளிக்கப்பட்டது. சரிவான நிலங்களில் மழைக் காலங்களில் மேல் மண் அரிப்பைத் தடுக்க, மண் அணைப்புகள் ஏற்படுத்தப்பட்டன. பாலைவனங்களில் மணற்குன்றுகளை நிலைப்படுத்துவது, மலைகளுக்கிடையே அமைந்த பள்ளத்தாக்குகளில் பழ மரங்களை வளர்ப்பது ஆகியவற்றைப் பற்றியும் பல பரிசோதனைகள் மேற்கொள்ளப் பட்டு நல்ல பலன்கள் கிடைத்தன.[6]

இந்தத் திட்டத்தின் கீழ் தழை உரச் செடிகளும் மரங் களும் ஏராளமாகப் பயிரிடப்பட்டு வந்தன. கிளைரிசீடியா, கொளிஞ்சி, தக்கைப் பூண்டு, அவுரி, சணப்பு, நரிப்பயறு, செஸ்பேனியா, வேலிக்கருவேலம் போன்ற தாவரங்கள், நாடெங்கிலும் பயிராகி, மண்ணுக்குத் தேவையான ஊட்டச் சத்தை அளித்து வந்தன. இவற்றில் மரவகைகள், 'வன் மஹோத்ஸவ' வாரத்தில் விவசாயிகளுக்கு விதைகளாகவும், நறுக்குத் துண்டுகளாகவும் விநியோகம் செய்யப்பட்டு வந்தன. வேகமாக வளரும் மரங்களிலிருந்து அவ்வப்போது கிடைக்கும் பசுந்தழை, மாடுகளுக்குத் தீவனமாகவும், மட்கிய பின் எருவாகவும் பயன்படுத்தப்பட்டது. இந்த முயற்சிகளால் ஒட்டு மொத்தமாக, நாடெங்கிலும் பல லட்சக்கணக்கான ஏக்கர் நிலங்களில் மேல் மண் பாதுகாக்கப்பட்டு வளப்படுத்தப் பட்டு வந்தது.[7]

ரசாயன உரப் பயன்பாட்டுக்கு எதிர்ப்பு

அக்காலத்தில் ரசாயன உரங்களைப் பற்றி மக்கள் அறியாத காரணத்தால் இப்படி இயற்கை முறைகளை மட்டுமே பரிந்துரைத்து வந்திருக்கக்கூடுமோ? என்ற கேள்வி எழலாம்.

கீழ்வரும் தகவல்களைப் படித்தால், செயற்கை உரங்கள் விவகாரம் அந்தக் காலத்திலேயே இருந்துவந்தது தெரியவரும்.

'தென்னிந்திய வேளாண்மை' கையேட்டின் ஆசிரியர் 'செயற்கை உரங்கள்' என்கிற தலைப்பில் 1949ஆம் ஆண்டு (சரியாக 64 ஆண்டுகளுக்கு முன்னர்) இவ்வாறு எச்சரிக்கிறார்:

> "தாவரங்களுக்குச் செயற்கை உரங்கள் இடும் பழக்கம் மேல் நாடுகளிலேயே முதன்முதலில் தோன்றியது. ஆனால், அங்கே உள்ள பலர் இப்போது செயற்கை உரங்களுக்கு எதிர்ப் பிரச்சாரம் செய்துவருகிறார்கள். கீழே கொடுக்கப்பட்டிருப்பது ஒரு உதாரணம். (மனிதனுக்குப் போதை தரும் கஞ்சா, அபினி, சாராய வகைகளைப் போல இந்தச் செயற்கை உரங்கள் நிலத்துக்குப் போதைப் பொருள்கள். சாராய போதை விரைவில் மறைந்துவிடுகிறது. மறுபடியும் போதை வேண்டுமானால், குடிகாரன் மீண்டும் குடிக்க வேண்டும். செயற்கை உரமும் இப்படியே விரைவில் வேலைசெய்து அழியும். அதனால், வருடந்தோறும் நிலத்துக்குச் செயற்கை உரத்தை இட வேண்டும். அடிக்கடி இந்த உரங்களை உபயோகிப்பதனால் நிலம் கெட்டுப் போகிறது. பிறகு அது விவசாயத்துக்குப் பயன்படுவதில்லை. இந்தப் பிரச்சாரத்தை மேற்கொள்வதற்காக மேற்கே ஒரு சங்கமும் ஏற்பட்டுள்ளது. செயற்கை உரங்களின் கேட்டைப் பற்றி அச்சங்கத்தார் எழுதி வருபவை கணக்கற்றனவாம். அவற்றுள் ஒன்றை இங்கே காட்டுவது மிகையாகாது: நம்மைக் காப்பாற்றி வரும் உணவை அளிக்கும் உயிருள்ள நிலத்தில் நாம் செயற்கை உரமிடுதலையோ, ரசாயன மருந்துகளைத் தெளித்தலையோ மேற்கொள்ளலாகாது. நம் உடல்நலத்துக்கு ஒவ்வாத பொருட்கள் அவற்றில் உள்ளன. அப்பொருட்கள் நமக்குக் கேட்டை உண்டுபண்ணும். இவைகளைப் பற்றித் தீர்க்கமாக ஆலோசிப்பீர்களானால், நீங்களும் திட்டமான இந்த முடிவுக்கே வருவீர்கள். என்னைப்பற்றிய மட்டில் நான் விளைச்சலின் அளவை உத்தேசியாமல், தன்மையை உத்தேசித்தே ஒன்றை விளைவிப்பேன்." – (Anthroposophical Agricultural Foundation; Notes and Correspondence; 1944; Vol. VII, No.1, Pg. 8)'[8]

1950இல் வெளியான ஒரு கையேட்டில், எம்.ஏ. பால கிருஷ்ணன் (L.Ag, MAS, வேளாண் துறை இயக்குனர் (ஓய்வு)) எழுதுவது:

> "நம் நாட்டில் விவசாயத் தொழிலில் ஈடுபட்டுள்ள பலருக்குப் பொறுமை இருப்பதில்லை. எருக்களைப் போட்டவுடன் பயிரில் மாறுதலையும், அபிவிருத்தியையும் எதிர்பார்க்

கிறார்கள் ... அடுத்தடுத்துச் செயற்கை எருவை நிலத்திற்கு உபயோகித்தால், பயிரின் வளர்ச்சிக்குத் தேவையில்லாத திராவகம் நிலத்திலேயே தங்கிவிடுகிறது. நாளாவட்டத்தில் நிலத்தின் வளமும் கெட்டுவிடுகிறது.[9]"

1958இல் சென்னை விவசாய வெளியீட்டில் இடம்பெற்ற ஒரு சிறு விளம்பரம்:

"விவசாயிகளுக்கு ஓர் நற்செய்தி! உலக விஞ்ஞானிகள் எல்லாம் பசுந்தழை உரங்கள்தான் இரசாயன உரங்களைவிட அதிகச் சத்து வாய்ந்தது என்று ஒருமுகமாகக் கூறியுள்ளனர்!!"

என்று அறிவித்துவிட்டு, தன்னிடம் இருக்கும் பசுந்தாள் உரச் செடி – மர வகைகளைப் பட்டியலிட்டுள்ளார், சிவகாசியைச் சேர்ந்த பி.பி. கருப்பையா நாடார்.[10]

மற்றொரு கையேட்டில், சென்னை மாகாணத்தில் 25 கோடி டன் மாட்டுச் சாணம் வறட்டிகளாகத் தட்டப்பட்டு எரிக்கப்படுவதாகவும் இந்த வழக்கத்தை நிறுத்தி அந்தச் சாணத்தை எருவாக மாற்றினால் 7.2 கோடி ஏக்கர் நிலத்துக்கு உணவளிக்கலாம் என்றும், இது உணவு உற்பத்தியை 50% பெருக்கும் என்றும் விவசாயத் துறை அதிகாரிகளே கணக்கிட்டுக் காட்டியிருக்கின்றனர்.[11]

இவற்றைத் தவிர, ஆராய்ச்சி நிலையங்களும் பல பரிசோதனைகளை நிகழ்த்தி இதே போன்ற முடிவுக்கு வந்ததாகத் தெரிகிறது. 1957இல் ஜே.சி. குமரப்பா இரு நிகழ்வுகளைப் பதிவுசெய்துள்ளார். நமது ஆராய்ச்சி நிலையங்கள் நிகழ்த்திய பல பரிசோதனைகளின் முடிவில்,

"பசுந்தழை உரங்களில் (உயிரினங்களால் மட்டுமே உருவாக்கப் படக்கூடிய) கரிம மூலக்கூறுகள் இருப்பதால் அவை நைட்ரஜனைப் பெறுவதற்கு அமோனியம் சல்ஃபேட்டை விடச் சிறந்த ஆதாரங்களாக விளங்குகின்றன"

என்று அறிவித்தது. இந்திய வேளாண்மை ஆய்வுக் கழகம்,

"டிராக்டர்களைக் கொண்டு ஆழமாகவும் மேலோட்டமாகவும் உழும்போது மாட்டைக் கொண்டு உழுவதைவிடக் குறைவான விளைச்சலே கிடைத்தது"

என்று அறிவித்தது. இயந்திரம் மண்ணைப் பாழாக்கிவிடுவதுதான் இதற்குக் காரணம்.[12]

விதைத் தரம் மேம்பாடு

மத்திய அரிசி ஆய்வுக் கழகம் (Central Rice Research Institute - CRRI) ஒரிசா மாநிலம் கட்டாக்கில் 1950களில் நிறுவப் பட்டது. இங்கு நம்மிடையே இருந்த பல நாட்டு ரகங்களைக் கொண்டு தரமான, அதிக விளைச்சலைக் கொடுக்கும் ரகங்களை உற்பத்தி செய்வதற்கான ஆராய்ச்சிகள் நடந்து வந்தன. 1959இல் இந்த நிலையத்தின் இயக்குநராகப் பொறுப் பேற்ற டாக்டர் ஆர்.எச். ரிச்சாரியாவும் மற்ற திறமை வாய்ந்த விஞ்ஞானிகளும், நெல் உற்பத்தியில் ஒரு புரட்சியைக் காண்பதற் கான அற்புதமான பல ஆராய்ச்சிகளைச் செய்துவந்தனர். குறுகிய கால அறுவடை, வெள்ள எதிர்ப்பு, வறட்சி எதிர்ப்பு, நோய் எதிர்ப்பு, பூச்சி எதிர்ப்பு, சாயாமல் இருத்தல் போன்ற பல சிறப்புத் தன்மைகளுக்காக நெல் ஆராய்ச்சியை மேற் கொண்டனர். இவர் தன் களப் பணியாளர்களின் உதவியுடன் மத்தியப் பிரதேசத்தின் ஒரு பகுதியிலிருந்து மட்டும் 17,000 நெல் ரகங்களைச் சேகரித்தார். இவற்றில் 8% ரகங்கள், ஒரு ஏக்கருக்குக் குறைந்தது 1.5 டன் விளைச்சலைக் கொடுத்தன.[13]

வேளாண் ஆராய்ச்சியில் ரிச்சாரியாவின் அணுகுமுறை, நமக்கு ஏற்கனவே நன்கு அறிமுகமான ஆல்பர்ட் ஹோவார்டின் அணுகுமுறையைப் போன்றே இருந்தது. இவரும் ஹோவார்டைப் போலவே ஆதிவாசி விவசாயிகளிடம் பெருத்த மரியாதை கொண்டு, அவர்களிடமிருந்து நிறையக் கற்றுக்கொண்டார். இந்தியாவின் பாரம்பரிய ரகங்களின் மரபணுப் பொருளை மட்டுமே கொண்டு நம் நாட்டின் நெல் உற்பத்தியைப் பெருக்க லாம், பெருக்க வேண்டும் என்று ஆணித்தரமாக நம்பினார். நமது இயற்கைச் சூழலைப் பத்திரமாகப் பராமரிக்க மரபணுப் பன்முகத்தன்மையைப் பாதுகாக்க வேண்டும் என்றும் அவர் உறுதியாக எண்ணினார்.

1950கள் வரையில் கலப்பற்ற தேர்வு (pureline selection) முறையின் மூலமே நெல் ரகங்கள் உருவாக்கப்பட்டன. பிறகு ஜப்பானிலிருந்தும் தாய்வானிலிருந்தும் அதிக விளைச்சலைத் தரும் ரகங்களைக் கொண்டுவந்து, இந்தியாவின் (இண்டிகா) ரகங்களோடு கலந்து புதிய ரகங்களை உருவாக்கத் தொடங்கி னர். நெல் ரகங்களைப் பல ஆண்டுகள் வளர்த்து, பல தலைமுறைப் பயிர்களிலிருந்து கவனமாகத் தேர்ந்தெடுத்துப் புதிய ரகங்களை உருவாக்கும் வேலையை அவசர அவசர மாகச் செய்ய முடியாது. அதனால், முதலில் பல முயற்சிகள் தோல்வியடைந்தாலும் சிறிது காலம் கழித்து நல்ல பலன்

டாக்டர் ராதேலால் ஹேர்லால் (R.H.) ரிச்சாரியா

ராதேலால் (டாக்டர் ரிச்சாரியா) 1909ஆம் ஆண்டு மத்தியப் பிரதேசம் ஹோஷங்காபாத் மாவட்டத்தில் ஒரு கிராமத்தில் பிறந்தார். அவருடைய தந்தையார் ஹேர்லால் பள்ளித் தலைமை ஆசிரியராகவும், தபால் நிலைய அதிகாரியாகவும் பணிபுரிந்தார். வீட்டுத் தோட்டத்தில் காய்கறிகள் வளர்ப்பதில் சதா பல பரிசோதனைகளை செய்த வண்ணம் இருந்தார். உதாரணத்துக்கு, வேம்பின் நற்குணங்கள் காய்கறிக்கும் வரும் என்கிற எண்ணத்தில் கொடி வகைகளை வேப்பமரத்தின் மேல் படரவிடுவார். சிறுவன் ராதேலால் இவர் செய்வதையெல்லாம் ஆர்வத் துடன் கவனித்துவந்தான். ஹேர்லால் அந்தப் பகுதியில் வசித்துவந்த ஆதிவாசிகளுடன் கலந்துரையாடி, விவசாயம் மற்றும் தாவரங்களைப் பற்றி அவர்களுக்கிருந்த ஆழமான அறிவை மெச்சினார். இவற்றி லெல்லாம் சிறுவன் ராதேலால் தவறாமல் கலந்துகொள்வான். இந்தக் கலந்துரையாடல்கள் அவனுக்கு ஆதிவாசிகளின் மேல் மரியாதையும் தாவரவியலில் ஆர்வமும் வளரக் காரணமாயின. நாகபுரியில் தாவர வியலில் முதுகலைப் பட்டப் படிப்பில் இருக்கும்போதே, ராதேலால் சொந்தமாக உருவாக்கிய அறிவியல் ஆக்கங்கள் சில மதிப்பு வாய்ந்த அறிவியல் அமைப்புகளால் பாராட்டப்பட்டன. கேம்ப்ரிட்ஜ் பல்கலைக் கழகத்தில் இரண்டே ஆண்டுகளில் தன்னுடைய டாக்டர் பட்டப் படிப்பை சர்வ சாதாரணமாக முடித்துவிட்டு இந்தியா திரும்பியபோது ரிச்சாரியா வுக்கு வயது 25.

கேம்ப்ரிட்ஜிலிருந்து இவர் விடைபெற்றுச் செல்லும்போது "நாடு திரும்பி மற்ற பட்டதாரிகளைப் போலப் பதவி, பணம் என்று நாடிச் செல்லாதே; ஏழை விவசாயியின் நலனுக்காக நீ உண்மையாக உழைக்க வேண்டும்" என்று பேராசிரியர் எங்கில்டௌ கூறிய அறிவுறை, இவர் மனத்தில் ஆழமாகப் பதிந்தது. டாக்டர் பட்டம் வாங்கிய பின்னும் ரிச்சாரியாவுக்கு ஆதிவாசிகளின் மேல் இருந்த பணிவும் மரியாதையும் சிறிதும் குறையவில்லை. எப்போதும் களத்திலேயே இருந்து ஆராய்ச்சி செய்து கொண்டிருப்பார்.

1959 வரையில் வேளாண் துறையில் பல பதவிகளில் இருந்த ரிச்சாரியா, 1959இல் மத்திய நெல் ஆராய்ச்சிக் கழகத்தின் (சி.ஆர்.ஆர்.ஐ.)

இயக்குநராகப் பொறுப்பேற்றார். தன்னுடைய மாணவர்களுடன் ஆதிவாசிக் கிராமங்களுக்கெல்லாம் சென்று அவர்களிடமிருந்த நாட்டு ரக விதைகளைச் சேகரித்து, அவற்றைக் கொண்டு ஆராய்ச்சிகளை மேற்கொண்டார். இவ்வாறு தன்னுடய வாழ்நாளில் 17,000 நெல் ரகங்களைச் சேகரித்தார். ரிச்சாரியா சி.ஆர்.ஆர்.ஐ.யை உலக அளவில் ஒரு முன்னணி நெல் ஆராய்ச்சி நிலையமாக மாற்றினார்.

கிடைக்கத் தொடங்கியது. உதாரணத்திற்கு 1963இல் சி. கங்காதரன் என்னும் விஞ்ஞானி குட்டையான உயர்–விளைச்சல் ரகம் ஒன்றை உருவாக்கியிருந்தார். மத்திய நெல் ஆராய்ச்சிக் கழகத்தில் உருவாக்கப்பட்ட குட்டை நெல் ரகங்கள் பூச்சி மற்றும் நோய் எதிர்ப்புத் தன்மை போன்ற மற்ற சிறப்புத் தன்மைகளையும் கொண்டதாக உருவாக்கப்பட்டன.[14]

ரிச்சாரியாவின் மற்றுமொரு முக்கியமான கண்டுபிடிப்பு, சேர்க்கை தவிர்த்த பயிர் பரப்பு முறை (clonal propagation) எனும் தொழில்நுட்பம். இதன்மூலம், ஒரே ஒரு நெல் விதையிலிருந்து முளைத்த செடியின் கதிர்களைக் கையால் பிரித்துப் புதிய செடிகளாக உருவாக்கிக்காட்டினார். பிப்ரவரி மாதத்தில் இப்படிச் செய்ய ஆரம்பித்தால், (3–6 முறை இப்படிப் பிரித்தால்) நவம்பர் மாதத்தில் ஒரே ஒரு விதையிலிருந்து 20 கிலோ நெல் கிடைக்கும் என்பதை நிரூபித்துக் காண்பித்தார். இந்த உத்தியின் மூலம் நம் நாட்டு ரகங்களில் கலப்பின உயிரியக்கத்தைப் (hybrid vigour) புகுத்திக் காட்டினார். சாதாரண முறையில் பெருக்கப்பட்ட விதைகளைவிட இவற்றின் தரம் உயர்வாக இருந்தது; விளைச்சலும் 17 முதல் 61 சதவிகிதம் வரை அதிகரித்தது.[15]

தமிழ்நாட்டில் இவற்றைப் ‘பொறுக்குத் தினுசுகள்’ என்றழைத்தனர். விவசாய இலாகா 1958இல் வெளியிட்ட அறிக்கையில் இந்த நெல் ரகங்களின் பட்டியல் கொடுக்கப்பட்டுள்ளது. இதன்படி இவற்றைச் சரியாகப் பயிரிட்டால், சில ரகங்கள் ஏக்கருக்கு 1.4 முதல் 2.2 டன் வரை விளைச்சலைக் கொடுத்ததாக ஆராய்ச்சி நிலையங்கள் அறிவித்தன. இத்தகைய அதிக விளைச்சலைத் தவிர, வெள்ள எதிர்ப்பு, வறட்சி எதிர்ப்பு, குறுகிய கால அறுவடை, பூச்சி எதிர்ப்பு, நோய் எதிர்ப்பு போன்ற பல குணங்களைக் கொண்டிருந்தன இந்த ரகங்கள்.[16]

விளைச்சலை அதிகரிப்பதற்காக மேலும் பலதரப்பட்ட பரிசோதனைகளையும் விவசாயத் துறை மேற்கொண்டு வந்தது. உதாரணத்திற்கு, “விவசாயிகள் 1 ஏக்கர் நடவுக்கு 80 ராத்தல் (36 கிலோ) நெல் விதையைப் பயன்படுத்துகிறார்கள். விவசாய

இலாகா சிபாரிசு செய்யும் வழியில் 15 ராத்தலே (7 கிலோ) போதுமானது" என்று திருந்திய நெல் சாகுபடி முறையைப் பற்றிப் பரிசோதனை நிலையங்கள் பரிந்துரைத்தன.[17] இது இன்று நாம் பரபரப்பாகப் பேசி வரும் 'மடகாஸ்கர் முறை' (ஒற்றை நாற்று முறை)யின் ஒரு முக்கியமான அம்சம் என்பது குறிப்பிடத்தக்கது.

உற்பத்தி அதிகரிப்பு

இந்த அனைத்து முயற்சிகளின் ஒட்டுமொத்தப் பலனாக, முதல் பத்தாண்டுகளில் பயிர் செய்யப்பட்ட நிலப்பரப்பளவும் விளைச்சலும் படிப்படியாக அதிகரித்துவந்தன. ஐம்பதாண்டு களில் ஒட்டுமொத்த வேளாண் பயிர் உற்பத்தியின் வளர்ச்சி விகிதம் (2.8%) மக்கள்தொகை வளர்ச்சி விகிதத்தைவிட (2.1%) வேகமாக வளர்ந்துவந்தது. இந்த உற்பத்தியில் பெரும் பங்கு, சந்தைக்கு வராமல் உற்பத்தியான கிராமப்புறங்களிலேயே நுகரப்பட்டது. இதனால், அரசாங்கக் கணிப்பைவிட அதிக மாகவே உற்பத்தியாகியிருக்க வேண்டும்.[18]

நீர்வள மேம்பாடு

சுதந்திர இந்திய அரசு நீர்ப்பாசனத் திட்டங்களின் மேல் கவனம் செலுத்தியது. இந்தக் காலகட்டத்தில் நீர்ப்பாசன வசதிகொண்ட நிலப்பரப்பு அதிகரித்தது. இதில் பெரும்பாலும் கிணறுகள் மற்றும் சிறிய நீர்நிலைகளிலிருந்து உருவாக்கப் பட்டது. இது ஒருபுறம் இருக்க, மற்றொருபுறம் இந்திய அரசாங்கம் ஒரு பிற்போக்கான, இயற்கைக்குப் புறம்பான திட்டத்தைத் தீட்டியது.

சுதந்திர இந்தியாவின் பிரதம மந்திரியான ஜவஹர்லால் நேரு, நவீனத் தொழில்நுட்பத்தின் பெரும் ஆதரவாளராக இருந்தார். தொழில்மயமாக்கலில் ஈடுபாட்டுடன் செயல்பட்ட அவர், பெரிய ஆலைகளை நிறுவுவதுடன் பெரிய அணைகளின் கட்டுமானத்தையும் ஊக்குவித்தார். 'நவீன இந்தியாவின் கோவில்கள்' என்று அவற்றை அழைத்தார். பக்ரா நங்கல், ஹிராகுட், நாகார்ஜுன சாகர் போன்ற பெரிய அணைகளின் கட்டுமானம் இந்தக் காலகட்டத்தில்தான் தொடங்கியது.** மேலும், ஆங்கிலேயர் நிறுத்தி வைத்திருந்த 'வெள்ளக் கட்டுப் பாட்டுக் கொள்கை'யை இந்திய அரசாங்கம் 1954இல் மீண்டும் அறிமுகப்படுத்தியது.

இத்தகைய ஏற்பாடுகளினால், விவசாய நிலம் உப்பாதல், தண்ணீர் தேங்குதல், மேல் மண் அரித்தல், வண்டல் மண்

கிடைக்காமல் போதல், பயிர்சேதம் போன்றவையும், சில தனிநபர்களின் பேராசையினால் (கட்டுமானத் தொழிலில் உள்ள லாப ஏற்பாடுகளினால்) அதிகரித்துக்கொண்டே போனது என்பது நமது கதையுடன் தொடர்புள்ள முக்கியமான தகவல்.

* எவ்வளவு நிலப் பரப்பளவுக்கான விளைச்சல் என்று குறிப்பிடவில்லை என்றாலும், கையேட்டில் மற்ற மதிப்பீடுகள் ஒரு ஏக்கருக்காகக் கொடுக்கப்பட்டுள்ள தால், இதனையும் அவ்வாறே எடுத்துக் கொள்ளலாம். அப்படியே, ஒரு ஹெக்டேருக்கு என்று எடுத்துக்கொண்டா லும்கூட, ஒரு ஏக்கருக்கு 1.4 டன் விளைச்சல் என்றாகும். இதுவும் சாதாரணமானதல்ல.

** பெரிய அணைகளின் தொழில்நுட்பம் இப்போது மேலை நாடுகளில் ஒரு பின்தங்கிய தொழில்நுட்பமாகக் கருதப்படுகிறது. இயற்கைக்குப் புறம்பான இந்தத் தொழில்நுட்பம் (சுற்றுப்புறச் சூழல், சமுதாயம், பொருளாதாரம் ஆகிய அனைத்திலும்) ஏற்படுத்திய சேதங்கள், அது கொண்டுவந்த பலன்களை விடப் பன்மடங்கு அதிகமானது என்பது ஆதாரப்பூர்வ மாகவும் நிரூபணமாகிவிட்டது. இந்தக் காரணத்தால் மேலை நாடுகளில், ஒரு நூற்றாண்டுக்கு முன்பு அமைக்கப்பட்ட பெரிய அணைகளை அரசாங்கங்களே ஒவ்வொன்றாகத் தகர்த்துக்கொண்டிருக்கின்றன.

9

அமெரிக்காவின் உணவு உதவியும் PL 480யும்

சுதந்திர இந்தியாவில் நிலச் சீர்திருத்தம் சரியாகவும் முழுமையாகவும் அமலாக்கப்படாதபோதும்கூட, இதுவரை நாம் பார்த்த பல நல்ல திட்டங்களின் மூலம் நம் விவசாய நிலங்கள் வளமடைந்து வந்தன; விளைச்சலும் சீராகப் பெருகியது. அப்போது பசுமைப் புரட்சிக்கான அடித்தளத்தை அமைத்துக்கொண்டிருந்த உலக நிகழ்வுகள் என்ன?

இரண்டாம் உலகப் போர் ஓய்ந்து, முதலாளித்துவ மற்றும் கம்யூனிச நாடுகளுக்கிடையே பனிப் போர் தொடங்கியிருந்தது. 1949இல் சீனாவைக் கம்யூனிசத்துக்கு இழந்த அதிர்ச்சியில் இருந்தது ஐக்கிய அமெரிக்கா. சோவியத் யூனியனிலிருந்து மற்ற ஆசிய மற்றும் கிழக்கு ஐரோப்பிய நாடுகளுக்குக் கம்யூனிசம் பரவுவதைத் தடுத்து நிறுத்துவதையே தன் முக்கியக் குறிக்கோளாகக் கொண்டிருந்தது. அதே சமயத்தில், மாபெரும் மந்த நிலையிலிருந்து மீண்ட அமெரிக்கப் பொருளாதாரம் புத்துணர்ச்சி பெற்றுத் தழைத்து வளரத் தொடங்கியது. போர் ஆயுதங்கள் தயாரித்த தொழிற்சாலைகள், போர் ஓய்ந்த பின்னும் ரசாயன உரங்களையும் பூச்சிக்கொல்லிகளையும் ஏராளமாகத் தயாரிக்கத் தொடங்கின. டிராக்டர் போன்ற பிரம்மாண்டமான விவசாய இயந்திரங்களையும் உற்பத்திசெய்து தள்ளின. இந்த நவீன இயந்திரங்களையும் ரசாயனங்களையும் நிலத்தில் கொண்டு கொட்டி விவசாயம் செய்யப்பட்டது. இதனால், விளைச்சல் எக்கச்சக்கமாகப் பெருகி, அமெரிக்க சேமிப்புக் கிடங்குகள் அனைத்தும் நிரம்பி வழிந்தன. மேலும்,

உலகிலேயே அதிக அளவில் தங்கச் சுரங்கங்களைக் கொண்ட தால் அமெரிக்கப் பொருளாதாரம் உலகின் சக்திமிக்க ஒன்றாக உருவெடுத்தது. இவற்றால் பணப் புழக்கம் அதிகரித்த அமெரிக்காவில் நுகர்பொருள் உற்பத்தியும் வேகமாக வளர்ந்தது.

தேவையான அளவுக்கு உற்பத்தி செய்துவிட்டு, தேவை ஏற்படும்போது அடுத்த கட்ட உற்பத்தியைத் தொடங்கலாம் என முதலாளித்துவ அமைப்பிலான தொழிற்சாலைகள் இயந்திரங்களைச் செயல்படாமல் நிறுத்திவைக்குமா என்ன? தன் தேவைக்கு மிகுதியான உற்பத்தியை வெளிநாடுகளுக்கு ஏற்றுமதி செய்து, தன் பொருளாதாரத்தை மேலும் வலுப் படுத்த வேண்டிய திட்டங்களைத் தீட்டுவதே அமெரிக்க அரசு எடுத்துவைத்த அடுத்த அடி. ஆனால், போரால் பேரழிவைச் சந்தித்திருந்த பல ஐரோப்பிய நாடுகளில் அடிப்படைப் போக்குவரத்து, உள்கட்டமைப்பு ஆகியவை கூடச் சேதமடைந்திருந்தன. இதனால், அமெரிக்கப் பொருட் களை வாங்கும் பொருளாதார நிலையில் அந்நாடுகள் இல்லை. அமெரிக்காவின் முதலாளித்துவ மூளை இதற்கும் ஒரு தீர்வைக் கண்டுபிடித்தது. முதலில் நிதி உதவிசெய்து அந்த நாடுகளின் பொருளாதார நிலையைச் சற்றே உயர்த்திவிட்டால், பிறகு தங்களின் ஏற்றுமதி வேலைகளைத் தொடங்கலாமே! நிதியுதவி யைக் கொடுத்து முதலாளித்துவப் பாதையில் அடியெடுத்து வைக்க நிர்ப்பந்தித்துக் கம்யூனிசம் பரவுவதையும் தடுக்கலாமே! இப்படிப்பட்ட சுயநல நோக்கத்துடன்தான் அமெரிக்க நிதியுதவித் திட்டங்களும் நிறுவனங்களும் தொடங்கின.

மார்ஷல் திட்டத்தின் மூலம் உணவு உதவி

1947இல் அமெரிக்க ஜனாதிபதி ட்ரூமன், துருக்கி மற்றும் கிரேக்க நாடு களுக்குக் கம்யூனிசத்தின் செல்வாக்கை எதிர்ப்பதற்கான நிதியுதவியையும் ராணுவ உதவியையும் அளித்தார். அதே ஆண்டில் அமெரிக்க வெளியுறவுத் துறை அமைச்சர் ஜார்ஜ் மார்ஷல் 'மார்ஷல் திட்டம்' என்னும் மாபெரும் திட்டத்தைத் தீட்டி னார். இத்திட்டம், அனைத்து ஐரோப்பிய நாடுகளுக்கும் தேவையான நிதியுதவியை அளிப்பதையே தன் முக்கிய நோக்கமாகக் கொண்டிருந்தது. அமெரிக்க வல்லுநர் களின் ஆலோசனைகளையும், அமெரிக்கா வில் உற்பத்தியான பொருட்களையும் கொண்டு, இந்த நாடுகள் தங்கள் வசதி களை ஏற்படுத்திக்கொள்ள வேண்டிய

பசுமைப் புரட்சியின் கதை

நிர்ப்பந்தமும் அந்த நிதியுதவியுடன் இணைக்கப்பட்டது. இந்த மார்ஷல் திட்டம்தான், பசுமைப் புரட்சியை உலகெங்கும் பரப்புவதில் முக்கியப் பங்காற்றிய ராக்கஃபெல்லர் ஃபவுண் டேஷன், ஃபோர்டு ஃபவுண்டேஷன், யு.எஸ்.ஏ.ஐ.டி. (USAID - United States Agency for International Development) போன்ற அமைப்பு களின் பிறப்புக்கு அடித்தளத்தை அமைத்துக்கொடுத்தது.[1]

இரண்டாம் ஐந்தாண்டுத் திட்டத்திற்குப் பிறகு இந்திய வேளாண்மையின் நிலை

சுதந்திரத்திற்குப் பின் நிலச் சீர்திருத்தத் திட்டங்களை அமல்படுத்த மத்திய அரசு ஓயாமல் முயன்றுகொண்டுதான் இருந்தது. ஆனால், மாநில அரசியல்வாதிகள் தாங்களே நூற்றுக்கணக்கில் விவசாய நிலங்களை வைத்திருந்ததாலும், சக்தி வாய்ந்த பல நில உரிமையாளர்கள் அவர்களுடன் கைகோர்த்ததாலும் அத்திட்டத்தை முழுமையாக அமல்படுத்து வதற்கு ஒத்துழைப்புத் தராமலே இருந்து வந்தனர். இப்படி, நில உரிமைகளைப் பற்றிய சரியான முடிவுகள் ஏற்படாமல் இருந்தன. இதனால், முதலாளிக்கும் வேலையாட்களுக்கும் விவசாயத்தில் அவர்கள் நேரத்தையும் உழைப்பையும் முதலீடு செய்து அரசாங்கத்தின் கிராம வளர்ச்சித் திட்டங்களில் பங்கேற்கும் ஆர்வம் குறைந்தது.

முதல் ஐந்தாண்டுத் திட்டம் வேளாண் முன்னேற்றத்தை மையமாகக் கொண்டிருந்ததால் ஏற்பட்ட பல நல்ல வளர்ச்சி களைப் பற்றிப் பார்த்தோம். ஆனால், 1955இல் வெளியான இரண்டாம் ஐந்தாண்டுத் திட்டம் தனது கவனத்தைத் தொழில்மயமாக்கல் என்னும் திசையில் திருப்பியது. இதனால், வேளாண் வளர்ச்சியைத் தக்கவைப்பதற்கான திட்டங்கள் பாதிக்கப்பட்டன. இதன் காரணமாக, கிராமங்களிலிருந்து பல விவசாயிகள் தொழிற்சாலைகளில் வேலை தேடி நகரங் களுக்குக் குடிபெயர்ந்தனர். நாடெங்கிலும் முளைத்துக் கொண்டிருந்த தொழிற்சாலைகளுக்குத் தீனிபோடுவதற் காகவும், ஏற்றுமதிக்காகவும் (அதுவரை உணவுப் பயிர் விளைவித்துக்கொண்டிருந்த) விவசாய நிலங்கள் மீண்டும் பணப் பயிர் வளர்ப்பை நோக்கித் திருப்பப்பட்டன. இப்படிப் பல காரணங்கள் ஒன்று சேர்ந்ததால், இந்திய உணவு உற்பத்தி யின் வளர்ச்சி தேங்கத் தொடங்கியது. இத்தனைக்குப் பிறகும் கூட, நம் நாட்டில் உணவுப் பற்றாக்குறை ஒரு பெரிய பிரச்சினை யாக உருவெடுக்கவில்லை. ஆனால், பணம் பண்ணும் நோக்கத் துடன் வியாபாரிகள் உணவுத் தானியங்களைப் பதுக்கும் பழைய தந்திரத்தை மீண்டும் கையாளத் தொடங்கியதால், அங்கும் இங்குமாகச் செயற்கையான பற்றாக்குறைகள் ஏற்பட்டு வந்தன.

அமெரிக்காவின் PL-480 திட்டம்

ரசாயன உரங்களையும் பெரிய விவசாய இயந்திரங் களையும் பயன்படுத்தியதால் 1950களில் அமெரிக்க உணவுக் கிடங்குகள் நிரம்பி வழிந்தன. அமெரிக்காவுக்குத் தேவையான கோதுமையைவிட இரண்டு மடங்குக் கையிருப்பு இருந்தது. தேவைக்குப் போன மீதிக் கோதுமையை என்ன செய்வது என்றறியாமல் தத்தளித்துக்கொண்டிருந்த அமெரிக்க ஜனாதிபதி ஐசன்ஹோவருக்கு ஒரு யோசனை. நாம் சற்று முன்பு பார்த்த அமெரிக்க நிதியுதவி/உணவு உதவியின் பின்னணியைக் கொண்டு, 1954இல் அவர் பொதுச்சட்டம்–480 ('Public Law (PL) 480') என்கிற சட்டத்தை அறிமுகப்படுத்தினார். "இந்தச் சட்டத்தின் குறிக்கோள், நமது வேளாண் பொருட்களின் ஏற்றுமதியை விரிவாக்குவதற்கான நிரந்தரமான தளத்தை உருவாக்கி, நாமும் நம் மக்களும் பயனுற வேண்டும்; மற்ற நாடுகளின் மக்களும் பயனுற வேண்டும் என்பதுதான்" என்று அதன் முக்கியக் (சுயநலக்) குறிக்கோளை வெளிப்படையாகக் கூறினார் ஐசன்ஹோவர்.[2]

இதே காலகட்டத்தில், மேலே நாம் கண்ட சில காரணங் களினால் நம் நாட்டின் உணவு உற்பத்தி நிலை சற்றே தேங்கத் தொடங்கியது. அப்போது அமெரிக்க அரசு இந்தியாவிற்கு உணவு உதவி வழங்க முன்வந்தது. 1956இல், முதன்முதலாக PL–480இன் மூலம் கோதுமை இந்தியாவில் வந்திறங்கியது. இந்திய அரசாங்கம் இந்த இறக்குமதியைப் பற்றாக்குறை நிலவும்போது பயன்படுத்துவதற்கான கையிருப்பாக வைக்கப் போவதாகத்தான் அறிவித்தது.

இந்த PL–480 எவ்வாறு செயல்பட்டது? அதன் விளைவு கள் என்ன? இவை நாம் முக்கியமாகத் தெரிந்துகொள்ள வேண்டிய விஷயங்கள். கோதுமையை அமெரிக்க நாட்டிலேயே இந்திய அரசாங்கப் பிரதிநிதிகளுக்குக் கைமாற்றம் செய்தது அமெரிக்க அரசு. அங்கிருந்து இந்தியாவுக்கு அனுப்புவதற்கான போக்குவரத்து, சேமிப்பு, விநியோகம் போன்ற அனைத்துமே இந்திய அரசாங்கத்தின் பொறுப்பாக இருந்தன. இப்படி நம் நாட்டில் வந்திறங்கிய கோதுமையை இந்திய அரசாங்கம் விற்றதால், இந்திய ரூபாயில் வருமானம் கிடைத்தது. அப்போது இருந்த ஒப்பந்தத்தின்படி, விற்பனையில் கிடைத்த பணத்தில் 57% இந்திய அரசாங்கத்தின் பல்வேறு வளர்ச்சித் திட்டங் களுக்கான கடனுதவிக்காகவும், 22% அதே உபயோகத்துக்கான மானியத் தொகையாகவும் 14% அமெரிக்க அரசாங்கத்தின் உள்ளூர்ச் செலவுகளுக்காகவும், 7% தனியார் நிறுவனங்களுக்கான

கடனுதவிக்காகவும் பிரித்துக் கொடுக்கப்பட்டது. இந்தத் தனியார் நிறுவனங்கள் பெரும்பாலும் அமெரிக்கக் கம்பெனிகளின் துணைநிறுவனங்களாகவும், அமெரிக்கப் பொருட்களை விற்பனை செய்யும் தனியார் நிறுவனங்களாகவும் இருந்தன.[3]

உணவு இறக்குமதி பற்றிய தேசிய விவாதம்

அப்போது உணவு இறக்குமதிகள் பற்றி இந்தியாவில் பல தரப்பட்ட கருத்துக்கள் இருந்துவந்தன. மத்திய மற்றும் மாநில அரசாங்க அளவில் பல விவாதங்கள் நடைபெற்று வந்தன. ஒரு தரப்பினர் (கம்யூனிஸ்ட் கட்சியினர் மற்றும் சில காங்கிரஸ் உறுப்பினர்கள்), 'இறக்குமதிகளைச் சார்ந்து இருக்க ஆரம்பித்தால் உள்நாட்டில் (நமது பாரம்பரிய அறிவையும் தொழில்நுட்பத்தையும் கொண்டு நிலவளத்தைப் பெருக்கி, விதைத் தரத்தை உயர்த்தி) விளைச்சலை அதிகரிப்பதற்கான முயற்சிகளை எடுக்க உந்துதல் இல்லாமல் போய்விடும்! அமெரிக்காவை முழுமையாகச் சார்ந்திருக்கும் நிலை ஏற்பட்டு, அந்நாட்டின் பேச்சுக்கெல்லாம் ஆட வேண்டிய சூழ்நிலைக்கு ஆளாகிவிடுவோம்!' என்றெல்லாம் எச்சரித்தனர். இதற்கு மாற்றாக, நிலச் சீர்திருத்தத்தைச் சரியான முறையில் செய்யலாம்; சிறு விவசாயிகளை ஊக்குவித்து ஆதரித்து, கிராம அளவிலான அமைப்புகளை வலுப்படுத்தலாம். இத்தகைய விவசாய வளர்ச்சியில் மேலும் கவனம் செலுத்தினால், உணவுப் பிரச்சினையை எளிதாகச் சமாளிக்கலாம் என்ற யோசனையையும் அவர்கள் முன்வைத்தார்கள். அச்சமயத்தில், உணவுப்

இறக்குமதியான கோதுமை மூட்டை ஒன்று

பிரச்சினை அத்தனை பெரிதாக உருவெடுத்திருக்கவில்லை என்பது இங்கே குறிப்பிடத்தக்கது.

மறுதரப்பினர், (பெரும்பாலும் இளைய தலைமுறையினர்) இதையெல்லாம் அதிகம் பொருட்படுத்தாமல், 'இறக்குமதி இன்றைய தேவை. அமெரிக்காவே நமக்கு உதவ முன்வரும் போது நாம் ஏன் அதை மறுக்க வேண்டும்? அவர்கள் நமக்குத் தர விழையும் தொழில்நுட்பங்களைக் கொண்டு நாம் விரைவில் சுயசார்பு நிலையை அடைந்துவிடுவோம். கவலை வேண்டாம்' என்று பேசினார்கள்.

உணவு இறக்குமதியின் அதிகரிப்பும் அதன் பாதிப்புகளும்

PL–480 ஏற்றுமதியை அதிகரிப்பதில் அமெரிக்காவுக்கும், இறக்குமதியை அதிகரிப்பதில் இந்திய அரசாங்கத்துக்கும் பல லாபங்கள் இருந்தன என்பதுதான் உண்மை. இறக்குமதியான கோதுமை விற்பனையில் கிடைத்த பணத்தில் 80% தன்னுடைய வளர்ச்சித் திட்டங்களுக்கான நிதியுதவியாக உபயோகித்த தால், இறக்குமதி அளவுகளைக் கட்டுப்படுத்துவதற்கான ஊக்கமோ முனைப்போ இந்திய அரசாங்கத்துக்கு இல்லாமல் போயிற்று. அமெரிக்காவுக்கோ, மிகுதியாக விளைந்திருந்த கோதுமையை அள்ளிக்கொடுப்பதில் (அதுவும் பெரும்பாலும் கடனாக) அவர்களுக்கு எந்தக் கஷ்டமோ நஷ்டமோ இல்லை. ஆனால், அதற்கான பலனாக, உலகிலேயே அதிக மக்கள் தொகையைக் கொண்டிருந்த நாடுகளில் ஒன்றான இந்தியா வின் மீது கிடைத்த கட்டுப்பாடு, விலைமதிப்பே இல்லாத ஒன்று என அமெரிக்கர்கள் நன்கு அறிந்திருந்தனர். அதுவும், அண்டை நாடான சீனாவின் கம்யூனிசத் தாக்கத்திலிருந்து இந்தியாவைக் காப்பாற்றுவதற்கான ஓர் ஆயுதமாக அமெரிக்கா தன் உணவு ஏற்றுமதியைக் கருதியது.

இந்த விளக்கம், பசுமைப் புரட்சியின் கதையை சுவாரசிய மான அரசியல் கதையாகக் கொண்டு செல்வதற்காகக் கற்பனை செய்யப்பட்டிருக்கக் கூடுமோ என்று சிலர் நினைக்கலாம். அமெரிக்க அதிகாரி ஒருவரே 'உணவு உதவி'யின் உள்நோக்கத்தை விளக்கியதைப் படித்துப் பார்த்தால் இதில் நமது கற்பனை எதுவும் இல்லை என்பது புரியும். 1974இல் அமெரிக்க ஜனாதிபதி நிக்ஸனின் வேளாண் துறைச் செயலாளர் அர்ல் பட்ஸ் என்பவர்,

பசியோடு இருப்பவர்கள் யார் கையில் உணவு இருக்கிறதோ அவர் பேச்சைத்தான் கேட்பார்கள். உணவு என்பது ஒரு

கருவி. அமெரிக்காவின் கிடங்கில் இருக்கும் முக்கியமான ஆயுதம்

என எல்லோருக்கும் புரியும்படி வெளிப்படையாகவே சொன்னார்.[4]

உணவுக்காக மக்கள் நம்மைச் சார்ந்திருக்கும் நிலைமை ஏற்படும் என்று கேள்விப்பட்டிருக்கிறேன். இது மற்றவர்களைப் பொறுத்தவரையில் ஒரு நல்ல செய்தியல்ல என்பதை அறிவேன். ஆனால், என்னைப் பொறுத்தவரையில் இது ஒரு நல்ல செய்தி. ஏனென்றால், மக்கள் முதலில் உணவு உண்ட பிறகுதான் வேறு எதுவும் செய்யமுடியும். அவர்கள் நம்மைச் சார்ந்து, நம்முடன் ஒத்துழைப்பதற்கான வழிகளை ஆராய்ந்து பார்த்தால், உணவுச் சார்பு அற்புதமான ஒன்று!

என்று PL–480யைப் பற்றிப் பேசும்போது செனெட்டர் ஹ்யூபர்ட் ஹம்ஃப்ரே கூறினார்.[5]

இவர்கள் கூறியதைப் போலவே, கோதுமையைக் கொண்டு அமெரிக்கா நம்மை மிரட்டிய சம்பவத்தைப் பிறகு பார்ப்போம்.

இவ்வாறு அதிகரித்துக்கொண்டு போன இறக்குமதியால் ஏற்பட்ட பாதிப்புகள் என்ன? இறக்குமதியான கோதுமையின் குறைந்த விலை, நம் உள்நாட்டுக் கோதுமையின் விலையையும் பலவந்தமாகக் குறைத்தது. இதனால், இந்திய விவசாயிகளுக்குக் கட்டுப்படியாகாமல், ஆயிரக்கணக்கான ஏக்கரில் கோதுமை மற்றும் இதர உணவு தானியங்கள் விளைவிப்பதைக் கைவிட்டு விட்டுப் பணப் பயிர்களுக்கு மாறினார்கள். இதனால் உள்நாட்டு உணவு உற்பத்தி மேலும் குறைந்தது. குறைந்த விளைச்சலைக் காரணம் காட்டி, உணவு இறக்குமதி அதிகரிக்கப் பட்டது. அதன் விளைவாக மேலும் உற்பத்தி குறைந்தது. இப்படி ஒரு மீளமுடியாத சுழலில் இந்திய உணவு உற்பத்தி சிக்கிக்கொண்டது. திரும்பத் திரும்பச் சொல்லப்படும் ஒரு விஷயம் நாளடைவில் நிதர்சனமாக மாறுவதற்குச் சிறந்த உதாரணம் இது. உணவுப் பிரச்சினை அதிகமாக இல்லாத போதே உணவுப் பிரச்சினை இருப்பதாகச் செயற்கையாகப் புலம்பிய அதிகார வர்க்கத்தின் வாக்குப் பலித்த கதை இதுதான். ஆனால் வெளியில் சொல்லப்பட்ட காரணங்கள் என்ன? 'மக்கள் தொகை அதிகரிப்பு' மற்றும் 'பிற்போக்கான தொழில் நுட்பம்' ஆகியவைதான்![*6]

புதிதாகப் பிறந்த நிறுவனங்களும், அவற்றின் குறுக்கீடுகளும்

கம்யூனிசத்தைக் கட்டுப்படுத்தக் கிழக்கு ஐரோப்பாவில் கையாண்ட உத்தி விவசாய நாடுகளான ஆசிய, ஆப்பிரிக்க

நாடுகளில் அவ்வளவாக எடுபடாது; வேறுவகையான உத்தியைக் கையாள வேண்டும் என்று நன்றாகப் புரிந்து வைத்திருந்தது அமெரிக்கா. ஏற்கனவே உலக வேளாண்மையின் போக்கைப் பார்க்கும்போது, இந்தத் திட்டத்தை வடிவமைப்பது ஒன்றும் அத்தனை பெரிய வேலையாகத் தென்படவில்லை. இந்திய வேளாண்மையை முற்றிலுமாக அமெரிக்கமயமாக்கி விட்டால், அமெரிக்க விஞ்ஞானிகளின் ஆலோசனைகளை யும், அமெரிக்கத் தனியார் நிறுவனங்கள் உற்பத்தி செய்த ரசாயனங்கள், விவசாய இயந்திரங்கள் ஆகியவற்றையும் இந்தியா சார்ந்திருக்கும் நிலைமை வரும். உலகிலேயே சீனாவுக்கு அடுத்தபடியாக மிகப் பெரிய மக்கள்தொகையைக் கொண்ட நாடான இந்தியாவைத் தன் கைக்குள் போட்டுக் கொண்டு வர்த்தகத்தை வளர்த்துக்கொள்ள இதைவிடச் சிறந்த வழி வேறென்னவாக இருக்க முடியும்?

பசுமைப் புரட்சியை ஆப்பிரிக்க, ஆசிய நாடுகளுக்கு எடுத்துச்செல்லும் மாபெரும் திட்டத்தின் அடித்தளத்தை அமைப்பதில் மூன்று குழுக்கள் முனைந்து செயல்பட்டன. அவை, அமெரிக்க அரசாங்கம், தனியார் அமெரிக்க ஃபவுண்டேஷன்கள் மற்றும் உலக வங்கி. அமெரிக்காவின் ஃபோர்டு ஃபவுண்டேஷன், ராக்கஃபெல்லர் ஃபவுண்டேஷன் ஆகியவை மெக்ஸிகோ மற்றும் தென் அமெரிக்க நாடுகளில் ஏற்கனவே இந்தப் பணியில் ஈடுபட்டிருந்தன. 1953ஆம் ஆண்டு முதல் இந்திய வேளாண் ஆராய்ச்சியைத் திசைத்திருப்புவதில் ராக்கஃபெல்லர் ஃபவுண்டேஷன் தன்னை ஈடுபடுத்திக் கொண்டது. யு.எஸ்.ஏ.ஐ.டி. மற்றும் உலக வங்கி இந்தப் பணிகளுக்கு நிதியுதவி அளித்தன. பிறகு ஃபோர்டு ஃபவுண்டேஷனும் இதில் சேர்ந்துகொண்டது.[7]

1905இல் தொடங்கப்பட்ட இந்திய வேளாண் ஆராய்ச்சிக் கழகம் இதற்காக 1958ஆம் ஆண்டு மாற்றியமைக்கப்பட்டது. அதன் முதல் முதல்வராக ராக்கஃபெல்லர் ஃபவுண்டேஷ னின் ரால்ஃப் கம்மிங்க்ஸ் அமர்த்தப்பட்டார். இதோடு விட்டுவிடாமல், அமெரிக்க ஆராய்ச்சி நிறுவனங்களை இந்தியர்கள் சென்று பார்வையிட்டு வருவதற்கு நிதியையும் வழங்கியது ராக்கஃபெல்லர் ஃபவுண்டேஷன். 1956-70 கால கட்டத்தில், சுமார் 70 இந்தியத் தலைவர்கள் அமெரிக்கா சென்றுவர நிதி ஒதுக்கப்பட்டது. 110 விஞ்ஞானிகள் அமெரிக்கா வில் பயிற்சி பெற்றுத் திரும்பினார்கள். மேலும், 2,000 இந்திய வேளாண் பட்டதாரிகளை அமெரிக்காவுக்கு அழைத்து வேளாண் உயர்கல்வி கொடுத்துத் திருப்பியனுப்பியது

யு.எஸ்.ஏ.ஐ.டி. நிறுவனம். இப்படி அமெரிக்கப் பயணம் சென்று வந்தோரெல்லாம், நவீன வேளாண் ஆராய்ச்சி மையங்களால் கவர்ந்திழுக்கப்பட்டு, நவீன வேளாண்மையின் முழு ஆதரவாளராக மாறினர்![8]

ராக்கஃபெல்லர் ஃபவுண்டேஷன் தனது பணியைத் தொடங்குவதற்கு முன்பாகவே, சமுதாயத்தில் விநியோகச் சம உரிமையை நிலைநாட்ட வேண்டும் என்று பலதரப்பினராலும் எச்சரிக்கப்பட்டனர். ஆனால் அவர்கள் அதைப் பொருட்படுத்தவேயில்லை. மாறாக, அமெரிக்க வேளாண்மை வளர்ச்சிக் குழுவின் தலைவர் அர்தர் மோசஸ் கூறியதற்கிணங்க "சந்தையில் அதிரடியான போட்டி உணர்வை ஊக்குவிப்பதற்காக வேளாண் சமூகங்களில் செயல்பட்டுவரும் கூட்டுறவுச் சமூக அமைப்புகளைக் கலைத்துவிட வேண்டும்" என்பதுதான் அமெரிக்காவின் அனைத்து வேளாண் வளர்ச்சிப் பணிகளின் வெளிப்படையான நோக்கமாகவும் அணுகுமுறை யாகவும் இருந்தது.[9]

* மக்கள்தொகை அதிகரித்தது என்னவோ உண்மைதான். ஆனால், உணவுப் பற்றாக்குறைக்கான காரணங்களைப் பட்டியலிட்டால், இது முதல் மூன்று இடங்களில் இடம் பெறாது.

10

வீரிய விதைகளின் தொழில்நுட்பமும் வரலாறும்

ரசாயன உரங்கள், பூச்சிக்கொல்லிகள் மற்றும் இயந்திரங்களைப் பற்றி ஏற்கனவே பார்த்தோம். இப்போது பசுமைப் புரட்சிக்கு ஆதாரமான 'வீரிய' விதைகளின் தொழில்நுட்பத்துக்கும் வரலாற்றுக்கும் வருவோம்.

விதைகளைப் பற்றிய தாவரவியல் பாடம்

நாட்டு ரகம் (native / indigenous variety), கலப்பின ரகம், மேம்படுத்தப்பட்ட ரகம் (improved variety) – இப்படி விதைகளில் பல வகையான பெயர்களைக் கேட்டு வருகிறோம். அவை எவ்வாறு வேறுபடுகின்றன?

இயற்கையில் மகரந்தச் சேர்க்கை ரீதியாகத் தாவரங்களை மூன்று வகைகளாகப் பிரிக்கலாம். சில தாவரங்களில் ஆண் மற்றும் பெண் இனங்கள் தனித்தனியாக இருந்து, அவற்றின் பூக்களுக்கிடையே மகரந்தச் சேர்க்கை நடைபெறும். உதாரணம், பப்பாளி. சில தாவரங்களில் ஒரே செடியில் ஆண் மற்றும் பெண் பூக்கள் தனித்தனியாக இருந்து, அவற்றுக்கிடையே மகரந்தச்சேர்க்கை நடைபெறும். உதாரணம், பாகல். நமக்கு வேண்டிய நெல் மற்றும் கோதுமைப் பயிர்கள் மூன்றாம் வகையைச் சேர்ந்த தன்–மகரந்தச் சேர்க்கைத் (self-pollinated) தாவரங்கள். இவற்றில் ஒரே செடியில், ஒரே பூவில் ஆண் மற்றும் பெண் உறுப்புகள் (androecium, gynaecium) இருந்து, அவற்றுக்கிடையே மகரந்தச் சேர்க்கை நடைபெறும். இப்படி, இயற்கையில் தன்–மகரந்தச் சேர்க்கை,

தாவரங்களின் மரபணுவில் கலப்பின்மையையும் (genetic purity), அயல் – மகரந்தச் சேர்க்கை மரபணுவில் பல்வகைத் தன்மையையும் (genetic diversity) விளைவிக்கும். இவை இரண்டையுமே நம் விவசாயிகள் பல நூற்றாண்டுகளாகக் கையாண்டு வந்துள்ளனர். ஆனால், இயற்கையில் தன் – மகரந்தச் சேர்க்கை நடைபெறும் நெல்லிலிருந்து எப்படி ஒரு லட்சத்துக்கும் மேலான புதிய ரகங்களை நம் விவசாயிகள் ஏற்படுத்தினர் என்பதைப் பார்ப்போம்.

இரண்டு வெவ்வேறு செடிகளின் தன்மைகளை ஒரே செடியில் கொண்டுவர இரண்டு வழிகள் உள்ளன. நமக்குத் தேவையான தன்மைகளைக் கொண்ட ஒரு நெல் ரகச் செடி (1)இன் பூக்களிலிருந்து ஆண் உறுப்பை மட்டும் நீக்கிவிட்டு, பின்னர் நமக்குத் தேவையான தன்மைகளைக் கொண்ட மற்றொரு நெல் ரகச் செடி (2)இன் பூக்களிலிருந்து மகரந்தத்தைச் சேருமாறு செய்ய வேண்டும். மற்றொரு முறையில், இயற்கையிலேயே ஆண்–மலடான ரகத்தோடு மற்றொரு ரகத்தைச் சேர்த்தால், அந்த ஆண்–மலட்டுத்தன்மை, நமக்குத் தேவையான ரகத்துக்குள் வந்துவிடும். பிறகு இதை அயல்–மகரந்தச் சேர்க்கைக்குப் பயன்படுத்தலாம். இவ்வாறு செய்யும்போது, இயற்கையால் தீர்மானிக்கப்பட்ட செடி (1)இன் ஓங்கு பண்புகளும் (dominant characters) செடி (2)இன் ஓங்கு பண்புகளும் சேர்ந்து, நமக்குத் தேவையான பண்புகளை மட்டுமே கொண்ட செடி (3) உருவாகும். இவ்வாறு உருவாகும் விதைகளைக் கலப்பின விதைகள் (hybrid seeds) என்கின்றனர். இந்த விதைகளை மறுபடியும் விதைத்தால், இரண்டாம் தலைமுறை விதைகளில், இரண்டாம் நிலை ஒடுங்கு பண்புகள் (recessive characters) வெளிப்படலாம். அதனால்தான், முதல் தலைமுறைக் கலப்பின விதைகளை (first generation hybrid seeds) மறுபடியும் விதைத்தால் அதே தன்மை கொண்ட பயிர் விளையாது. விவசாயி, இத்தகைய கலப்பின விதைகளை விற்கும் நிறுவனங்களிடமிருந்து ஆண்டு தோறும் வாங்கி அவற்றையே சார்ந்திருக்க வேண்டிய நிலை ஏற்படுகின்றது.

ஆனால் இந்தக் கலப்பின விதைகளை மறுபடியும் மறுபடியும் விதைத்து, ஒவ்வொரு தலைமுறைப் பயிரிலும் சரியான முறையில் நமக்குத் தேவையான பண்புகளைக் கொண்ட பயிர்களின் விதைகளைத் தேர்ந்தெடுத்துச் சேகரிக்கலாம். ஆறாம் அல்லது ஏழாம் தலைமுறையிலும், அதற்குப் பின் வரும் எல்லாத் தலைமுறைகளிலும் அந்த விதைகளின் பண்பு ஒரே சீராக வெளிப்படும். அவை நமக்குத் தேவையான பண்புகளாக இருந்தால், அவற்றுக்குத் தனித்தன்மை வாய்ந்த

ஒரு பெயரைச் சூட்டித் தனியாகச் சேமித்து வைக்கத் தொடங்கலாம். இவற்றுக்கு மேம்படுத்தப்பட்ட ரகங்கள் (improved varieties) என்று பெயர்.

இந்த மேம்படுத்தப்பட்ட ரகங்களின் பண்புகள் மாறாமல், தரம் குறைந்து போகாமல் இருக்க, கலப்பற்ற தேர்வு (pureline selection) என்னும் முறையில் பராமரித்துச் சேமித்துவரலாம். இந்த முறையில், ஒவ்வொரு தலைமுறைப் பயிரிலிருந்தும் மிகச் சுத்தமான, தரமான பயிர்களின் விதைகளைச் சேகரிக்க வேண்டும்.

நாட்டு ரக விதைகள்

நம் நாட்டிலேயே இயற்கையாக விளைந்த சில நெல் ரகங்களைக் கொண்டு நம் விவசாயிகள் பல நூற்றாண்டுகளாக இத்தகைய தொழில்நுட்பத்தைக் கையாண்டு உருவாக்கியவை தான் நம் நாட்டு ரக விதைகள். ஒவ்வொரு ரகமும், அது விளையும் இடத்தின் தட்பவெப்ப நிலை, மண் வகை, தாக்கும் பூச்சிகள், நீர்வளம் போன்ற உள்ளூர்ச் சூழலுக்கு ஏற்ப உருவாக்கப்பட்டு, அதன் தனித்தன்மைகேற்பப் பெயரும் சூட்டப்பட்டது. உதாரணமாக, கடலோரப் பகுதிகளில் 'மடுவு முழுங்கி' போன்ற ரகங்கள் வெள்ளத்தில் சாயாமல் நீர் மட்டத்தைத் தாண்டி உயரமாக வளர்ந்து விளைச்சலைக் கொடுத்தன.

இந்தியப் பாரம்பரிய விதைகளின் தொகுப்பு

பசுமைப் புரட்சியின் கதை

இதன் கதிர்களைப் படகுகளில் சென்று அறுவடை செய்து, கயிற்றால் கட்டித் தண்ணீரில் போட்டு இழுத்துக்கொண்டு போவார்களாம். நெல்மணிகளும் சிந்தாமல் கரையேறுமாம். இதை நாகை மாவட்டத்து விவசாயிகளே கூறக் கேட்டிருக்கிறேன். வறண்ட நிலம், களர் நிலம் இப்படி எல்லா நிலங்களுக்கும் ஏற்ற ரகங்கள் உண்டு. இப்படி, நம் நாட்டில் கிட்டத்தட்ட 20,00,000 நெல் ரகங்கள் இருந்தன!*

சுதந்திர இந்தியாவின் அரசாங்கம், தனது விதைப் பண்ணைகளிலும் இத்தகைய தரமான, மேம்படுத்தப்பட்ட விதைகளைத்தான் உருவாக்கி விநியோகம் செய்துவந்தது. உதாரணத்திற்கு, ADT-27, CO-20 ஆகிய ரகங்கள், ஆடுதுறை மற்றும் கோவை மாநில வேளாண் ஆராய்ச்சி நிலையங்களில் உருவாக்கப்பட்ட மேம்படுத்தப்பட்ட ரகங்கள்.

கோதுமையில் 'வீரிய' கலப்பின ரகங்களின் தொடக்கம்

இரண்டாம் உலகப் போரின் சமயத்தில் ரசாயன (குறிப்பாக நைட்ரஜன்) உரத்தின் பயன்பாடு அதிகரித்ததன் விளைவாக, அமெரிக்காவில் உயரமான கோதுமைப் பயிர்கள் எல்லாம் அளவுக்கு அதிகமாகக் கதிர்விட்டன. மேற்பரப்பிலேயே உணவு கிடைத்தமையால் ஆழமாகச் செல்லாமல், பலமில்லாமல் மேலோட்டமாக வளர்ந்த இந்தப் பயிர்களின் வேர்கள், கதிர்களின் எடையைத் தாங்கும் சக்தியை இழந்தன. இதனால் பயிர்கள் சாய்ந்து விழுந்து நிலத்திலேயே அழுகின. அப்போது பயிரைக் குட்டையாக்கிவிட்டால் சாயாமல் இருக்குமே என்ற யோசனை விஞ்ஞானிகளுக்குத் தோன்றியது.

நார்மன் போர்லாக்

1949இல் செசில் சால்மன் என்ற அமெரிக்க உழவியலாளர் ஒருவர் ஜப்பானில் 'நோரின் 10' என்னும் குட்டை ரகக் கோதுமைப் பயிரைக் கண்டெடுத்தார். அமெரிக்கக் கோதுமைப் பயிர் ஆராய்ச்சியாளர்களுக்கு அதன் விதைகளை அனுப்பி வைத்தார். அச்சமயம், மெக்ஸிகோ நாட்டில் ராக்கஃபெல்லர் ஃபவுண்டேஷனின் வேளாண் திட்டத்தில் பணிபுரிந்துவந்த அமெரிக்க ஆராய்ச்சியாளர் நார்மன் போர்லாக்குக்கும் அவை அனுப்பிவைக்கப்பட்டன. இவற்றையும் வேறு சில கோதுமை ரகங்களையும் இணைத்து, தமக்குத் தேவையான பண்பு களைக் கொண்ட (லர்மா ரோஜோ 64, சியெட் செர்ரோஸ், சொனோரா 84, சூப்பர் எக்ஸ் போன்ற) குட்டை ரகங்களைக் கண்டுபிடித்தார் போர்லாக். ரசாயன உரங்களிட்டால் நன்றாகக் கதிர்விட்டு வளரும் பண்பு கொண்டிருந்தன இந்த ரகங்கள். இந்த விதைகளை 'வீரிய விதைகள்' அல்லது 'உயர்–விளைச்சல் ரகங்கள்' என்றழைத்தனர். இந்தக் குட்டைக் கோதுமை மூன்றே ஆண்டுகளில் விளைச்சலை மும்மடங்கு பெருக்கி, கோதுமை இறக்குமதி செய்யும் நாடாக இருந்த மெக்ஸிகோவை அதை ஏற்றுமதி செய்யும் நாடாக மாற்றியது.[1]

இப்படி அதிக ரசாயன உரமிட்ட பயிர்கள் அந்நிய நாட்டிலிருந்து வந்திறங்கியதாலும், நூற்றுக்கணக்கான ஏக்கர் களில் ஓரினப் பயிர் செய்ததாலும், உயிரணுக்கள் (ரசாயன உரத்திலுள்ள) உப்புச் சேர்ந்து உப்பிக்கொண்டதாலும், பயிர் களின் பச்சையம் அதிகரித்ததாலும் பல வகையான பூச்சித் தாக்குதலுக்கு ஆளாயின. 'உப்புத் தின்றவன் தண்ணீர் குடிப்பான்' என்பதுபோல அதிகமான நீர்ப் பாசனமும் தேவைப்பட்டது. சுருக்கமாகச் சொன்னால் இந்த 'வீரிய' விதைகள், ரசாயன உரம் – ரசாயனப் பூச்சிக்கொல்லி – நீர்ப் பாசனம் ஆகிய தொழில் நுட்பக் கூறுகள் இல்லாமல், சாதா சோதா விதை களாக மாறின; பெருத்த பயிரிழப்புக்கும் காரணமாயின!

பின்தொடர்ந்த நெல்

ராக்கஃபெல்லர் ஃபவுண்டேஷன் முதலில் இந்திய அரசாங்கத்தை அணுகி, தரமான ஆராய்ச்சிகளை மேற் கொண்டிருந்த மத்திய நெல் ஆராய்ச்சி நிலையத்தைத் (CRRI) தன்னிடம் ஒப்படைக்குமாறு கேட்டுக்கொண்டது. அப்போது அதன் இயக்குனராக இருந்த டாக்டர் ரிச்சாரியா 'நெல் ஆராய்ச்சியைத் தனியார் நிறுவனத்தின் கட்டுப்பாட்டுக்குக் கொடுப்பது, விஞ்ஞானிகளின் சுதந்திரத்தை இழப்பதற்கு வழிவகுக்கும். ஆகையால், இந்த அமைப்பு ஒரு சுதந்திர ஆராய்ச்சி மையமாகவே செயல்பட வேண்டும்!' என்று

அரசாங்கத்திடம் தன் கருத்தைத் தெரிவித்தார். அப்போதிருந்த அரசாங்கம், ரிச்சாரியாவின் வார்த்தையை மதித்து ராக்க ஃபெல்லர்களுக்குக் கைவிரித்துவிட்டது. அதற்குப் பிறகுதான், 1962இல் பிலிப்பீன்ஸ் மணிலாவில், 'சர்வதேச நெல் ஆராய்ச்சிக் கழகம் – ஐ.ஆர்.ஆர்.ஐ.' ஒன்றை நிறுவினர்.[2]

இந்த ஐ.ஆர்.ஆர்.ஐயின் இயக்குநரான அமெரிக்கர் ராபர்ட் சாண்ட்லர் தனது சுயசரிதையில் "அப்போது நான் ஒரு நெல் செடியை நேரில் கண்டதுகூட இல்லை!" என்று ஒப்புக் கொண்டுள்ளார். 'நெல் பயிர் செய்வதில் அனுபவமே இல்லாத, நெல் ரகங்களின் முளை ஊன்மம் (germplasm) ஒன்றும் கையில் இல்லாத நாடான அமெரிக்காவுக்கு, ஐ.ஆர்.ஆர்.ஐ. நிறுவுவதில் அப்படி என்ன அக்கறை?' என்கிற கேள்விக்கான விடை (ஆசிய அரசியல் – பொருளாதாரத்தைத் தனது கட்டுப்பாட்டுக் குள் கொண்டுவர வேண்டும் எனும் நோக்கம்) முன்பே விரிவாக எழுதப்பட்டுள்ளது.

கோதுமைப் பயிரில் செய்ததுபோலவே, நெல் பயிரையும் குட்டையாகவும், ரசாயன உரத்துக்கு இசைவாகவும் உருவாக்கி விட்டால், ரசாயன உரத்தை அள்ளிக் கொட்டி விளைச்சலைப் பெருக்கலாமே! இதுதான் இந்த நிறுவனத்தின் ஒரே வெளிப்படையான குறிக்கோளாக இருந்தது. மறைமுகமான வேறொரு குறிக்கோளும் இந்த நிறுவனத்துக்கு உண்டு. முந்தைய கட்டுரைகளில் பார்த்ததுபோல, அமெரிக்க உர–பூச்சிக் கொல்லிகளுக்கும், அவற்றின் தொழில்நுட்பங்களுக்கும் ஆசிய நாடுகளில் ஒரு மாபெரும் சந்தையை ஏற்படுத்திக்கொள்வது தான் அது. இதில் பிரம்மாண்டமான பாசன வசதிகளும் அடங்கும். மேலும், இந்தப் புதிய விதைகளைக் கலப்பின விதைகளாகவும் வெளியிட்டால், பிறகு விதைகளுக்கான சந்தையும் உருவாகுமே! ஒரே கல்லில் எத்தனை மாங்காய்கள்!

இந்தக் கட்டத்தில் ரிச்சாரியா முக்கியமான எச்சரிக்கையை விடுத்தார். "நாமே ஒரு பொக்கிஷத்தைக் கையில் வைத்துக் கொண்டு, அந்நிய ரகங்களை இங்கு எதற்காகக் கொண்டுவர வேண்டும்? இப்படி முன்னெச்சரிக்கையின்றி டன் கணக்கில் அந்நிய விதைகளை நாட்டிற்குள் இறக்குமதி செய்தால், கூடவே அடக்க முடியாத பூச்சி – நோய்ப் பிரச்சினையையும் விலை கொடுத்து வாங்குவது போன்றதாகிவிடும்!" எனக் கூறி ஐ.ஆர்.ஆர்.ஐ. விதைகளை இந்தியாவிற்குள் கொண்டுவருவதைத் தீவிரமாக எதிர்த்தார்.[3***]

○

* டாக்டர் ரிச்சாரியா, மத்தியப் பிரதேச மாநிலத்தின் ஒரு பகுதியிலிருந்து மட்டும் 17,000 நாட்டு ரகங்களைச் சேகரித்தார். 2,00,000 என்ற இந்த எண்ணிக்கை அவருடைய கணிப்பாகும்.

** இரசாயன நைட்ரஜன் உரங்கள், தாவரங்களின் பச்சையத்தைச் செயற்கையாக அதிகப்படுத்தி, அதனால் ஒளிச்சேர்க்கையைத் தீவிரமாக்கித் தானியங்களைப் பெருக்கின. இதனால்தான், 'பசுமைப் புரட்சி' என்ற பெயரை வில்லியம் காட் 1968இல் சூட்டினார்.

*** அந்நிய மரபணுப் பொருட்களை இந்தியாவிற்குள் கொண்டுவருவதில் அத்தனை உடன்பாடு இல்லாமல் இருந்தாலும், ஒரு சில ரகங்களை மட்டும் உபயோகித்து, பல ஆண்டுகள் அவற்றைத் தீவிரமாகக் கண்காணித்து, எச்சரிக்கையுடன் ஆராய்ச்சிகள் மேற்கொள்வதில் ரிச்சாரியாவுக்கு ஆட்சேபணை இருக்கவில்லை.

11

'பசுமைப் புரட்சி' இந்தியாவில் அரங்கேறிய கதை

இதுவரை நாம் பார்த்த அரசியல், அறிவியல், பொருளாதாரப் பின்னணிக்குப் பிறகு பசுமைப் புரட்சி இந்தியாவிற்குள் நுழைந்த கடைசிக் கட்டத்துக்கு வந்து விட்டோம். 'இந்திய விஞ்ஞானிகள், பொருளியலாளர்கள், அரசியல்வாதிகள் ஆகிய அனைவரின் ஆசியையும் பெற்று, பசுமைப் புரட்சி வெகு சுலபமாக இந்தியாவில் அரங்கேறியது!' என்கிற பரவலான கருத்தில் எத்தனை உண்மை இருக்கிறது? இந்தக் கேள்விக்கு விடையளிப்பதற்குத் தேவையான பல முக்கியமான தகவல்களை சி. சுப்பிரமணியம் (சி.எஸ்.), தனது சுயசரிதையின் மூன்றாம் பாகமான 'Hand of Destiny' எனும் நூலில் விவரித்திருக்கிறார்.[1]

சி. சிப்பிரமணியம் (சி.எஸ்.)

சி.எஸ்ஸின் புதிய வேளாண் திட்டத்தின் அடிப்படை

1965இல் சி.எஸ். வேளாண் அமைச்சராகப் பொறுப் பேற்றார். இந்திய வேளாண் துறையையும் வேளாண்

ஆராய்ச்சியையும் அடிப்படையாக மாற்றியமைக்க வேண்டும் என்ற தனது கனவை நனவாக்கும் திட்டத்தை அரசாங்கத் திடம் முன்வைத்தார்.

"நம் விவசாயிகள் இரண்டாயிரம் ஆண்டுகளாக விவசாயம் செய்துவருகிறார்கள் என்றும், அதனால் அவர்களுக்குத் தெரியாதது இந்த உலகில் எதுவுமில்லை என்றும், விஞ்ஞானப் பூர்வமான வேளாண்மை விபரீதத்தில் முடியும் ஆர்வக் கோளாறு என்றும் சிலர் கூறுகின்றனர். நம் விவசாயிகள் பாரம்பரிய வேளாண்மையைப் பற்றி எல்லாம் தெரிந்தவர்கள் என்பதில் ஏதும் சந்தேகமில்லை. ஆனால் நவீன வேளாண்மை யைப்பற்றி நமக்கு ஒன்றும் தெரியாது... ஆகையால், நாம் பாரம்பரிய வேளாண்மையை மட்டும் நம்பிக்கொண்டு இருக்கப்போவதில்லை என்பதுதான் நமது கொள்கை அளவிலான முடிவு. நவீன விஞ்ஞானம் மற்றும் தொழில் நுட்பத்தை அடிப்படையாகக்கொண்டு, நவீன இடுபொருட் களையும் உபயோகித்து, நவீன வேளாண்மையை அறிமுகப் படுத்தப் போகிறோம்!"

என்று சி.எஸ். அறிவித்தார்.

இந்த வாக்கியங்கள், சி.எஸ்ஸுக்கு நவீனத் தொழில் நுட்பத்தின் மீது இருக்கும் ஒருவிதக் கண்மூடித்தனமான நம்பிக்கையைக் காட்டுகின்றன. இல்லையென்றால், 'பாரம்பரியத் தொழில்நுட்பத்தைக் கையாண்டு நமது உணவுப் பிரச்சினை யைத் தீர்க்க முடியும்' என்கிற பரவலான கருத்தையும், 'நவீன வேளாண்மை விபரீதத்தில் முடியும்' என்கிற எச்சரிக்கையை யும் தீர விசாரித்துத் தனது சொந்த முடிவுகளைப் பற்றி எழுதியிருப்பார். அவ்வாறல்லாமல், பசுமைப் புரட்சியைப் பற்றிய அவரது 150 – பக்க நூலில், 'பாரம்பரிய இயற்கை வேளாண்மை நமக்கு ஏன் சோறு போடாது?' என்கிற கேள்விக்கு ஒரு சில வரிகளில் பதிலளித்துவிட்டு அந்தத் தலைப்பை ஒரேயடியாக மூடிவைத்திருக்கிறாரே!

"இயற்கை உரங்களில் 1–3% நைட்ரஜன் மட்டுமே உள்ளது. ஒரு ஹெக்டேருக்கு 60 கிலோ நைட்ரஜன் தேவையென்றால், டன் கணக்கில் உரங்கள் தேவைப்படுமே! அத்தனை உரம் நம்மிடம் இல்லை. இருந்தாலும், அத்தனை உரத்தைக் கொண்டு நிலத்தில் கொட்டினால் பயிரே மூழ்கிவிடுமே! ஆகையால், ...ரசாயன உரத்திற்கு மாற்றே கிடையாது!"

என்பது அவருடைய வாதம்.[2] காற்று மண்டலத்தில் இருக்கும் 70% நைட்ரஜனைத் தாவரங்களுக்குத் தேவையான வடிவத் துக்கு மாற்றித்தரும் வேலைக்கு நுண்ணுயிர்களே பொறுப்பேற்றுக்

கொள்ளும்போது, நாம் ஏன் இத்தனை கணக்குகளைப் போட்டு மண்டையைக் குழப்பிக்கொள்ள வேண்டும்? டன் கணக்கில் (நைட்ரஜன் கொண்ட) எருவை நிலத்தில் கொண்டு கொட்டு வதற்குப் பதிலாக, பயிர்ச் சுழற்சி, மூடாக்கு, உயிர் உரங்கள் போன்றவற்றைப் பரவலாக உபயோகித்த நமது விவசாயியின் அருமை பெருமையைப் பற்றி அறுபதே ஆண்டுகளுக்கு முன்னர் வோல்கர் விரிவாக எழுதிவிட்டுச் சென்ற அறிக்கையை அக்கறையுடன் படித்திருந்தால் அவருக்குப் புரிந்திருக்கும்!

இந்தக் கண்மூடித்தனமான நம்பிக்கை ஒரு பக்கம் இருந்தாலும், இன்னொரு பக்கம் அவர் மிகுந்த சிரத்தையுடன் உணவுப் பெருக்கத்திற்கான நடவடிக்கைகளையும் எடுத்து வந்தார் என்பதையும் நாம் குறித்துக்கொள்ள வேண்டும். தன் வீட்டிலேயே ஒரு பெரிய காய்கறித் தோட்டம் அமைத்திருந் தார். மற்ற அமைச்சர்களையும் தங்கள் வீடுகளில் காய்கறித் தோட்டங்கள் அமைக்க ஊக்குவித்தார். பல கிணறுகளைத் தோண்டி நீர்வளம் பெருகுவதற்கான சில நடவடிக்கைகளை யும் மேற்கொண்டார்.

புதிய வேளாண் திட்டத்திற்கு எதிர்ப்பு

சி.எஸ். தீட்டிய திட்டம் பெரும்பான்மையினரின் நம்பிக்கையைப் பெறவில்லை. கம்யூனிஸ்ட் கட்சியினர், சி.எஸ். அமெரிக்கர்களின் பேச்சைக் கேட்டுக்கொண்டு அவர்கள் சொல்லுக்கெல்லாம் ஆடிக்கொண்டிருப்பதாகக் குற்றம் சாட்டினர்.

> “முதலில் நம் நாட்டின் உணவு இறக்குமதியைப் பற்றிச் சரியாகப் புரிந்துகொள்ள வேண்டும். நமது 8.7 கோடி டன் உணவு தானியத் தேவையில் வெறும் 60–70 லட்சம் டன் (அதாவது 7%) மட்டுமே குறைவாக உள்ளது. அதைச் சரிக்கட்டக் கோதுமை விவசாயிகளுக்கு நல்ல விலை கிடைக்கச் செய்து, உற்பத்தியைச் சிறிதளவு பெருக்கி, சரி சமமாக விநியோகம் செய்தாலே போதுமானது!”

என்று திட்ட அமைச்சர் பலி ராம் பகத் கூறினார்.[3]

காங்கிரஸில் இருந்த இடதுசாரியினரும் பல சட்டமன்ற உறுப்பினர்களும் இத்திட்டத்தை எதிர்த்தனர்.

> “நம் நாட்டின் உணவுப் பிரச்சினை மிகைப்படுத்தப்பட்டுள்ளது!”

என்று கூறி அப்போதைய நிதி அமைச்சர் டி.டி. கிருஷ்ண மாச்சாரி, ரசாயன உரத்தின் இறக்குமதிக்கு நிதி கொடுக்க மறுத்துவிட்டார்.[4]

"நம் நாட்டிற்குள் உணவு தானியங்களின் போக்குவரத்துக்கு விதிக்கப்பட்டிருக்கும் கட்டுப்பாடுகளை நீக்கிவிட்டாலே, பற்றாக்குறையைச் சரிக்கட்டுவதற்குத் தேவையான உணவு நம்மிடமே உள்ளது என்கிற உண்மை தெரியும்!"

என்று அப்போது நாடாளுமன்ற உறுப்பினராக இருந்த அடல் பிஹாரி வாஜ்பேயி கூறினார்.[5]

அதிமுக்கியமாக, இந்திய அரசாங்கத்தின் திட்டக் கமிஷன் இந்தத் திட்டத்தை ஏற்க மறுத்தது. 'நேருவின் கொள்கையின்படி, கிராமப் பஞ்சாயத்துகள், சமூக மேம்பாட்டு அமைப்புகள் மற்றும் கூட்டுறவுச் சங்கங்களின் மூலமாகத்தான் வேளாண்மையை மேம்படுத்தும் பணியை மேற்கொள்ள வேண்டும்' என்று ஆணித் தரமாக நம்பி அதன் உறுப்பினர்கள் வாதாடி வந்தனர்.[6]

இத்தனை எதிர்ப்புகளையும் சமாளிப்பதற்காக, விஞ்ஞானிகள், வேளாண் பொருளியலாளர்கள், வேளாண் துறை அதிகாரிகள் ஆகியோர் கொண்ட மூன்று தனித்தனிக் குழுக்களை நியமித்து, அவர்களின் கருத்துகளையும் சேகரித்தார் சி.எஸ். இவர்களுள் பொருளியலாளர்களுள் ஒரு தரப்பினர் இத்திட்டத்தை எதிர்த்துவந்தனர்; மறு தரப்பினர் இது நாட்டின் பொருளாதாரத்திற்கு நல்லதா என்று தீர்மானிக்க சமயம் கேட்டு, தீர ஆராய்ந்த பின்னரே ஒரு முடிவுக்கு வர முடியும் என்றனர்; ஒரு சிலர் மட்டுமே ஆமோதித்தனர். நிலச் சீர்திருத்தம் சரியாகச் செய்யப்படாத நிலையில் இந்தத் தொழில்நுட்பத்தைப் புகுத்தினால் பணக்கார விவசாயிகள் மட்டுமே பயனடைந்து மேலும் பணக்காரர்களாக வழிவகுக்கும் என்று சமூகவியலாளர்கள் எச்சரித்தனர். அமைச்சரவையிலும் பலர் இதை எதிர்த்தனர். பத்திரிகைகள் இத்திட்டத்தை விமர்சித்தன. ஏன், அதுவரை பிரதமராக இருந்த லால் பஹதூர் சாஸ்திரி கூட சி.எஸ்.ஐ எச்சரித்தார்.

மூத்த விஞ்ஞானிகள் சி.எஸ்.இன் புதிய வேளாண் திட்டத்தைத் தீவிரமாக எதிர்த்தனர். "புதிய வெளிநாட்டு ரகங்களை நாட்டிற்குள் கொண்டுவந்து விவசாய நிலங்களில் பரப்பினால், அதுவரை அறிந்திராத நோய்களும் பூச்சிகளும் சேர்ந்து வந்திறங்கும் மிகப் பெரிய அபாயம் உள்ளது" என்று எச்சரித்தனர். "இந்தியாவிலேயே குறுகிய கால அறுவடை, பூச்சி-நோய் எதிர்ப்பு மற்றும் அதிக விளைச்சல் போன்ற தன்மைகளைக் கொண்ட ரகங்களை நம்முடைய விஞ்ஞானிகள் உருவாக்கிக்கொண்டிருக்கிறார்கள். சற்றுக் காத்திருந்தால், அவையே நமக்குக் கிடைக்கும்" என்றனர். வெளிநாடு சென்று மூளைச்சலவையாகித் திரும்பியிருந்த இளைய தலைமுறை

விஞ்ஞானிகள் மட்டுமே இத்திட்டத்தை வரவேற்றனர்.[7]

விதைகளின் அறிமுகம்

1963ஆம் ஆண்டு, நார்மன் போர்லாக், தான் உருவாக்கி யிருந்த புதிய குட்டை ரகக் கோதுமை விதைகளை இந்தியா வில் சோதித்துப் பார்ப்பதற்காக அனுப்பிவைத்தார். 1965இல் லெர்மா ரோஜோ மற்றும் சொனோரா 64 ஆகிய கோதுமை ரகங்கள் 200 டன் மெக்ஸிகோ நாட்டிலிருந்து இந்தியாவுக்குள் கொண்டுவரப்பட்டன. ஆனால், இந்த ரகங்கள் சிவப்பாகவும் எளிதில் வேகாதவையாகவும் இருந்தமையால், இந்திய உணவுக்கு ஏற்றாற்போல நிறம் மற்றும் வேகும் தன்மையையும் மாற்றியமைக்க முன்வந்தார், ஐ.ஏ.ஆர்.ஐ.யில் அப்போது விஞ்ஞானியாகப் பணிபுரிந்த எம்.எஸ். சுவாமிநாதன்.

மணிலாவில் அமைந்த ஐ.ஆர்.ஆர்.ஐ.யிலிருந்து பன்னிரண்டு நெல் ரகங்கள் இந்திய விஞ்ஞானிகளுக்கு ஆராய்ச்சிக்காகக் கொடுக்கப்பட்டன. 1965இல் தாய்சுங் நேட்டிவ்–1 (TN–1) விதை களைக் கொண்டுவந்து, 1966க்குள் 3 லட்சம் ஹெக்டேர்களுக்கான விதைகளை உற்பத்தி செய்தனர்.

எனது சொந்த மாநிலமான தமிழ்நாட்டில் ஒரு பெரிய சர்ச்சை எழும்பியது. விஞ்ஞானிகள் ஏடி.டி–27 (ADT–27) என்கிற ஒரு புதிய மேம்படுத்தப்பட்ட ரக நெல்லை உருவாக்கி யிருந்தனர். அது, TN–1 போன்ற அந்நிய ரகங்களைப்

இந்திய வேளாண் விஞ்ஞானிகளும் போர்லாக்கும்

போன்று சிறப்பான விளைச்சலைக் கொடுத்தது. தமிழ் நாட்டைப் பொறுத்தவரையில் ADT–27ஐப் புதிய ரகங்களை உற்பத்தி செய்வதற்கான மூல ரகமாக ஏற்கத் தயாராக இருந்தேன். ஆனால், மற்ற இடங்களுக்கு இறக்குமதியாகும் அந்நிய ரகங்களையே உபயோகிக்க வேண்டும் என்று நினைத்தேன்

என்று பதிவு செய்துள்ளார் சி.எஸ்.[8]

பத்து கிலோ ரசாயன உரமிடும் வரை பாரம்பரிய ரகங்கள்தான் அதிக விளைச்சலைக் கொடுத்தன. ஆனால், அதற்கும் அதிகமாக உரமிட்டதில் உயரமான ரகங்கள் கதிர்களின் எடை தாங்காமல் சாய்ந்து விளைச்சல் குறைந்தது. இங்கு மட்டும்தான் குட்டை ரகங்கள் நிமிர்ந்து நின்று விளைச்சலைக் கொடுத்தன என்றும் அவரே எழுதியிருக்கிறார்.[9]

கம்மிங்க்ஸின் அவசரம்

சி.எஸ். அமைச்சராகப் பொறுப்பேற்று ஓராண்டுக் காலமாக எல்லாத் தரப்பினரின் எதிர்ப்புகளையும் சந்தித்துக் களைத்துப் போனார். அதற்குள் ராக்கஃபெல்லரின் தலைவரான ரால்ஃப் கம்மிங்க்ஸ், "வீரிய விதைகளை உங்கள் சோதனைக்காக அனுப்பி வைத்து இரண்டாண்டுகள் ஆகப்போகிறது. இன்னும் விவசாயிகளுக்குக் கொண்டு செல்லாமல் விஞ்ஞானிகளே வைத்துக் கொண்டிருக்கிறீர்களே!" என்று குடையத் தொடங்கினார். (அன்றைய பஞ்சாப் வேளாண் பல்கலைக்கழகத்தின் விஞ்ஞானிகள், விவசாயிகளின் நிலங்களில் விதைகளைப் பரிசோதனை செய்து பார்க்க மனமில்லாமல் தாங்களே வைத்துக்கொண்டிருந்தனர்.) கம்மிங்க்ஸின் அவசரத்துக்கு சி.எஸ். பணிந்தார். "அலை ஓய்ந்த பிறகுதான் கடலில் குளிப்பேன் என்பதெல்லாம் வேலைக்கு ஆகாது! அலைகளை எதிர்த்துத்தான் இறங்க வேண்டும்" என்று சொன்ன அவர், எப்படியாவது இப்புதிய திட்டத்தை அறிமுகப்படுத்துவது என்பதில் தீர்மானமாக இருந்தார்.[10]

வறட்சியும் உணவுப் பற்றாக்குறையும்

இதற்கிடையில், உணவுப் பற்றாக்குறையின் காரணமாக PL–480யின் மூலம் கோதுமை இறக்குமதியாகிக் கொண்டிருந்தது. 1965–66இல் வறட்சியின் காரணமாக இந்திய உணவு உற்பத்தி மேலும் சரிந்தது. அந்த ஆண்டு சி.எஸ். வாஷிங்க்டன் சென்று, அமெரிக்க வேளாண் செயலாளர் ஓர்வில் ஃப்ரீமன்னைச் சந்தித்து உணவு உதவி கேட்டார். அப்போது ஜனாதிபதியாக இருந்த லின்டன் ஜான்ஸன், அதுவரை நடைமுறையிலிருந்த

ஓராண்டிற்கான உணவு உதவி ஒப்பந்தத்தை நிறுத்திவிட்டு, மாதாமாதம் அனுப்புமாறு மாற்றினார். ஒவ்வொரு மாதமும் அமெரிக்க நிர்ப்பந்தங்களுக்கு இணங்கினால்தான் உணவு தரப்படும் என்பதுதான் இந்தப் புதிய ஏற்பாடு. (அன்று கம்யூனிஸ்ட் கட்சியினர் எதிர்பார்த்து எச்சரித்தது உண்மை யானது!) இந்தியா பசுமைப் புரட்சித் திட்டத்தை ஏற்க வேண்டும் என்பதுதான் அவரது நிபந்தனை! மேலும், நமது கரன்ஸியின் மதிப்பைக் குறைத்து, தனியார் முதலீட்டுக்கு இருந்த தடை களையும் நீக்குமாறு நிர்ப்பந்தங்கள் போடப்பட்டன.[11]

இந்திரா காந்தியின் உற்சாகம்

ஜனவரி 1966இல் லால் பகதூர் சாஸ்திரியின் இறப்புக்குப் பின்னர் பிரதம மந்திரியாகப் பொறுப்பேற்ற இந்திரா காந்தி, சி.எஸ்ஸின் திட்டத்தை முழுமையாக ஆதரித்தார். அத்திட்டத்தை அறிமுகப்படுத்தத் தேவையானவற்றைச் செய்ய அவர் உற்சாக மாக முன்வந்தார். அவர் செய்த முதல் வேலை, சி.எஸ்ஸைத் திட்டக் கமிஷனுக்குள் புகுத்தியது. அதன் விளைவாக, விரைவில் அதனுள் இருந்த எதிர்ப்பு அடங்கியது. பிறகு, சி.எஸ். வேளாண் அமைச்சரகத்தை மாற்றியமைத்தார். மூன்று செயலாளர் பதவிகளை நீக்கிவிட்டு ஒரே பதவியாக மாற்றினார். அதில் ஒரிஸாவில் தலைமைச் செயலாளராகப் பணியாற்றி, நவீன வேளாண்மையைத் தீவிரமாகச் செயல்படுத்திக்கொண்டிருந்த

இந்திரா காந்தியுடன் சி.எஸ்.

பி. சிவராமன் என்பவரை அமர்த்துமாறு ஃபோர்டு ஃபவுண்டேஷன் பரிந்துரைத்தது. அப்படியே செய்தார். இப்படியாக, வேளாண் முன்னேற்றத்தைக் கட்டுப்படுத்தும் மொத்த அமைப்பும் ஒரே ஒரு அதிகாரியின் கீழ் கொண்டு வரப்பட்டது.[12]

இவை நிர்வாக அமைப்பில் மேற்கொள்ளப்பட்ட அடிப்படையான மாற்றங்கள். இவற்றைச் செய்திருக்காவிட்டால் பசுமைப் புரட்சியை அறிமுகப்படுத்தியிருக்கவே முடிந்திருக்காது! என்று சி.எஸ். தனது சுயசரிதையில் ஒப்புக்கொண்டுள்ளார். ஆகஸ்டு 1966இல் புதிய வேளாண் கொள்கைக்கான முன் வரைவு தயாரிக்கப்பட்டது. அந்தச் சமயம், புதிய நிதி அமைச்சராகப் பொறுப்பேற்றவரும் இந்தத் திட்டத்திற்கு முழு ஒத்துழைப்புக் கொடுத்தார்.[13]

ஜான் பி. லூயி என்பவர் அப்போது அமெரிக்க ஜனாதிபதியின் ஆலோசகராகப் பணிபுரிந்தவர். அவர் எழுதிய 'இந்தியாவின் அரசியல் பொருளாதாரம்' என்னும் நூலில், 'பசுமைப் புரட்சி' இந்தியாவில் ரகசியமாக அறிமுகப்படுத்தப்பட்டதைப் பற்றித் தான் அமெரிக்க நிர்வாகத்துக்கு எழுதிய கடிதம் ஒன்றை அச்சிட்டுள்ளார்.

"விளைவு நமக்கு இன்னும் சாதகமானது. ஏனென்றால் இந்தத் திட்டத்தில் நமது பங்கு அத்தனை வெளிப்படையானதல்ல; சொல்லப்போனால், இந்திய அமைச்சரவையில் பெரும்பாலானோருக்கு இது என்னவென்று முழுமையாகத் தெரியாது!"

என்று எழுதியுள்ளார்.[14]

'பசுமைப் புரட்சி' விவசாய நிலங்களுக்கு எவ்வாறு கொண்டு செல்லப்பட்டது என்பதும் ஒரு சுவாரசியமான கதை. முதலில், பெரும்பாலான விவசாயிகள் ரசாயன உரங்களை ஒரு சந்தேகப் பார்வையோடுதான் பார்த்தார்கள். அவர்களின் உள்ளுணர்வு கலப்பின விதைகளையும் ரசாயன உரங்களையும் எளிதில் ஏற்க மறுத்தது. அந்த சமயத்தில், 'பசுமைப் புரட்சி'யினர் வேளாண் பட்டதாரிகளின் படையைக் கொண்டு ஒரு வேலையைச் செய்தனர். இரவோடு இரவாக விவசாய நிலங்களில் யூரியா உப்பை ரகசியமாகத் தூவிவிட்டு வந்துவிடுவார்களாம். சில நாட்களில் அந்தப் பயிர்களின் பச்சையம் மாயமாக அதிகரித்து, அவை பச்சைப் பசேலென்று காட்சியளிக்குமாம். அப்போது, உரத்தைத் தூவியவர்கள் விவசாயிகளிடம் வந்து 'நாங்கள்தான் யூரியாவை உங்கள் பண்ணையில் தூவினோம். பார்த்தீர்களா, உங்கள் பயிர்கள்

இப்போது எத்தனை அழகாகவும் ஆரோக்கியமாகவும் காட்சி யளிக்கிறதென்று?' என்று கூறி, விவசாயிகளைப் படிப்படியாக மூளைச்சலவை செய்தனர். இந்தக் கதையை (இப்போது ஓய்வு பெற்றிருக்கும்) அன்றைய வேளாண் பட்டதாரிகள் பலபேர் சொல்லக் கேட்டிருக்கிறேன். முதலில் ரசாயன உரங்களுக்கு மானியங்களை இலவசமாக அள்ளி வழங்கி, விவசாயி அதற்கு அடிமையானதும் படிப்படியாக விலையை ஏற்றினார்கள்.

தீவிரமான மேம்பாட்டுத் திட்டம் / ஐந்தாண்டுத் திட்டமும் நிதியுதவியும்

1952இல் ஃபோர்டு ஃபவுண்டேஷன், சமூகத் திட்டத்தை 1,500 கிராமங்களில் தொடக்கி வைத்திருந்தது. இத்திட்டத்தின் மூலம் கிராமவாசிகளின் உழைப்பைக் கொண்டு உணவு உற்பத்தியைப் பெருக்கி, நிலச் சீர்திருத்தம் செய்து, கிராமக் கூட்டுறவு சங்கங்களைப் பலப்படுத்தி அவற்றின் மூலம் பல பணிகள் மேற்கொள்ளப்பட்டிருந்தன. ஆனால், 1960–61இல் இந்தத் திட்டத்தை நிறுத்திவிட்டு, தீவிர வேளாண்மை மேம்பாட்டுத் திட்டத்தைத் (Intensive Agricultural Development Programme – IADP) தொடங்கியது இந்த நிறுவனம். பின்தங்கிய மாவட்டங்களுக்கு வளமூட்ட வேண்டும் என்னும் நேருவின் கனவுக்கு நேர் எதிராக, ஒவ்வொரு மாநிலத்திலும் ஏற்கனவே மிக வளமான மற்றும் நீர்வளம் அதிகம் பெற்ற மாவட்டத்தைத் தேர்ந்தெடுத்தனர். கலப்பின விதைகள், ரசாயன உரம், ரசாயனப் பூச்சிக்கொல்லிகள் ஆகியவை அடங்கிய பல சேவை களை அங்கே கொண்டுசெல்லத் தொடங்கினர்.[15]

இந்தத் தீவிர அணுகுமுறை ஐந்தே ஆண்டுகளில் மத்திய அரசாங்கத்தின் அங்கீகாரத்துடன் நான்காம் ஐந்தாண்டுத் திட்டமாக (1966–71) உருவெடுத்தது. மண் மற்றும் நீர் வளங் களை அதிகமாகக் கொண்ட நிலங்களில், புதிய கலப்பின விதைகளை விதைத்து, ரசாயன இடுபொருட்களைப் பயன் படுத்திப் பெரிய மகசூலை அள்ள வேண்டும் என்பதே இந்தத் திட்டம். மூன்றாவது ஐந்தாண்டுத் திட்டத்தின் மொத்த பட்ஜெட்டைவிட ஆறு மடங்கு அதிகமாக 1,114 கோடி ரூபாய் வேளாண்மைக்கு ஒதுக்கிவைக்கப்பட்டது. இந்தத் தொகை முக்கியமாக விதைகள், ரசாயன உரங்கள், பூச்சிக்கொல்லிகள் ஆகியவற்றை இறக்குமதி செய்வதற்காக ஒதுக்கப்பட்டது. உலக வங்கியும், யு.எஸ்.ஏ.ஐ.டி.யும் அதிகச் செலவாகும் பசுமைப் புரட்சியை அமல்படுத்துவதற்காகக் கடனுதவி வழங்கின. இந்திய உரத் தொழில்துறையில் அந்நிய முதலீடு வருவதற் கான சாதகமான சூழலை உருவாக்குவது, தாராளமாக

இறக்குமதி செய்வது, உள்நாட்டில் கட்டுப்பாடுகளைத் தளர்த்துவது ஆகியவற்றை அமல்படுத்தவும் இந்த இரு அமைப்புகளும் நெருக்கடி கொடுத்தன. இந்தியக் கரன்ஸியின் மதிப்பை 37 சதவிகிதம் பலவந்தமாகக் குறைக்க வைத்தன.[16]

கம்மிங்க்ஸின் உதவியுடன் அமெரிக்கப் பல்கலைக்கழகங்களைப் போலவே இந்திய வேளாண் பல்கலைக்கழகங்களும் மாற்றியமைக்கப்பட்டன. இதற்கு மட்டுமே பல கோடிகள் செலவிடப்பட்டன. இளம் வேளாண் பட்டதாரிகள், பசுமைப் புரட்சியின் புகழ் பாட வைக்கப்பட்டனர். புதிய விதைகளையும், இடுபொருட்களையும் விவசாயிகளுக்குக் கொண்டு செல்லும் பணியில் இளம் வேளாண் பட்டதாரிகள் இறக்கப்பட்டனர். முதலில், மிகக் குறைந்த விலையிலேயே விதைகளையும் மற்ற இடுபொருட்களையும் விற்பதற்காக அரசாங்கம் பல மானியங்களை அளித்தது.

உணவைச் சந்தைப்படுத்த ஒரு யோசனை!

1960களின் உணவுப் பற்றாக்குறையைப் பற்றி எப்போது குறிப்பிட்டாலும், அது 'உணவு உற்பத்தியில் பற்றாக்குறை' என்றே பரவலாகப் புரிந்துகொள்ளப்படுகிறது. ஆனால், சுதந்திர இந்தியாவில் உணவு உற்பத்தி படிப்படியாக அதிகமானது; இந்த உணவு, விவசாயிகள் மற்றும் விவசாயம் சம்பந்தப்பட்ட கிராமப்புறத் தொழிலாளர்களல்லாத, உணவுச் சந்தையை நம்பியிருந்த மற்றவர்களைச் சென்றடையவில்லை என்பது தான் உண்மை. 1957இல் வெளிவந்த உணவு தானிய விசாரணைக் குழு அறிக்கை இதை நன்றாக விளக்கியிருக்கிறது.

> "... திட்டங்கள் சிறப்பான முறையில் அமல்படுத்தப்பட்டு அதன் விளைவாக உற்பத்தியும் அதிகரித்தது. ஆனால் சந்தையில் விளைபொருள்களின் இருப்பை அதிகரிக்கச் செய்து அதன் மூலம் உணவுப் பிரச்சினையைத் தீர்க்க இந்த விளைச்சல் உதவவில்லை."

ஆக, உற்பத்தியைப் பெருக்குவது மட்டுமல்ல நம் அரசாங்கத்தின் பிரச்சினை. உற்பத்தியை நகர்ப்புறச் சந்தைக்கு எவ்வாறு கொண்டுசெல்வது என்பது அதைவிட மிகப் பெரிய கேள்வியாக இருந்தது. இந்தப் பிரச்சினைக்குத் தீர்வு, விவசாயியை உணவுச் சந்தையுடன் இணையச் செய்ய வேண்டும் என்பது தான். விவசாயி (இடுபொருட்களுக்காக) கடன் வாங்கி விவசாயம் செய்தால், அவர் தன் கடனை உடனடியாக அடைப்பதற்காக, தானே தக்கவைத்துக்கொள்ளும் அளவைக் குறைத்துக்கொண்டு,

ஒரு பெரும் பங்கைச் சந்தைக்கு விட்டுக்கொடுக்கும் கட்டாயத்தை ஏற்படுத்தலாம் என்ற யோசனை பிறந்தது.

ராக்கஃபெல்லர் மற்றும் ஃபோர்டு ஃபவுண்டேஷன்கள் நம் அரசாங்கத்தின் முன் வைத்த தீர்வு, 'ஏற்கனவே நல்ல வளமான நிலங்களில் இந்தப் பசுமைப் புரட்சித் திட்டத்தைப் புகுத்தினால், மிகையாக வரும் விளைச்சல் தானாகவே நகர்ப் புறங்களை வந்தடையும்' என்பதுதான். இப்படித்தான், இந்தப் பரிசோதனைக்குப் பஞ்சாப் – ஹரியானா பகுதிகள் முதலில் தேர்ந்தெடுக்கப்பட்டன.

இந்தியாவில் பசுமைப் புரட்சி, ஏதோ ஓராண்டில் செயற்படுத்தப்பட்டு முடிக்கப்பட்ட ஒரு திட்டமல்ல. அது 1967இல் தொடங்கி 1978வரை பல திட்டங்கள் மற்றும் முயற்சிகளின் தொகுப்பாகும்.

கோதுமையில் 'பசுமைப் புரட்சி'

மெக்ஸிகோவில் ராக்கஃபெல்லர் ஃபவுண்டேஷனின் சர்வதேசக் கோதுமை மற்றும் மக்காச் சோள ஆராய்ச்சி மையத்திலிருந்து (CIMMYT) இறக்குமதியான 18,000 டன் லெர்மா ரோஜோ 64–A, மற்றும் சொனோரா – 64 ஆகிய ரகங்களை 4 லட்சம் ஹெக்டேரில் பயிரிட்டுக் கோதுமையில் பசுமைப் புரட்சியைத் தொடக்கி வைத்தது இந்திய அரசு. ஆனால், இந்த ரகங்கள் ஆழ்ந்த சிகப்பு நிறமாக இருந்தமையால் அவற்றை இந்தியர்கள் ஏற்க மறுத்துவிட்டனர். பிறகு நிறம் மாற்றிப் புதிய ரகங்களை வெளியிட்டனர். இந்த விதைகளை ஏற்கனவே மண் வளமும், நீர் வளமும் அதிகமாக உள்ள பஞ்சாப் – ஹரியானா மாநிலங்களில் பரவலாகப் பயிர்செய்து உற்பத்தியை அதிகரிக்க வேண்டும் என்பதே இந்திய அரசாங்கத்தின் திட்டம். குட்டை ரகக் கோதுமை விதைகளை நிலத்தில் விதைத்து, தேவையான போதெல்லாம் நீர் கிடைக்குமாறு நீர்ப்பாசனத்தை அதிகரித்து, ரசாயன உரங்களை அள்ளிக் கொட்டி, பயிர்களைத் தாக்கிய பூச்சிகளையும் நோய்களையும் ஒழிக்க ரசாயனங்களைத் தெளித்து, பெரிய அளவுகளில் உழுது அறுவடை செய்ய இயந்திரங்களை உபயோகித்து, "நிலம் பாருங்கள் அள்ளிக் கொடுக்கிறது!" என்று பசுமைப் புரட்சியில் தங்கள் 'வெற்றியை'க் கொண்டாடினர்.

பஞ்சாப்பில் மட்டும் 1965–66இல் 33.89 லட்சம் டன்னாக இருந்த உணவு உற்பத்தி, 1985–86க்குள் 172.21 லட்சம் டன்னாக உயர்ந்தது. ஹரியானாவில் அதே சமயத்தில், 19.85 லட்சம் டன்னிலிருந்து, 81.47 லட்சம் டன்னாக உயர்ந்தது. பசுமைப்

இந்தியாவில் வந்திறங்கிய லெர்மா – ரோஜோ கோதுமை மூட்டைகள்

புரட்சியின் அனுகூலங்களை நன்றாக அனுபவித்த பெரிய விவசாயிகளின் உற்பத்தி சந்தைக்கு வந்தது![17]

பஞ்சாப் – ஹரியானாவில் நிகழ்ந்த கோதுமை உற்பத்தி அதிகரிப்புக்கு 'பக்ரா நங்கல்' அணை ஒரு முக்கியக் காரண மென்பதும் பரவலாக நம்பப்படும் ஒரு கருத்து. ஆனால், பலருக்கும் தெரியாத உண்மை என்னவென்றால், பக்ரா நங்கல் அணை 1954ஆம் ஆண்டே செயற்பாட்டுக்கு வந்துவிட்டது. 1963–64ஆம் ஆண்டில், ஏற்கனவே அதன் அதிகபட்சக் கொள் திறனான 24.8 லட்சம் ஏக்கர் நிலத்துக்குப் பாசனம் அளித்து வந்தது. ஆனால், 1972ஆம் ஆண்டு வரையில் நாம் உணவு இறக்குமதி செய்துகொண்டுதான் இருந்தோம். பக்ரா நங்கல் அணை, நீர்ப் பாசன வசதியை ஏற்கனவே அனுபவித்துக் கொண்டிருந்த ஒரு சில இடங்களிலிருந்து வேறு சில இடங் களுக்கு மாற்றிவிடுவதை மட்டுமே செய்தது என்றும், கோதுமைப் புரட்சி நிகழ முக்கியமாக, ஆழ்குழாய்க் கிணறுகளே காரணம் என்றும் ஆராய்ச்சிகள் ஆதாரப்பூர்வமாக நிரூபித்திருக்கின்றன![18]

நெல்லில் 'பசுமைப் புரட்சி'

சி.எஸ்.ஸின் திட்டத்திற்குக் கடுமையான எதிர்ப்புத் தெரிவித்த அந்த மூத்த விஞ்ஞானிகளுள் முக்கியமானவர்

நமக்கு ஏற்கனவே நன்கு அறிமுகமான டாக்டர் ரிச்சாரியா. ஒருவேளை ரசாயன உரங்களையே உபயோகித்தாக வேண்டும் என்கிற கட்டாயத்தில் இருந்தால்கூட, நமது நாட்டு ரகங்களி லேயே குட்டையான, பூச்சி மற்றும் நோய் எதிர்ப்புத் தன்மை கொண்ட, குறுகியகால அறுவடை ரகங்களையே உபயோகிக்க லாம் என்று தன் ஆராய்ச்சியின் மூலம் காட்டினார். தலைசிறந்த நெல் விஞ்ஞானிகளைக் கொண்ட குழுவைக் கொண்டு தான் சேகரித்த 17,000 நாட்டு நெல் ரகங்களைக் கொண்டு, அற்புதமான 'மேம்படுத்தப்பட்ட ரகங்களை' அவர் உருவாக்கிக்கொண் டிருந்தார். நம் நாட்டில், ஏன் உலகிலேயே நெல் ஆராய்ச்சியில் இத்தனை முக்கியமான பங்கு வகித்த டாக்டர் ரிச்சாரியாவின் பெயர்கூட சி.எஸ்ஸின் சுயசரிதையில் இடம்பெறவில்லை!

அற்புதமான நெல் ரகங்கள் நம் நாட்டிலேயே இருக்கும் போது, உருவாகியிருக்கும்போது வெளிநாடுகளிலிருந்து, கோடிக் கணக்கில் பணம் செலவழித்து, பெரிய அளவில் சோதனை செய்து பார்க்காத அந்நிய ரகங்களை இறக்குமதி செய்வதற்கு அவசியமே இல்லை என்று ரிச்சாரியா கூறிக்கொண்டிருந்தார். (தாய்வான், ஜப்பான் போன்ற) அந்நிய நாடுகளிலிருந்து டன் கணக்கில் விதைகளை வாங்கி நம் நாட்டின் மண்ணில் விதைத்தால், அதுவரை நாம் கண்டறியாத பூச்சிகளையும் நோய்களையும் கூடவே கொண்டுவந்துவிடும் விபரீதத்தில் முடியும் என்று எச்சரித்தார். ஆனால், ஒரு சில அந்நிய ரகங்களை மட்டும் உபயோகித்து, தீவிரமாகக் கண்காணித்து எச்சரிக்கையுடன், நீண்ட காலம் ஆராய்ச்சி மேற்கொண்டு புதிய ரகங்களை உருவாக்குவதில் ரிச்சாரியாவுக்கு ஆட்சேபணை இருக்கவில்லை. அத்தகைய ஆராய்ச்சியில் அவரே ஈடுபட்டும் இருந்தார்.

ஐ.ஆர்.ஆர்.ஐ. சந்தைப்படுத்திய ஐ.ஆர்-8 நெல் ரகம் டன் கணக்கில் இந்தியாவிற்குக் கப்பலில் வந்துகொண்டிருப்பதைக் கேள்விப்பட்ட ரிச்சாரியா கடும் எதிர்ப்புத் தெரிவித்தார். அப்போது நேர்ந்த சந்திப்பொன்றில் சி.எஸ். "அதெல்லாம் எனக்குத் தெரியாது! ராக்கஃபெல்லர் நிறுவனத்தினர் நமக்கு அனுப்பிவிட்டார்கள்; அதனை நீங்கள் ஏற்றுக்கொண்டே ஆக வேண்டும்!" என்று சர்வ சாதாரணமாகக் கூறிவிட்டார். இதற்குப் பிறகும் தனது முடிவை மாற்றிக்கொள்ளாத, (தங்கள் வளர்ச்சிப் பாதையில் குறுக்கே நிற்கும்) ரிச்சாரியாவைப் பணியிலிருந்து நீக்கினால்தான் இந்திய அரசாங்கத்துடன் ஒத்துழைப்பதாக சாண்ட்லர் சி.எஸ்ஸை நிர்ப்பந்தித்தார். அவருடைய நிர்ப்பந்தத்துக்கு இணங்கப் பணி இறக்கம் செய்யப்பட்டார் ரிச்சாரியா. அடுத்த மூன்றாண்டுகள் ஒரிஸ்ஸா

உயர்நீதி மன்றத்தில் போராடியதன் விளைவாக, அவர் குடும்பத்தில் நிம்மதி குலைந்தது; குழந்தைகளின் கல்வியும் மனைவியின் உடல் நலமும் கெட்டன. முடிவில் 1970இல் நீதிமன்றம் ரிச்சாரியாவுக்குச் சாதகமாகத் தீர்ப்பளித்து, சி.ஆர்.ஆர்.ஐயில் மறுபடியும் ஏற்றுக்கொள்ளப்பட வேண்டும் என்று உத்தரவளித்தது. ஆனால் அதை ஏற்க மறுத்துவிட்டார் ரிச்சாரியா. பின்னர் மத்தியப் பிரதேச அரசாங்கம் நெல் ஆராய்ச்சி மையம் ஒன்றை நிறுவுமாறு அவரைக் கேட்டுக் கொண்டது. மனம் தளராத ரிச்சாரியா ராய்ப்பூரில் பிரமிப் பூட்டும் 'மத்தியப் பிரதேச நெல் ஆராய்ச்சி நிலையத்'தை ஆறே ஆண்டுகளில் உருவாக்கினார். இவருடைய உதவியாளர்கள் இரண்டு வேளாண் பட்டதாரிகளும், ஆறு கிராமப் பணியாளர்களும் மட்டுமே! இந்நிலையத்தின் ஓராண்டு பட்ஜெட் ரூ. 20,000 மட்டுமே![19]

ஐ.ஆர்.ஆர்.ஐயிடம் நெல் ஆராய்ச்சியில் அனுபவமோ தரமான நெல் ரகங்களின் மூலப்பொருளோ (germplasm) இருக்கவில்லை. இதனால், வரிச் சலுகையையும் டாலர் சம்பளத்தையும், வேறு பல பலன்களையும் காட்டித் திறமை வாய்ந்த விஞ்ஞானிகளை அந்நிறுவனம் கவர்ந்திழுத்தது; பணத்தைக் கொண்டு மூலப்பொருள்களை வாங்க முயன்றது. இப்படித்தான், ஆயிரக்கணக்கான விஞ்ஞானிகளைத் தன் கீழ் கொண்ட பதவியிலிருந்து, 200 விஞ்ஞானிகளை மட்டும் கொண்ட ஐ.ஆர்.ஆர்.ஐயின் இயக்குநராகச் சேர்ந்தார் எம்.எஸ். சுவாமிநாதன். உண்மையில் இது ஒரு 'பணி இறக்கம்' என்றே பலராலும் கருதப்படுகின்றது.[20]

இதற்கிடையே, ரிச்சாரியா எச்சரித்தது போலவே ஐ.ஆர்.–8, ஐ.ஆர்.20, ஐ.ஆர்.–26 என்று ஒன்றன்பின் ஒன்றாக இந்தியாவில் இறக்குமதியாகிய ஐ.ஆர். ரகங்கள் எல்லாம் பூச்சி, நோய் தாக்கி நாடெங்கிலும் பெருத்த (30–100%) சேதங்களைச் சந்தித்தன. பிலிப்பீன்ஸ் நாட்டில் இந்த ரகங்கள் சந்தித்த சேதத்தைப் பற்றி எம்.எஸ். சுவாமிநாதனே விமர்சித்திருக்கிறார்:

> "வெப்ப மண்டலத்தில் 5 – 6 ஆண்டுகளுக்கு மேல் உபயோகிக்க ஏதுவான புதிய ரகங்களை உருவாக்குவது கடினம் . . . ஆண்டு முழுவதும் நெல் பயிரிடுவதால் நோய் – பூச்சி தாக்கும். பல தலைமுறைகளுக்கு இது தொடரும். புதிய இனங்கள், உயிரி வகைகள் உருவாவதற்கான வாய்ப்பு அதிகரிக்கும். இதன் விளைவாகப் புதிய பூச்சிகள் பிரச்சினையும் தொடர்ந்து எழுந்தவண்ணம் இருக்கும். 1966இல் வெளியான IR 8 ரகத்தை, 1968–69களில் பாக்டீரியல் ப்ளைட் (BB) எனும் நோய் பலமாகத் தாக்கிப் பெருத்த சேதம் ஏற்பட்டது. பிறகு 1970–71இல், ரைஸ்

டுங்க்ரோ வைரஸ் (RTV) தாக்கி பிலிப்பீன்ஸ் நாடு முழுவதும் IR 8இன் விளைச்சலை நாசமாக்கியது. 1969இல் வெளியான IR 20 ரகம், BB மற்றும் RTVயை எதிர்க்கும் சக்தியுடன் புதிதாக உருவாக்கப்பட்டு, 1971–72இல் IR 8க்குப் பதிலாகப் பரப்பப் பட்டது. ஆனால் 1973இல், Brown Plant Hopper (BPH) மற்றும் GrassyStunt Virus (GSV) தாக்கி, பிலிப்பீன்ஸ் நாட்டில் பெரும் பான்மையான மாகாணங்களில் IR 20ம் அழிந்து போனது. பிறகு, 1973இல் BPH எதிர்ப்புச் சக்தியுடனான IR 26 எனும் ரகம் வெளியாகி, பிலிப்பீன்ஸில் 1974–75இல் பரவலாகப் பயிரானது. பிறகு 1976இல் ஒரு புதிய BPH ரகம் (Biotype) தாக்கியபின் IR36 வெளியானது. இது புதிய BPH ரகத்தை எதிர்க்கும் சக்தி கொண்ட வேறு மரபணுவைக் கொண்டது. இதுவே பிலிப்பீன்ஸில் பரவலாகப் பயிராகி வருகின்றது. சிறிது காலம்வரை BPHஐ நன்றாக எதிர்த்துவந்தது. ஆனால், இப்போது Ragged Stunt மற்றும் Wilted Stunt (இரண்டும் புதிய நோய்கள்) மற்றும் வேறொரு புதிய BPH ரகம் இந்தப் பயிரைத் தாக்கிவருகின்றன!

இத்தகைய இழப்புக்கு முக்கியக் காரணம், எல்லா 'வீரிய' நெல் விதைகளும், 'குட்டையாக்கும் மரபணு டீ–ஜீ–வோ–ஜென் (dee-gee-wo-gen) கொண்ட TN1 அல்லது IR 8 ஆகிய இரண்டு ரகங்களைக் கொண்டு மட்டுமே உருவாக்கப்பட்டன. இத்தகைய மரபணுச் சீர்மையினால்தான் ஒட்டுமொத்தமாகப் பூச்சிகள் தாக்கின. ஐ.ஆர்.ஆர்.ஐ. விதைகள், நம் நாட்டின் 75% நெல் பயிர் விளையும் மேட்டு நிலம் மற்றும் கடல் மட்டத் துக்குச் சமதளத்திலுள்ள நிலம் ஆகியவற்றுக்கு ஏற்றவை அல்ல.[21]"

இப்படி ஓயாமல் அலை அலையாகத் தாக்கிக்கொண் டிருந்த பூச்சி – நோய் பிரச்சினைக்குத் தீர்வுகாண ஐ.ஆர்.ஆர்.ஐ. அதிகாரிகள் இந்தியா வந்தனர். பல நூற்றாண்டுகளாக நம் விவசாயி உருவாக்கிப் பாதுகாத்து வந்த பூச்சி எதிர்ப்புச் சக்தியைக் கொண்ட பாரம்பரிய ரக விதைகள் அவர்களுக்குத் தேவையாக இருந்தன. இவைதான் இதற்கு முன் பயனற்றவை என்று அலட்சியப்படுத்தப்பட்ட ரகங்கள்!

அப்போது ஐ.சி.ஏ.ஆர்.இல் பெரிய பதவியிலிருந்த எம்.எஸ். சுவாமிநாதனின் உதவிகொண்டு இந்தியாவில் (சி.ஆர்.ஆர்.ஐ. உள்பட) பல இடங்களிலிருந்தும் நெல் ரகங்களைச் சேகரித் தார்கள். பிறகு ரிச்சாரியாவிடம் வந்து அவர் மத்தியப் பிரதேசத் தில் சேகரித்துவைத்திருந்த தரமான விதைகளைக் கொடுக்கு மாறு கேட்டனர். அதற்குப் பதிலாக அவர்கள் தர முன்வந்த ரகங்கள் அனைத்தும் பூச்சி மற்றும் நோயால் எளிதில் பாதிப்படையும் தன்மை கொண்டவை. பல்வேறு காரணங்

களுக்காகத் தான் சேகரித்த விதைகளைத் தற்காலிகமாகத் தர மறுத்த ரிச்சாரியாவை ஒன்றுமில்லாமல் செய்ய முடிவெடுத்தனர். அவர் வெற்றிகரமாக நடத்திக்கொண்டிருந்த மத்தியப் பிரதேச நெல் ஆராய்ச்சி அமைப்பையும் ஒரேயடியாக மூட வைத்துவிட்டது ராக்கஃபெல்லர் ஃபவுண்டேஷன். அதோடு மட்டுமல்லாமல், அவருடைய அறையிலிருந்த ஆராய்ச்சிப் பொருள்கள், அறிவியல் ரீதியான தகவல்கள் அடங்கிய ஆவணங்கள் ஆகியவற்றையும் கைப்பற்றிக்கொண்டது. இந்திய அதிகார வர்க்கத்தில் இந்த ஃபவுண்டேஷனுக்கு இருந்த செல்வாக்கு அப்படிப்பட்டது.[22]

இவ்வாறாக, இந்திய நெல் ஆராய்ச்சி நிலையங்களில் நடந்துகொண்டிருந்த சிறந்த ஆராய்ச்சிகள் முடக்கப்பட்டன; நிறுத்தப்பட்டன. முழுக்க முழுக்க ஐ.ஆர்.ஆர்.ஐ. அறிமுகப் படுத்திய நெல் ரகங்களைக் கொண்டே ஆராய்ச்சிகள் மேற் கொள்ளப்படத் தொடங்கின. கோதுமையைப் போலவே அதிக அளவுகளில் இடுபொருட்களைக் கொண்டு ஐ.ஆர். ரகங்களின் விளைச்சலும் அதிகரிக்கப்பட்டுச் சந்தைக்குக் கொண்டு வரப்பட்டது.

வேளாண் ஆராய்ச்சியில் பொய்கள், ஊழல்கள், மோசடிகள்

சிகப்பு நிற சொனோரா – 64 ரகத்தை ஒருவிதக் கதிரியக்கத் துக்கு உட்படுத்தி ஷர்பதி சொனோரா என்கிற புதிய ரகத்தை உருவாக்க முன்வந்தார் எம்.எஸ். சுவாமிநாதன். இந்தப் புதிய ரகத்தில் லைசீன் எனும் முக்கியமான அமைனோ அமிலத்தின் சதவிகிதம் அதிகரிக்கப்பட்டுள்ளதாக அறிவித்து, இந்தக் கண்டு பிடிப்புக்காக மாக்சசே விருதையும் பெற்றார். ஆனால் பிறகு போர்லாக் பணிபுரிந்த சி.ஐ.எம்.எம்.ஒய்.டி. நிறுவனமே சொனோராவிற்கும் ஷர்பதி சொனோராவிற்கும் பெரிய வேறுபாடு ஒன்றும் இல்லை என்று தெரிவித்தது. இது தனது ஆய்வுக்கூட உதவியாளர் செய்த தவறு என்று கூறி சமாளிக்க முனைந்தார் எம்.எஸ்.எஸ்.

மேலும், பசுமைப் புரட்சியை வெளியிட்ட ஐ.ஏ.ஆர்.ஐ. 'உயர்–விளைச்சல் ரகம்' என்று கூறி 'பைசாகி மூங்க்' என்னும் ஒரு ரகப் பருப்பு வகையை வெளியிட்டது. அது அமோக விளைச்சலைத் தரும் என்று சொல்லப்பட்டது. ஆனால் பயிரிட்ட எங்குமே சொல்லப்பட்ட விளைச்சலில் பாதியைக் கூடத் தாண்டவில்லை! மற்றொரு மக்காச்சோள ரகம், பாலில் உள்ள அளவுக்குச் சத்து நிறைந்தது என்று அறிவிக்கப்பட்டது. அதுவும் ஒரு பொய்யென்று நிரூபணம் ஆனது.[23]

அதே சமயம், மிகுந்த சர்ச்சைக்குரிய மற்றொரு செய்தி வெளிவந்தது. அது, மே 1972இல் டாக்டர் வினோத் ஷா என்னும் வேளாண் விஞ்ஞானி தற்கொலை செய்துகொண்ட செய்தி. மனம் உடைந்துபோன, அவமானத்துக்குள்ளாகிய சில வேளாண் விஞ்ஞானிகளின் தற்கொலைச் செய்திகள் ஏற்கனவே வெளிவந்திருந்தாலும், டாக்டர் ஷாவின் தற்கொலை ஒரு பெரும் சர்ச்சையாக வெடித்தது. அதற்குக் காரணம், அவர் ஒரு வாலிபர் என்பதும், அவர் தற்கொலைக்கு முன்பு 'எம்.எஸ். சுவாமிநாதனுக்கு' எனக் குறிப்பிட்டு ஒரு கடிதத்தை எழுதிவிட்டுச் சென்றதுமாகும்.

> "உங்கள் சிந்தனா முறைக்குப் பொருந்துகிற விதத்தில் விஞ்ஞானத்துக்குப் புறம்பான பல புள்ளிவிவரங்கள் திரட்டப் படுகின்றன ... சொந்தமான கருத்துக்களும் ஆக்கப்பூர்வமான, அறிவியல் ரீதியான விமர்சனமும் கொண்டவர்கள் பலியிடப்படுகிறார்கள்"

என்று அதில் அவர் எழுதியிருந்தார்.[24]

நாடாளுமன்றத்தில் டாக்டர் ஷாவின் தற்கொலை பெரிய புயலைக் கிளப்பிவிட, அரசாங்கம் முன்னாள் உச்சநீதிமன்றத் தலைமை நீதிபதியான டாக்டர் பி.பி. கஜேந்திர கட்கர் அவர்கள் தலைமையில் ஒரு விசாரணைக் குழுவை நியமித்தது. விசாரணை யின் முடிவில், அது எம்.எஸ்ஸுக்கு எதிராகத் தீர்ப்பு வழங்கியது.

> "ஐ.ஏ.ஆர்.ஐயின் இளநிலை விஞ்ஞானிகள் பலர் தங்கள் விஞ்ஞானக் கண்டுபிடிப்புகளை வெளியிடத் தங்களுக்குச் சுதந்திரம் இல்லை என்று – சரியாகவோ, தவறாகவோ – கருதுகிறார்கள். உயர் பொறுப்பில் இருப்பவர்களுக்கு ஒத்து வராத காரணத்தாலோ அல்லது அறிவியல் ஆதாரமற்ற புள்ளிவிவரத்தை மேலிடத்திற்குத் தருவதற்குப் பதிலீடாக ஏதேனும் நன்மைகளும் பதவி உயர்வுகளும் வழங்கப்படு வதாலோ தங்கள் கண்டுபிடிப்புகளை வெளியிட முடியாத நிலை இருப்பதாக அவர்கள் கருதுகிறார்கள்"

என்று அந்தக் குழு எச்சரித்தது.[25]

1974இல், *த நியூ சயன்டிஸ்ட்* என்னும் அறிவியல் இதழ், எம்.எஸ்ஸின் லைசின் பொய்யை அம்பலப்படுத்தியது. எம்.எஸ்ஸைக் கேள்வி கேட்ட டாக்டர் ஒய்.பி. குப்தாவின் மாணவர்கள் அனைவரும் அவரிடமிருந்து காரணமே இல்லா மல் பிரிக்கப்பட்டனர்; குப்தாவுக்குப் பதவி உயர்வு மறுக்கப் பட்டது. சுமார் 15 ஆண்டுகளுக்குப் பின்னர்தான் குப்தா 'நியாயமற்ற விதத்தில் நடத்தப்பட்டார்' என்றும், அவருடைய மேலதிகாரி நெறியற்ற முறையில் நடந்துகொண்டார் என்றும்

நீதிமன்றம் தீர்ப்பளித்தது. சுவாமிநாதன் தலைமை வகித்த நிறுவனத்தின் கல்விப்புலக் குழுவை 'தடித்தனம் கொண்ட, இதயமற்ற, அதிர்ச்சிகரமான' என்றெல்லாம் விமர்சித்தது.[26]

❍

'அறிமுகப்படுத்தப்பட்ட புதிய வீரிய விதைகள் நீங்கள் சொல்வது போலவே நம்முடைய பாரம்பரிய விதைகளை விடத் தரம் குறைந்ததாகவே இருந்திருந்தால், அவை எப்படி விவசாயிகளால் ஏற்கப்பட்டுக் கோடிக்கணக்கான ஏக்கர்களில் பயிரிடப்பட்டன? நம் விவசாயி என்ன அத்தனை முட்டாளா?' இதுபோன்ற கேள்விகளும் எழலாம். உலக வங்கியும் யு.எஸ்.ஏ.ஐ.டியும் புதிய விதைகளை (அதோடு மற்ற இடுபொருட்களையும்) விவசாயிகள் மத்தியில் பரப்புவதற்காக, ஃபோர்டு மற்றும் ராக்கஃபெல்லர் ஃபவுண்டேஷன்களுடன் கைகோத்துக் கொண்டு நிறைய கடனை வாரி இறைத்தன. ராக்கஃபெல்லர் ஃபவுண்டேஷன் மற்றும் யு.எஸ்.ஏ.ஐ.டியின் உதவியுடன் 1963இல் தேசிய விதைக் கழகம் நிறுவப்பட்டது.[27]

உலக வங்கியின் 13 மில்லியன் டாலர் உதவிகொண்டு 1969இல் டெராய் விதைக் கழகம் நிறுவப்பட்டது. 1971இல் உலக வங்கியின் தலைவர் ராபர்ட் மெக்நமாரா, விவசாய ஆராய்ச்சிக்கான சர்வதேச ஆலோசனைக் குழு (CGIAR) என்னும் அமைப்பை நிறுவினார். இதன் முக்கியப் பணி, உலகெங்கும் வளர்ந்துவரும் வேளாண் ஆராய்ச்சி நிறுவனங்களுக்கு நிதியுதவி அளிப்பது. மூன்றாம் ஐந்தாண்டுத் திட்டத்தின் (1966 – 71) வேளாண்மைக்கான அந்நியச் செலாவணி 1,114 கோடியாக வளர்ந்தது. இது அதற்கு முந்தைய ஆண்டில் வேளாண்மைக் காக ஒதுக்கப்பட்ட முழு நிதியைவிட ஆறு மடங்கு அதிகம்.[28]

புதிய விதைகளைப் பரப்புவதற்காக 1976இல் தேசிய விதைத் திட்டம் Iஇன் மூலம் 25 மில்லியன் டாலரையும், 1978இல் திட்டம் IIஇன் மூலம் 16 மில்லியன் டாலரையும் உலக வங்கி கொடுத்தது. இவை போதாதென்று 1990–91இல் இதே திட்டத்தின் மூன்றாம் நிலையில் 150 மில்லியன் டாலர் கடன் அளிக்கப்பட்டது.

> "விதைகளுக்கான தொடர்ச்சியான கிராக்கி எதிர்பார்த்த அளவு விரிவடையாததால் புதிதாகத் தொடங்கப்பட்ட இந்தத் தொழில் மிகவும் பாதிக்கப்பட்டது. தன்–மகரந்தச் சேர்க்கையில் ஈடுபடும் பயிர்கள் விஷயத்தில், குறிப்பாக, நெல், கோதுமை போன்றவற்றில், விவசாயிகள் தங்களிடமே தக்க வைத்துக்கொள்ளும் விதைகள், விவசாயிகளுக்குள் பண்டமாற்று செய்துகொள்ளும் விதைகள் ஆகியவையே

பெரும்பாலும் பயன்படுத்தப்பட்டன. அதிக விளைச்சல் ரகங்களில் சில, பாரம்பரிய ரகங்களைக் காட்டிலும் வீரியம் குறைந்தவையாக இருந்ததால் விவசாயிகளிடத்தில் அவை அதிக வரவேற்பைப் பெறவில்லை"

என்று தேசிய விதைத் திட்டம் – IIIஇன் ஆவணமே விளக்கியுள்ளது.[29]

யாருடைய உதவியுமில்லாமல், தாங்களாகவே உருவாக்கிய நல்ல தரமான விதைகளை விவசாயிகள் கைமாற்றம் செய்து கொள்கிறார்கள் என்பது விவசாயியின்மீது உண்மையான அக்கறையுள்ள யாவருக்கும் ஒரு நல்ல செய்திதானே? ஆனால், விவசாயிகளுக்கும் நுகர்வோருக்கும் உதவப் போகிறோம் என்று பச்சைப் போர்வை போர்த்திக்கொண்டு இறங்கிய 'பசுமைப் புரட்சி'யாளர்களுக்கு இதைவிட மோசமான செய்தி இருக்க முடியாது! ஏனெனில் அவர்களுக்கு உண்மையில் தேவையாக இருந்த பண லாபம், 'விதைக் கைமாற்றத்தால்' எப்படி ஏற்படும்? அவர்களால் உருவாக்கப்பட்டு, அவர்கள் கட்டுப்பாட்டுக்குள் இருக்கும் மலட்டு விதைகளை விவசாயிகள் அதிகப் பணம் கொடுத்து வாங்கினால்தானே இது சாத்தியமாகும்! இத்தனை வேலைகளையும் திட்டமிட்டு, விவசாயிகளை மூளைச்சலவை செய்து, மாபெரும் விதைச் சந்தையை உருவாக்குவதற்காகத் தான் இந்த 150 மில்லியன் டாலர் கடனுதவி!

○

சுதந்திர இந்தியாவின் (1949–65) விவசாய வளர்ச்சியின் சதவிகிதம், பசுமைப் புரட்சிக்குப் பின்பு (1967–78) குறைந்தது.[30]

பசுமைப் புரட்சியின் இந்தப் பொய்கள் அனைத்தையும் மிகப் பெரிய அளவில் முதல்முதலில் அம்பலப்படுத்தியவர்கள் கிளாடு அல்வாரிஸ், வந்தனா சிவா, தரம்பால் மற்றும் ஜிதேந்திர

வந்தனா சிவா

கிளாட் அல்வாரெஸ்

வளர்ச்சியின் கூட்டு விகிதம்

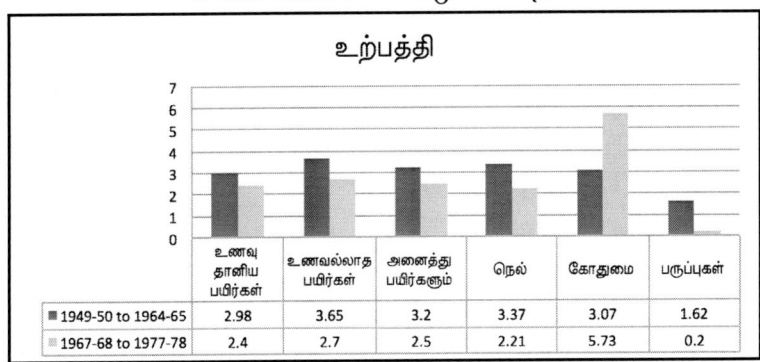

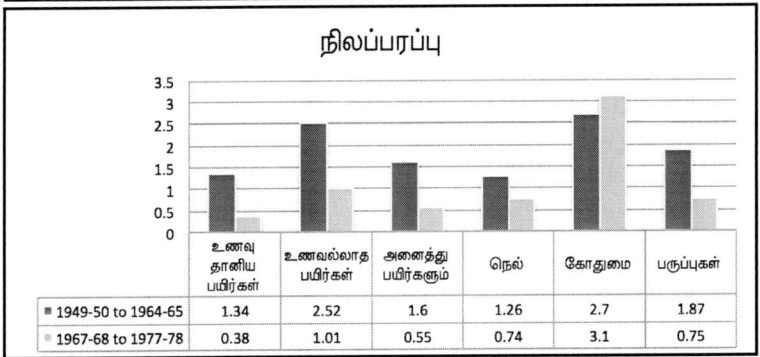

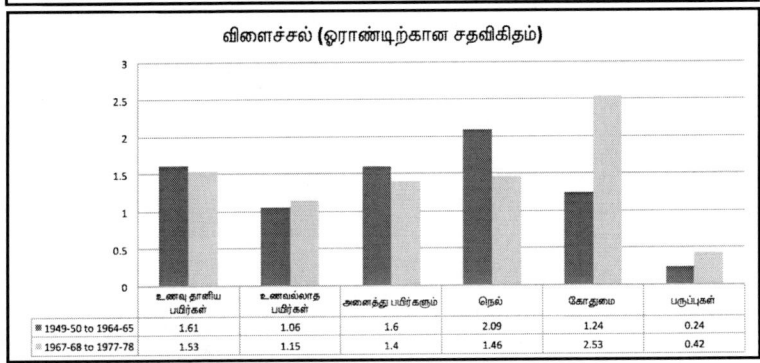

உற்பத்தி

	உணவு தானிய பயிர்கள்	உணவல்லாத பயிர்கள்	அனைத்து பயிர்களும்	நெல்	கோதுமை	பருப்புகள்
1949-50 to 1964-65	2.98	3.65	3.2	3.37	3.07	1.62
1967-68 to 1977-78	2.4	2.7	2.5	2.21	5.73	0.2

நிலப்பரப்பு

	உணவு தானிய பயிர்கள்	உணவல்லாத பயிர்கள்	அனைத்து பயிர்களும்	நெல்	கோதுமை	பருப்புகள்
1949-50 to 1964-65	1.34	2.52	1.6	1.26	2.7	1.87
1967-68 to 1977-78	0.38	1.01	0.55	0.74	3.1	0.75

விளைச்சல் (ஓராண்டிற்கான சதவிகிதம்)

	உணவு தானிய பயிர்கள்	உணவல்லாத பயிர்கள்	அனைத்து பயிர்களும்	நெல்	கோதுமை	பருப்புகள்
1949-50 to 1964-65	1.61	1.06	1.6	2.09	1.24	0.24
1967-68 to 1977-78	1.53	1.15	1.4	1.46	2.53	0.42

பஜாஜ். இத்தனை வன்முறைக்குப் பிறகும், அவையெல்லாம் அம்பலப்படுத்தப்பட்ட பிறகும் பசுமைப் புரட்சியின் 'வெற்றிக் கொடி' பாமர மக்கள் மத்தியில் மேலோங்கிப் பறந்தது! 50 ஆண்டுகள் ஆகியும், பசுமைப் புரட்சியின் பொய்யான சாகசக் கதைகள் எல்லாப் பக்கமும் எதிரொலித்துக்கொண்டிருக் கின்றன. இதன் விளைவுகள் என்ன?

12

மாயச் சுழலில் சிக்கிய விவசாயம்

பசுமைப் புரட்சியின் விளைவுகள் ஒன்றல்ல இரண்டல்ல. வகை வகையாகப் பிரித்து, எங்கே தொடங்கி எங்கே முடிப்பது என்று தெரியாமல் திணறும் அளவுக்கு அவை பரந்துபட்டவை. அவற்றை ஒரு கட்டுரையில் அடக்க வேண்டும் என்றால் மேலோட்டமான தகவல்களை மட்டுமே அளிக்கமுடியும்.

பசுமைப் புரட்சியைத் தொடக்கிவைத்த விதைகள், ரசாயன உரங்களைக் கொட்டிப் பயிர்ச் செய்தபோது மட்டுமே உயர் விளைச்சலைக் கொடுத்தன. நிலத்தில் உப்பு தங்கிவிட, இயல்பாகவே மண் வளத்தைப் பாதுகாத்து வந்த நுண்ணுயிர்கள் மற்றும் மண்புழுக்களின் உலகம் சிறிது சிறிதாகச் சுருங்கிக் காணாமல் போனது. இதனால், ரசாயன உரங்களின் பயன்பாடு படிப்படியாக அதிகரித்துக்கொண்டே போனது.

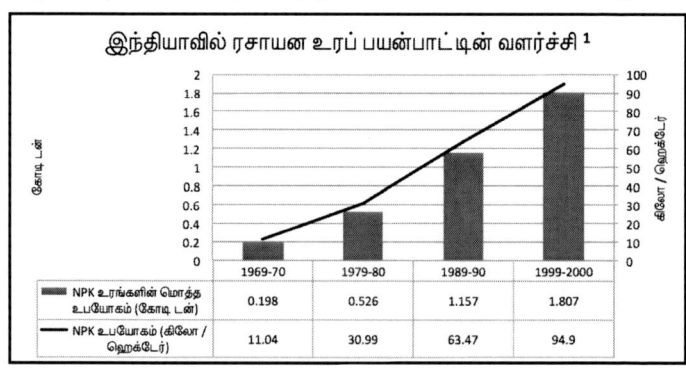

இந்தியாவில் ரசாயன உரப் பயன்பாட்டின் வளர்ச்சி [1]

	1969-70	1979-80	1989-90	1999-2000
NPK உரங்களின் மொத்த உபயோகம் (கோடி டன்)	0.198	0.526	1.157	1.807
NPK உபயோகம் (கிலோ / ஹெக்டேர்)	11.04	30.99	63.47	94.9

புதிய விதைகளுக்கு நோய் மற்றும் பூச்சி எதிர்ப்புச் சக்தி குறைவாக இருந்ததால், பூச்சிக்கொல்லிகளும் காளான் கொல்லிகளும் பயன்படுத்தப்பட்டன. உப்பு உரங்களைப் பயன்படுத்தியதால் மேலும் பூச்சிகளின் தாக்கம் அதிகரித்து, பூச்சிக்கொல்லிகளின் பயன்பாடு அதிகரித்தது. பயிர்களைத் தாக்கும் பூச்சிகளை உட்கொண்டு, அவற்றின் எண்ணிக்கையைக் கட்டுப்படுத்த இயற்கையிலேயே இருந்த அசைவப் பூச்சிகளும் பறவைகளும் தவளைகளும் இந்த ரசாயனங்களால் அழிந்தன. அவைகளின் வேலைகளையும் சேர்த்துச் செய்ய மேலும் அதிகமாக ரசாயனங்கள் பயன்படுத்தப்பட்டன. தொழில்சார் வேளாண்மை அணுகு முறையில், ஒரே பயிரை நூற்றுக்கணக்கான ஏக்கரில் இயற்கைக்குப் புறம்பாகப் பயிர் செய்ததன் விளைவாகப் பூச்சிகளின் தாக்கம் அதிகரித்து மேலும் பூச்சிக்கொல்லிகள் அதிகம் பயன்பட்டன; நோய்த் தாக்குதல்கள் பெரும் தொற்று நோய்களாக வெடித்தன. மேலும் திரும்பத் திரும்பப் பயன்படுத்தியதால், பூச்சிகளும் பூச்சிக்கொல்லிகளுக்கான எதிர்ப்புச் சக்தியைப் பெருக்கிக் கொண்டு வந்தன. 1954இல் 15 கோடி டன்னிலிருந்து, 2000இல் 8,800 கோடி டன்னாக இந்தியாவின் ரசாயனப் பூச்சிக்கொல்லியின் பயன்பாடு அதிகரித்துள்ளது.[2] மேலும், புதிய கலப்பின ரக விதைகள் விளைவதற்காக, நாட்டு ரகங்களைவிடப் பல மடங்கு அதிகமான நீர்ப் பாசனம் தேவைப்பட்டது. இலவச மின்சார வசதி பெற்ற விவசாயிகள் நீரை வீணாக்க, நீர் உபயோகம் மேலும் அதிகரித்தது.

ஆகாயத்திலிருந்து பூச்சிக்கொல்லி தெளிப்பு

இப்படி விதைகள், உரங்கள், பூச்சிக்கொல்லிகள், நீர்ப் பாசனம், டிராக்டர்கள் என்று எல்லாவற்றையும் (உலக வங்கியின் கடனுதவியுடன் ஏற்பாடு செய்யப்பட்ட மானியங் களைக் கொண்டு) வாங்கி, இந்த மாயச் சுழலில் சிக்கிக் கொண்டது நமது விவசாயம்.

சூழலியல்

பறவைகள், பூச்சிகள், நுண்ணுயிரிகள் உட்பட்ட பல உயிரினங்கள் அழிந்ததோடு மட்டுமல்லாமல் ரசாயன உபயோகத் தால் மேலும் பல சூழலியல் பாதிப்புகள் ஏற்பட்டன. மண் மலடானது. ரசாயன உரங்கள் நீரோடைகளைச் சென்றடைய, அங்கே வளர்ந்துவந்த பாசிகள் அதிகமாகி, நீரினங்களுக்குப் பிராண வாயு கிடைக்காமல் செய்து, அவை மாண்டுபோகக் காரணமாயின. பூச்சிக்கொல்லிகளும் இவ்வாறே நீரோடைகளைச் சென்றடைந்து அவற்றுள் வாழும் உயிரினங்களைக் கொன்றன. உயிரினப் பன்மை அழிந்துபோனது. ஒரு சில நெல், கோதுமை ரகங்கள் மட்டுமே பரவலாக்கப்பட்ட காரணத்தால், பல்லாயிரம் ஆண்டுகளாகச் சேகரித்து வைக்கப்பட்ட பாரம்பரிய ரகங்கள் பயிர்ச் செய்யப்படாமல் அழிந்துபோயின. நீர்ப் பாசன வசதி களால் (முக்கியமாகப் பெரிய அணைகள், கால்வாய்களால்) நிலம் உப்புத் தன்மை அடைந்தது. இந்தியாவில் 1.38 கோடி ஏக்கர்களுக்கு மேல் நிலம் இவ்வகையில் உப்புத்தன்மை அடைந்து வீணாகியுள்ளது.[3] மேலும், இயற்கை வெள்ளங்கள் கரைகளில் கொண்டுவந்து சேர்த்துக்கொண்டிருந்த வளமான சேற்றுப் படிவுகள் அணைகளிலேயே தங்கியதால், மேலும் உரங்கள் தேவைப்பட்டன.

நீர் வளம்

புதிய பசுமைப் புரட்சி ரகங்களுக்குப் பாரம்பரிய ரகங்களைவிட 20–30%இலிருந்து 200–300% வரை அதிகமான அளவில் நீர் தேவையாக இருந்தது. பாரம்பரியக் கோதுமைப் பயிருக்கு 12 அங்குலம் பாசன நீர் தேவைப்பட்டது. ஆனால், கலப்பின ரகங்களுக்கோ 36 அங்குலம் தேவைப்பட்டது.[4] மேலும் பாசன நீர் அதிகமாகத் தேவைப்பட்ட நெல் கோதுமைப் பயிர்களை ஆண்டு முழுவதும் பயிர்ச் செய்ததனாலும் நீர் அதிகமாகச் செலவானது. பெரிய அணைகளினால் பல சேதங்கள் ஏற்படத் தொடங்கின. வெள்ளங்களைக் கட்டுப்படுத்துவதற்கென அமைக்கப்பட்ட இவை, காட்டு வெள்ளங்கள் ஏற்பட்டுப்

பயிர்களின் பெருத்த சேதத்திற்குக் காரணமாயின. பெரிய அணைகள் உண்மையில் ஒரு பிற்போக்கான தொழில்நுட்பம் என்று உலகமே சொல்லும் அளவுக்கு எதிர் மறை விளைவுகளை ஏற்படுத்தியுள்ளன.

நீரின் உபயோகம் அதிகரித்ததால், நிலத்தடி நீர் குறையத் தொடங்கியது. எங்கெல்லாம் பயிர்கள் நிலத்தடி நீரை நம்பி யிருக்கின்றனவோ, அங்கெல்லாம் அதன் ஆழம் ஒவ்வோர் ஆண்டும் இரண்டு அல்லது மூன்று அடி கீழே இறங்கிக் கொண்டிருக்கின்றது. பஞ்சாப்பின் நிலத்தடி நீர் இந்த நாற்பதாண்டுகளில் 200 அடிக்கு மேல் கீழே இறங்கியுள்ளது.[5]

உடல் நலம்

உண்ணும் உணவில் ரசாயனங்கள் அதிகரித்ததால், புற்றுநோய், பார்கின்ஸன்ஸ் போன்ற பல பயங்கரமான வியாதி களை வரவழைத்துக்கொண்டிருக்கிறோம். பசுமைப் புரட்சி யின் "வெற்றிக்" கொடியை முதலில் நாட்டிய (இந்தியாவி லேயே மிக அதிகமான அளவில் பூச்சிக்கொல்லிகளைப் பயன்படுத்தி வருகிற) பஞ்சாபிலுள்ள பட்டிண்டா எனும் மாவட்டத்தில், "புற்றுநோய் விரைவு ரயில்" என்றழைக்கப்படும் ரயில், தினமும் சராசரியாக 70 புற்று நோயாளிகளை ஏற்றிக் கொண்டு ராஜஸ்தானிலுள்ள ஒரு மருத்துவமனைக்குக் கொண்டுசெல்கிறது.[6] எண்டோசல்ஃபான், நாம் தினசரி

புற்றுநோய் விரைவு ரயிலுக்காகக் காத்துக்கொண்டிருக்கும் பட்டிண்டா நோயாளிகள்.

உண்ணும் உணவுப் பயிர்களில் நம் விவசாயிகள் தாரளமாக உபயோகிக்கும் ஒரு பூச்சிக்கொல்லி. இதை 20 ஆண்டுகள் காசர்கோட்டின் முந்திரித் தோட்டத்தின்மேல் விண்ணி லிருந்து தெளித்ததால், இப்போது அங்கே குழந்தைகள் உடல் குறைபாட்டுடனும் மனவளர்ச்சி குன்றியும் பிறக்கின்றன.[7]

பூச்சிக்கொல்லிகளில் ஒரு வகையானது அழியாத தன்மை கொண்டவை (Persistent Organic Pollutants / POPs). பல நூற் றாண்டுகள் ஆனாலும், எத்தனை தொலைவு பயணம் செய்தாலும் அழியாமல், நம் உணவுச் சங்கிலியிலேயே குடியிருக்கும். 'பாப்ஸ்' என்றழைக்கப்படும் DDT, ஆல்ட்ரின், லிண்டேன், என்ட்ரின், டைஎன்ட்ரின் ஆகிய ரசாயனங் களுக்கு, மேற்கத்திய நாடுகளில் தடைவிதிக்கப்பட்டாலும், அவை இந்தியா போன்ற ஆசிய நாடுகளில் தாராளமாக விநியோகமாகின்றன.[8]

இப்போதெல்லாம் பூச்சிகள் ஒரு பூச்சிக்கொல்லிக்குக் கட்டுப்படுவதில்லை என்பதால், இரண்டு மூன்று பூச்சிக்கொல்லி களைச் சேர்த்துக் கலந்து தெளிப்பது வழக்கமாகிவிட்டது. இந்தப் 'பூச்சிக்கொல்லிக் கலவைகள்', தனித்தனியாக இரசாயனங் களைப் பயன்படுத்துவதைவிடப் பல மடங்கு எதிர்மறை விளைவுகளை ஏற்படுத்தும் என்று ஆய்வுகள் கூறுகின்றன.

பொருளாதாரம்

பலர் முன்னெச்சரிக்கை செய்திருந்தது போலவே, பசுமைப் புரட்சியின் பலன்கள் பணக்கார விவசாயிகள், நில உரிமை யாளர்களை மட்டுமே சென்றடைந்தன. இதனால், பெரிய சிறிய விவசாயிகளுக்கிடையே இருந்த இடைவெளி பன்மடங்கு அதிகரித்து, வர்க்கபேதம் அதிகமாகி வன்முறையும் வளர்ந்தது. வந்தனா சிவாவின் 'பசுமைப் புரட்சியின் வன்முறை' எனும் நூல், பஞ்சாப்பில் ஏற்படும் வன்முறையை இவ்வாறு விளக்குகிறது.[9]

விதைகள், பூச்சிக்கொல்லிகள், உரங்கள் போன்ற இடு பொருட்களின் விலை ஒரு பக்கம் அதிகரித்தது. மற்றொரு பக்கம் அவற்றின் பயன்பாடும் அதிகரித்துக்கொண்டே போக, இந்தச் சுழலில் சிக்கிய விவசாயிகள் அனைவரும் கடனாளி களாயினர். இதற்கும் மேல், விதைகள் தரமானவையாக இல்லாததால், பயிர்கள் ஒட்டு மொத்தமாக அழிந்து மேலும் நஷ்டமானது. இப்படிக் கடனை அடைக்க முடியாமல் விவசாயிகள் ஆயிரக்கணக்கில் மாண்டுகொண்டிருக்கும்

தற்கொலை செய்துகொண்ட விவசாயத் தந்தையின் புகைப்படத்தை ஏந்திய சிறுவர்கள்

செய்திகள் வெளிவந்தவண்ணம் உள்ளன. 'உழுதுண்டு வாழ்வாரே வாழ்வார்' என்னும் வள்ளுவன் வாக்கைக் கேலிக்குரிய ஒன்றாக்கி விட்டது பசுமைப் புரட்சி! கடந்த பத்தாண்டுகளில் மட்டுமே கிட்டத்தட்ட இரண்டு லட்சம் விவசாயிகள் தற்கொலை செய்துகொண்டிருக்கிறார்கள். "எங்கள் நிலங்களில் எல்லாம் கோதுமையை மட்டுமே பயிரிட்டு நாங்கள் நிறையப் பணத்தை இழந்துவிட்டோம். இந்தியா முழுமைக்கும் உணவு அளிப்பதற்காக எங்களைப் பலியாக்கி விட்டார்கள்!" என்று பஞ்சாப் விவசாயி ஒருவர் கூறியிருக்கிறார்.

முக்கியமாகப் பருத்தி விவசாயிகள்தான் அதிகமாகத் தற்கொலை செய்துகொள்கிறார்கள். கடந்த 16 ஆண்டுகளில் மட்டுமே இந்தியா முழுவதிலும் கிட்டத்தட்ட மூன்று லட்சம் விவசாயிகள் தற்கொலை செய்துகொண்டுள்ளனர். இவர்களுள் பெரும்பாலானவர்கள் பருத்தி விவசாயிகள். அந்நியப் பருத்தி விதைகளை அதிகமாகப் பூச்சிகள் தாக்கியதால் ரசாயனப் பூச்சிகொல்லிகளைத் தெளிக்கத் தொடங்கினர். பூச்சிகள் ரசாயனங்களுக்குப் படிப்படியாக எதிர்ப்புசக்தியை வளர்த்துக் கொண்டுவிட்டதால், அவற்றைக் கட்டுப்படுத்து வதற்காகத் தெளிக்கும் பூச்சிமருந்துகளின் அளவும் ஒவ்வொரு ஆண்டும்

அதிகரித்துக்கொண்டே போனது. 'அடுத்த பயிர் நல்ல லாபத்தைக் கொடுக்கும்' என்று நம்பிக்கொண்டு ஒவ்வொரு ஆண்டும் இந்த இடுபொருட்களை வாங்கக் கடன் வாங்கினர். ஒவ்வொரு ஆண்டும் பூச்சிக்கொல்லிகளினால் சாகாமல் பூச்சிகள் பயிர் களை சேதம் செய்ததால், கடன் அதிகரித்துக்கொண்டே போனது. ஒரு கட்டத்தில், அந்தப் பளுவைத் தாங்க முடியாமல் அதே பூச்சிக்கொல்லிகளை உட்கொண்டு தற்கொலை செய்து கொள்கின்றனர். இந்த மாயச் சுழலிலிருந்து தப்பிக்க வழி தெரியாமல் சிக்கிக்கொண்டிருக்கும் விவசாயிகளின் கதை இதுதான்.[10]

இந்தக் காரணத்தாலும், மலிவு விலையில் அதிக உணவு நகர்ப்புறங்களில் கிடைத்ததாலும், ஏழை விவசாயிகளும் நிலமற்ற கூலியாட்களும் நகரங்களுக்கு இடம்பெயர்ந்து மேலும் தொழில்மயமாக்கல் வளரக் காரணமாகின்றனர்.

அரசியல்

பாசனத்தைத் தீவிரப்படுத்தியதால் சேமிப்புக்கான வசதி களைப் பெரிய அளவில் அதிகரிக்க வேண்டிய அவசியம் எழுந்தது. நீர் விநியோகத்தின் கட்டுப்பாடு மையப்படுத்தப்பட்ட நிர்வாகத்தின் கீழே கொண்டு வரப்பட்டது. அக்கம்பக்கத்து ஊர்களுக்கு இடையிலும் அண்டை மாநிலங்களுக்கு இடையி லும் தண்ணீருக்கான மோதல்கள் அதிகரித்தன. தமிழ் நாட்டுக்கும் கர்நாடகாவிற்கும் இடையேயுள்ள காவிரி நீர்ப் பிரச்சனையைப் போன்று, இந்தியாவில் பல மாநிலங்களுக் கிடையே பிரச்சனையைக் கிளப்பி வன்முறையைத் தூண்டி விட்டதும் இந்தப் பசுமைப் புரட்சியின் வேலைதான்! உதாரணத்திற்கு, ஹரியானாவில் மூன்று லட்சம் ஹெக்டேர் நிலத்திற்குப் பாசன வசதி அளிப்பதற்காகக் கட்டப்பட்டது சட்லஜ் – யமுனா இணைப்புக் கால்வாய். இதன் கட்டுமானத் தைத் தடுத்து நிறுத்த, பஞ்சாப் விவசாயிகள் ஒரு பெரும் போராட்டத்தில் இறங்கினர். பலவந்தமாக வேலையை நிறுத்திய போது வெடித்த வன்முறையில் முப்பது கட்டுமானப் பணி யாளர்கள் கொல்லப்பட்டனர்.[11]

ஆனால், இவை அனைத்தாலும் பெரிதாக வளர்ச்சி பெற்றது விதை, இரசாயன உரம், பூச்சிகொல்லி, வேளாண் இயந்திரங்கள் ஆகியவற்றை உற்பத்தி செய்யும் தொழிற்சாலை கள்; தண்ணீரையும், நீர் நிலைகளையும் வியாபாரம் செய்யும் தனியார் நிறுவனங்கள் ஆகியவைதாம். இவையனைத்தும் பல நூறு கோடி டாலர்களைக் கொட்டிக் குவிக்கும் பன்னாட்டு

நிறுவனங்கள். இந்த நிறுவனங்களின் செல்வாக்கு எப்படிப்பட்ட தென்றால், தங்கள் பணபலத்தால் கொள்கை வகுப்பாளர்களையே தங்கள் கைகளுக்குள் போட்டுக்கொண்டு, அரசாங்கங்களையே விலைக்கு வாங்கி மறைமுகமாகக் கொடுங்கோல் ஆட்சி செய்ய முடியும்.

○

பஞ்சாப் மாநிலத்தில் பசுமைப் புரட்சியினால் ஏற்பட்ட பலன்களும் பாதிப்புகளும்[12]

பலன்கள்

1. 1965–80 காலகட்டத்தில் நெல் உற்பத்தி 2,92,000இலிருந்து 32,28,000 டன்னாக உயர்ந்தது.

2. 1965–80 காலகட்டத்தில் கோதுமை உற்பத்தி 19,16,000 இலிருந்து 76,94,000 டன்னாக உயர்ந்தது.

பாதிப்புகள்

1. 1965–80 காலகட்டத்தில் பருப்புகளின் உற்பத்தி 370,000 இலிருந்து 150,000 டன்னாகக் குறைந்தது.

2. 1965–80 காலகட்டத்தில் எண்ணெய் வித்துக்களின் உற்பத்தி 214,000இலிருந்து 176,000 டன்னாகக் குறைந்தது.

3. பலவகையான உணவுப் பயிர்கள் மறைந்து நெல் மற்றும் கோதுமை மட்டுமே விளைநிலங்களை ஆக்கிரமித்துக் கொண்டன.

4. 40 புதிய பூச்சிகளும், 12 புதிய நோய்களும் நெல் ஓரினப் பயிரில் தோன்றின.

5. உப்புத் தன்மை, விஷத் தன்மை மற்றும் நுண் – சத்துக்களின் குறைபாட்டினால் மண் கெட்டுப்போனது.

6. 2.6 லட்சம் ஹெக்டேர் விளைநிலத்தில் நீர் தேங்கி வீணாகப் போனது.

7. 1988இல் வந்த வெள்ளத்துக்கு பக்ரா நங்கல் அணை தான் காரணம் என்று நிரூபணமானது. 25,000 கிராமங்களின் 65% மூழ்கிப் போனது. 1,500 மக்கள் உயிரிழந்தனர். 34 லட்சம் மக்கள் பாதிக்கப்பட்டனர். 50,000 ஹெக்டேர் நிலம் மணல் படிந்து சேதமானது.

○

உணவுப் பொருட்களின் உற்பத்தித் திறன் உண்மையில் அதிகரித்ததா?

முதலில், நாம் ஏற்கனவே பார்த்ததுபோல, புதிய ரகங்கள் உயர்–விளைச்சல் ரகங்களே அல்ல. அவை, ரசாயன உரங்களுக்கும் பூச்சிக்கொல்லிகளுக்கும் நன்கு எதிர்வினை புரிந்த ரகங்கள். பாரம்பரிய ரகங்கள், கதிர்களின் எடை தாங்காமல் சாய ஆரம்பிக்கும்வரை அவையே உயர்விளைச்சலைக் கொடுத்தன.

இரண்டாவதாக, உற்பத்தித் திறனை எவ்வாறு பொருள் கொள்வது, கணக்கிடுவது என்பதையே நாம் அடிப்படையில் ஆராய வேண்டியுள்ளது. 'எவ்வளவு இடுபொருளைக் கொண்டு எவ்வளவு உற்பத்தி' என்கிறபடி பார்த்தால், பசுமைப் புரட்சி ரகங்கள் பாரம்பரிய ரகங்களைவிடக் குறைவான உற்பத்தித் திறன் கொண்டவையே என்பது தெளிவாகும். பாரம்பரிய விவசாயத்தில், "அடி நாட்டுக்கு, நடு மாட்டுக்கு, நுனி வீட்டுக்கு" என்று கூறி, ஒரு பயிரின் விளைச்சலை அதன் மூன்று பாகங்களின் ஒட்டுமொத்த விளைச்சலைக் கொண்டே கணக்கிட்டனர். ஆனால், இவையெல்லாவற்றையும் தானிய வளர்ச்சி என்ற ஒன்றுக்காக மட்டுமே தியாகம் செய்தது பசுமைப் புரட்சி.

ஒரு வாதத்திற்காக, இந்தப் புதிய ரகங்கள் விளைச்சலை அதிகரித்தன என்றே வைத்துக்கொள்வோம். நம் விவசாயிகள் அனைவரின் அனுபவத்தின்படி ஒவ்வோர் ஆண்டும், ரசாயன இடுபொருட்களின் அளவு கூடிக்கொண்டும், நிலத்தடி நீரின் ஆழம் அதிகரித்துக்கொண்டும், அதனால், மின்சாரப் பயன்பாடு அதிகரித்துக்கொண்டும், பயிர் விளைச்சல் குறைந்து கொண்டும்தான் போகின்றன. இவற்றைக் கொண்டு ஓராண்டு கால உற்பத்தித் திறனைக் கணக்கிடுவதா? பத்தாண்டு கால சராசரி உற்பத்தித் திறனைக் கணக்கிடுவதா? நியாயமாகப் பார்த்தால், பசுமைப் புரட்சி தொடங்கிய 40 ஆண்டுக் காலத்தின் சராசரி உற்பத்தித் திறனைத்தான் பார்க்க வேண்டும். இன்றுவரை பல லட்சங்கள் நஷ்டமாகித் தற்கொலை செய்து கொண்டுள்ள விவசாயிகளின் எண்ணிக்கையைப் பார்த்தால், வளர்ச்சிக்குப் பதில் பின்னடைவு ஏற்பட்டிருக்கிறது என்று தானே சொல்ல முடியும்?

மூன்றாவதாக, பாரம்பரிய முறையில் பலவகைப்பட்ட பயிர்களைச் சேர்த்து விளைவித்த நிலங்களின் உற்பத்தித் திறன் பன்மடங்கு அதிகமாக இருந்தது. உதாரணத்திற்கு,

தென்னந்தோப்பில் நடுநடுவே வாழையை நட்டால், இரட்டிப்பு உற்பத்தி கிடைக்கும். ஓரினப் பயிர் முறையில் இது சாத்திய மல்ல. அதேபோல, வெள்ளப் பாசனம் செய்த காலத்தில், நெல் பண்ணைகளில் மீன்குஞ்சுகள் பெருகி அவையும் உணவாகப் பயன்பட்டன. ஆனால், ரசாயனப் பூச்சிக்கொல்லி களைப் பயன்படுத்தினால் இது சாத்தியமல்ல.

உணவுப் பற்றாக்குறை தீர்ந்து உணவில் தன்னிறைவு அடைந்தோமா?

முதலில், உணவு என்றால் 'அரிசி, கோதுமை' என்று பொருளல்ல. இவை நம் வயிறுகளை வேண்டுமானால் தற்காலிக மாக நிரப்பலாம். ஆனால், நமக்குத் தேவையான ஊட்டச்சத்தை அளிக்கமுடியாது. ஒரு வேளை நாம் 'தானிய உற்பத்தியில் தன்னிறைவு அடைந்தோம்' என்று சொன்னாலும்கூட, உணவு உற்பத்தியில் தன்னிறைவு அடைந்ததாகச் சொல்லிக்கொள்ள முடியாது. பசுமைப் புரட்சிக்குப் பிறகு, ஊட்டச்சத்து நிறைந்த பருப்பு வகைகள் மற்றும் சிறுதானியங்களின் உற்பத்தி படிப் படியாகக் குறைந்துகொண்டு வந்தது. அதற்கு மாறாக, பணப் பயிர்களான கரும்பு, பருத்தியின் உற்பத்தி அதிகரித்தது. வளரும் நாடுகளில் ஐந்து வயதுக்கு உட்பட்ட குழந்தைகளின் மரணத் தில் 60 சதவிகிதம் ஊட்டச்சத்துக் குறைவால் ஏற்படுபவை. தானியங்களைப் பொறுத்த வரையிலும்கூடப் பாரம்பரிய ரகங்களில் இருந்த ஊட்டச்சத்து, கலப்பின ரகங்களில் இல்லை என்பதுதான் உண்மை. இது காய்கறி, பழவகைகளுக்கும் பொருந்தும்.

ராஜஸ்தான் மாநிலத்தில் வறுமை நிரம்பிய மாவட்டங் களில் கிராமப்புறங்களைவிட நகர்ப்புறங்களில் குழந்தைகள் ஊட்டச்சத்துக் குறைந்தவர்களாக இருப்பது அதிகமென அரசாங்கத்தின் சுகாதார ஆய்வுகளில் தெரியவந்துள்ளது. மேலும், பெரிய அணைகள், கால்வாய்கள், இரசாயன உரங்கள் மற்றும் பூச்சிக்கொல்லிகள் ஆகியன மீன்வளங்களை அழித்து உணவு இருப்பைக் குறைத்துள்ளன.

ரசாயன உரங்களை உற்பத்தி செய்யத் தேவையான மூலப்பொருளான பெட்ரோலியத்தை நாம் இறக்குமதி செய்யும் வரையில், உணவில் தற்சார்பு அடைந்துவிட்டதாக எவ்வாறு கூறிக்கொள்ள முடியும்? உணவில் தன்னிறைவு என்பது மூலப் பொருள்களின் தன்னிறைவையும் உள்ளடக்கியதாகத்தானே இருக்க வேண்டும்?

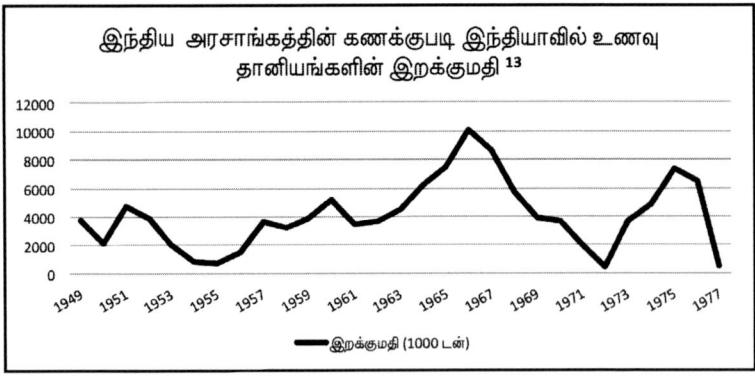

(Source: Directorate of Economics and Statistics, New Delhi)

❍

விவசாய வாழ்க்கை முறை ஆங்கிலேயர் ஆட்சிக் காலத்தில் வியாபாரமாக மாற ஆரம்பித்தது. அப்போது சூடுபிடித்த இந்த அடிப்படை மாற்றம், பசுமைப் புரட்சியின் 'வெற்றி'க்குப் பிறகு, மக்களின் ஒட்டுமொத்த ஆதரவையும் பெற்றது. 'நவீனத் தொழில்நுட்பம், தொழில்மயமாக்கல், நவீனக் கல்வி இவை இருந்ததால் நாம் பிழைத்தோம்!' என்று சொல்லிக்கொண்டு, உண்மையை ஆராயாமல், இந்த விபரீதப் பாதையில் மேலும் அவசரமாக, மேலும் வேகமாகச் செல்ல ஆரம்பித்தோம். இந்தப் 'பசுமைப் புரட்சி மனோபாவம்' நம்மை இன்று எத்தகைய விபரீதத்தில் கொண்டு தள்ளியிருக்கிறது?

13

இன்றைய வேளாண் நெருக்கடி

பசுமைப் புரட்சி மனித இனத்தை எத்தகைய விபரீதப் பாதையில் தள்ளியிருக்கிறது என்பதைப் பற்றிப் பார்ப்பதற்கு முன், முதலாளித்துவத்தின் இன்றைய செயல்பாட்டைப் பற்றி அவசியம் புரிந்துகொள்ள வேண்டும். ‘உணவு’, ‘விவசாயம்’ (விதைகளில் தொடங்கி, நம் தட்டில் உணவாகும் வரை) இன்று தொழில்களாக, வியாபாரத்திற்குரியனவாக மாறியுள்ளன. முதலாளித்துவ அமைப்பு, இந்தத் தொழில்களின்மூலம் எப்படி யெல்லாம் இயற்கை வளங்களைச் சுரண்டி லாபத்தைப் பெருக்கலாம் என்பதையே தன் முக்கிய நோக்கமாக வைத்துச் செயல்படுகிறது. நமது பொருளாதார அமைப் பின் இத்தகைய முனைப்பு, நமது சமுதாயம், அரசியல், விஞ்ஞானம், கல்விமுறை ஆகிய அனைத்தின் முனைப்பை யும் முடிவு செய்துவருகிறது. மனித இனத்தின் எதிர் காலத்தையே கேள்விக்குறியாக்கியுள்ள இன்றைய அபாயகரமான நெருக்கடிக்குக் காரணம், லாபத்தைப் பெருக்குவதையே குறியாகக்கொண்ட இந்தப் போக்கு தான். தனியார் நிறுவனங்களில் நல்ல ‘மரியாதைக்குரிய’ பணிகளில் அமர்ந்திருக்கும் நல்லவர்கள் பலருக்கும் இந்த விபரீத விளையாட்டில் முக்கியப் பங்குண்டு.

இன்று உலகம் முழுவதும் படித்தவர்கள் கவனம் செலுத்தும் கேள்வி ‘வீட்டிலும், நாட்டிலும் எவ்வாறு பணப் புழக்கத்தைப் பெருக்குவது?’ என்பதுதான்.

அப்படிப் பெருக்கினால்தானே, நாட்டின் மொத்த உற்பத்தி (GDP) அதிகரித்து (இந்தியாவின் மொத்த உற்பத்தி யில் விவசாயத்தின் பங்கு 20 சதவிகிதம்), நாடு 'வளர்ச்சி' அடையும்! உணவு மனிதனின் அடிப்படைத் தேவைகளுள் ஒன்றாக இருப்பதால், விவசாயம் சுரண்டலுக்கு ஏற்ற இலக்காக மாற்றப்பட்டுள்ளது.

இந்தக் கட்டமைப்பின்படி பார்த்தால், விவசாயிகள் தங்கள் தரமான பாரம்பரிய விதைகளைப் பண்டமாற்று முறையில் கைமாற்றம் செய்வதற்கோ, மாட்டுச் சாணத்தையும் பசுந்தாள் உரத்தையும் கொண்டு வளப்படுத்தப்பட்ட மண்ணில் ஆரோக்கிய மான பயிர்களை விளைவிக்கவோ, பூச்சி நோய்களை மூலிகை களைக் கொண்டு விரட்டவோ (சுருக்கமாகச் சொன்னால், உணவின் இருப்பை மலிவாக்கவோ பரவலாக்கவோ) நீங்கள் உதவினால் உங்களைத் தேசத் துரோகி எனலாம்! ஏனெனில், நீங்கள் நாட்டின் 'வளர்ச்சி'ப் பாதையில் பெரும் தடையாக நிற்பீர்கள்! நமது அரசியல், பொருளாதார மற்றும் சமுதாயத் தின் ஒருமித்த குறிக்கோள் 'லாபப் பெருக்கம்' என்பதாக இருக்கும்வரையில், பசுமைப் புரட்சி தீவிரமடைந்துகொண்டே தான் போகும் என்பதில் சந்தேகமே இல்லை.

இந்தியாவைப் பொறுத்தவரையில் இந்தப் போக்கு 1991இல் தான் தீவிரமடையத் தொடங்கியது. அந்த ஆண்டு இந்தியப் பொருளாதாரம் தாராளமயமாக்கப்பட்டதைத் தொடர்ந்து 'சர்வதேச நாணய நிதி' (IMF) 'இந்தியாவுக்குக் கடனுதவி வேண்டுமானால் அது தனது பொருளாதாரக் கட்டமைப்பை மாற்றியமைக்க வேண்டும்' என்று நிபந்தனையிட்டது. இந்தியா வும் அதற்கு இணங்கியது. அதுதான் தாராளமயமாக்கல் (சந்தையை அரசாங்கத்தின் கட்டுப்பாட்டிலிருந்து விலக்குதல்), தனியார்மயமாக்கல் (பொதுத் துறை நிறுவனங்களைத் தனியார் நிறுவனங்களின் கட்டுப்பாட்டுக்குள் கொண்டு வருதல்), உலக மயமாக்கல் (ஏற்றுமதிக்கான மானியங்களையும் இறக்குமதிக் கான சுங்க வரிகளையும் குறைத்து உலக வர்த்தகத்தை மேம்படுத்துதல்) என்கிற மூன்றையும் கொண்ட இந்தப் பொதியம். 1995இல் உருவாக்கப்பட்ட உலக வர்த்தக நிறுவனம் (WTO) உலக வங்கி மற்றும் சர்வதேச நாணய நிதியின் செயல்பாடு களை ஒருங்கிணைத்து, இந்திய வேளாண்மையின் சுரண்டலுக் கான பாதையை முறைமைப்படுத்தி மேலும் வசதியாக்கிக் கொடுத்தது. இந்தச் சுரண்டல் எவ்வாறெல்லாம் நடந்து கொண்டிருக்கிறது என்பதை இனிப் பார்ப்போம்.

❍

உப்பைக் கொட்டியதால் நமது மண் வளமெல்லாம் இழந்து மலடானதுடன் உலகெங்கும் ரசாயனப் பூச்சிக் கொல்லிகளுக்கு எதிரான முழக்கம் தீவிரமடைந்து இயற்கை விவசாயம் வெற்றி நடைபோட்டுக் கொண்டிருக்கிறது. இதனால் ரசாயன இடுபொருட்களுக்கான எதிர்காலம் மங்கிக்கொண்டே வருகிறது. தங்களைத் தக்கவைத்துக்கொள்ளும் அவசர நடவடிக்கையில் இறங்கியிருக்கும் வேளாண் நிறுவனங்களின் தற்போதைய ஒரே ஆயுதம், தங்கள் கட்டுப்பாட்டுக்குள் இருக்கும் விதைகள்தான். இயற்கை உரங்களைக்கொண்டு ரசாயன உரங்களையும், பண்ணை மூலிகைகளைக்கொண்டு ரசாயனப் பூச்சிக்கொல்லிகளையும் எளிதில் பதிலீடு செய்து விடலாம். ஆனால், பல்லாயிரம் ஆண்டுகளாக உருவாகிய பாரம்பரிய ரக விதைகளை ஒரேயடியாக அழித்துவிட்டால், கலப்படமாக்கிவிட்டால், தாங்கள் காப்புரிமை பெற்ற விதை களை விட்டால் வேறு கதி இருக்காதே!

விதைகளை அழிக்க இரண்டு வழிகள் உண்டு. ஒரு ரகத்தின் விதைகளை விதைக்காமல் சில ஆண்டுகள் அப்படியே வைத்திருந்தால், அவை அனைத்தும் முளைப்புத்திறன் இல்லாத வெற்று விதைகளாக மாறி அந்த ரகமே அழிந்துவிடும். காப்புரிமை செய்யப்பட்ட மரபணு மாற்றப்பட்ட விதைகளைப் பரப்பினால், அயல் – மகரந்தச் சேர்க்கையின் மூலம் கலப்படம் செய்து பழைய ரகங்கள் அனைத்தையும் அவை அடியோடு அழித்துவிடும். இப்படிச் செய்தால், தங்கள் சொந்த விதைகளை யெல்லாம் நாளடைவில் இழந்து, உலக விவசாயிகள் அனைவருமே இந்தக் கம்பெனிகளிடம் கையேந்தி நிற்கும் நிலை வந்தால், லாபம் ஈட்டி ‘வளர்ச்சி’யடையலாமே என்பதே திட்டம். மேலும், இந்த விதைகளை ஒரு முறை மட்டுமே விதைத்து அறுவடைசெய்ய முடியுமென்றானால், ஒவ்வொரு பயிர் காலமும் பணத்தைச் செலுத்தி விதைகளை வாங்க வேண்டுமே! எல்லா விதைத் தேவைகளுக்காகவும் இந்த ஏகபோக நிறுவனங்களை அணுக வேண்டிவந்தால், பிறகு அவர்கள் வைத்ததுதான் சட்டம் என்றாக்கிவிடலாமே; அவர்கள் நிர்ணயித்த விலையில் வாங்கவேண்டி வருமே! இந்தத் தந்திரங்களெல்லாம் ‘அனைவருக்கும் உணவு!’, ‘உலகப் பசியை ஒழிப்போம்!’ என்பன போன்ற பன்னாட்டு நிறுவனங்களின் கோஷங்களுக்குப் பின்னால் ஒளிந்துகொண்டு, மக்களை முட்டாள்களாக்கிப் பிழைத்துக்கொண்டிருக்கின்றன.

இந்த நோக்கங்கள் எல்லாம் நிறைவேற வேண்டுமென்றால், சர்வதேச அளவிலும் உள்ளூர் அளவிலும் சிலவற்றைச் செய்தாக வேண்டும்.

சர்வதேச அளவில் செய்ய வேண்டியவை: வேளாண் நிறுவனங்களின் சொல்லுக்கெல்லாம் அரசாங்கங்களை ஆட வைக்க வேண்டும். ஆசிய ஆப்பிரிக்க அரசாங்கங்களை 'உணவு உற்பத்திக் குறைவு' என்று பொய்யாக அறிவிக்க வைக்க வேண்டும். சர்வதேச வர்த்தகத்தைத் தாராளமயமாக்க வேண்டும் (அதாவது, இந்த நாடுகளின் இறக்குமதித் தீர்வையை அகற்றிவிட வேண்டும்) உணவு உதவி என்னும் பெயரில், இந்த அரசாங்கங்களை மக்களின் வரிப்பணத்தைக் கொண்டு கோடிக்கணக்கான டன் கம்பெனி விதைகளையும் தானியங்களையும் வாங்கி நேரடியாக விவசாயிகளிடம் விநியோகிக்க வைக்க வேண்டும்.

உள்ளூர் அளவில் செய்ய வேண்டியவை: சிறு விவசாய நிலங்களையெல்லாம் கைப்பற்றி, தங்களுக்கு வேண்டிய நிறுவனங்களின் இடுபொருட்களைக் கொண்டு பெரிய அளவில் விவசாயத்தைச் செய்ய வேண்டும். சிறு விவசாயிகளின் சுதந்திரத்தைப் பறித்துத் தாங்கள் சொன்ன பேச்சைக் கேட்கும் கூலியாட்களாக அவர்களை மாற்ற வேண்டும். விவசாயிகளின் விதைகளை அழிக்க வேண்டும்; அவற்றைச் சேமித்து வைப்பதைச் சட்டத்தைக் கொண்டு தடைசெய்ய வேண்டும். விதைகள் உற்பத்தி செய்யும் தொழில்நுட்பத்தின் உரிமைகளை இயற்கை யிடமிருந்து பறித்து, தனியார் கட்டுப்பாட்டுக்குள் இருக்கும் ரகசியப் பரிசோதனைக் கூடங்களுக்குள் பூட்டிவைக்க வேண்டும்; அவற்றுக்குக் காப்புரிமை பெற வேண்டும். இவற்றை யெல்லாம் தட்டிக் கேட்கும் குரல்களுக்குத் 'தேசத் துரோகி', 'வளர்ச்சிக்குத் தடையாக நிற்பவர்கள்' என்றெல்லாம் பட்டம் சூட்ட வேண்டும். ஊடகங்களின் மூலம் 'நவீன விஞ்ஞானம் மற்றும் தொழில்நுட்பத்தைக் கொண்டு பெருகிவரும் மக்கள் தொகைக்கு உணவூட்ட, உணவு உற்பத்தியைப் பெருக்க வேண்டும்!' எனத் திரும்பத் திரும்ப எழுத வேண்டும்; மக்களை மூளைச் சலவை செய்து, அவர்களை இதற்கு ஆதரவளிக்கச் செய்ய வேண்டும். 'லாபத்தைப் பெருக்குவதுதான் புதிய உலகை உருவாக்க வழி; அதுதான் வெற்றி; அதுதான் வளர்ச்சி' என இளம் மனங்களை நம்பச் செய்ய வேண்டும். எதிர்க் குரல்கள் மிரட்டப்படவும் மௌனமாக்கப்படவும் வேண்டும். அளவுக்கு மீறி மக்களை ஒன்று திரட்டிப் போராட்டம் செய்யும் தலைவர்களைத் தாக்குவதற்கும் துணிய வேண்டும்.

இவையெல்லாம் வெறும் கற்பனை, சும்மா பூச்சாண்டி காட்டும் வேலை என நீங்கள் நினைத்தால் தயவுசெய்து பின்வருவனவற்றைப் பார்த்துவிட்டு முடிவுக்கு வாருங்கள்.

மரபணு மாற்று விதைத் தொழில்நுட்பம்

விதைகளைத் தங்கள் கட்டுப்பாட்டுக்குள் கொண்டு வருவதற்கான முனைப்புகளின் உச்சகட்டம்தான் மரபணு மாற்று விதைத் தொழில்நுட்பம். இயற்கையின் நியதிகளை மீறியதால் இந்திய வேளாண்மை சரிவடைந்த கதையின் உச்சகட்டம் இது. இன்று உலகெங்கும் பெரிய சர்ச்சையாக வெடித்திருக்கும் பிழைபட்ட, அபாயகரமான, பொய்யான இந்த உரிமைக் கோரல்கள் நம் நாட்டில் பெரிய அளவில் நுழையக் காத்திருக்கின்றன. மொன்சாண்டோ என்னும் ஊழல்மயமான நிறுவனம் முன்னிறுத்தும் மரபணு மாற்றுக் கத்திரிக்காயின் (பி.டி.கத்திரிக்காயின்) வடிவத்தில் இவை நம்மை ஆக்கிரமிக்கத் தயாராக இருக்கின்றன.

இந்தத் தொழில்நுட்பம் எதனால் பிழைபட்டது?

குறிப்பிட்ட மரபணுவுக்குக் குறிப்பிட்ட செயல்தான் என்ற கொள்கையே கேள்விக்குறியாய் இருக்கும்போது, அதை ஆதாரமாகக்கொண்டு அமைந்த விஞ்ஞானமும் தொழில் நுட்பமும் எப்படிச் சரியானவையாக இருக்க முடியும்? உதாரணத்துக்கு, ‘சர்ப்ப கந்தா’ என்னும் மூலிகை எந்தப் பக்க விளைவுகளும் இல்லாமல் உயர் ரத்த அழுத்தத்தைக் குணமாக்க வல்லது. ஆனால், நவீன மருத்துவ அறிவியல் சர்ப்ப கந்தாவி லிருந்து ‘ரிசர்பின்’ என்னும் மூலக்கூறைப் பிரித்தெடுத்துத் தயாரித்த மருந்தினால் பலவகையான பக்க விளைவுகள் ஏற்பட்டு அது பல நாடுகளில் தடை செய்யப்பட்டது.[1] தாவரங் களில் இருக்கும் அணுக்களும் மரபணுக்களும் ஒன்றோ டொன்று சேர்ந்து செயல்படுகின்றன. இந்தச் செயல்பாட்டைப் பிளவுபடுத்தி அறிய முடியாது. அப்படியே பிளவுபடுத்தித் தனியாகப் பிரித்தெடுத்தாலும், அதனால் எதிர்பாராத பக்க விளைவுகள் ஏற்பட நிறைய வாய்ப்புள்ளது.

இந்த உரிமைக் கோரல்கள் எதனால் பொய்யானவை?

மரபணு மாற்றுப் பயிர்கள் எவையுமே உற்பத்தியையோ, விவசாயியின் வருமானத்தையோ நேரடியாகப் பெருக்குவதற் காக உருவாக்கப்படவில்லை. அயல் மரபணுவைக் (பூச்சியைக் கொல்லும் விஷத் தன்மையுடைய மண்ணில் உயிர்வாழும் நுண்ணுயிரி பாசில்லஸ் துரிஞ்சியென்சிஸ் / BT) கொண்டு பூச்சி எதிர்ப்புத்தன்மையையும் பூச்சிக்கொல்லிகளால் பாதிப்பு ஏற்படாத தன்மையையும் உருவாக்கி, மறைமுகமாக உற்பத்தி யைப் பெருக்குவதாகச் சொல்லிக்கொள்கிறார்கள். ஆனால் இது ஒரு பொய் என்பது அம்பலமாகிப் பல காலம் கழிந்து

விட்டது. பரவலாக அறிமுகமான பி.டி. சோளம் பெரிய அளவில் சேதமாகி, கட்டுக்கடங்காத சுகாதாரக் கேடுகளை விளைவித்த தால் இத்தாலி, அயர்லாந்து, சுவிட்சர்லாந்து, ஆஸ்திரியா, ஃபிரான்சு, ஜெர்மனி, கிரீஸ், ஹங்கேரி, லக்ஸம்பர்க், போலந்து, ரொமேனியா போன்ற பல நாடுகளில் அரசாங்கமே மரபணு மாற்றுப் பயிர்களுக்குத் தடை விதித்துவிட்டது.[2] இப்படித் தாங்கள் அடிபட்டுத் தெரிந்துகொண்ட பாடத்தைக் கொண்டு மற்றவர்களையும் எச்சரிப்பதற்காகத் தென்னாப்பிரிக்க விவசாயிகள் சென்ற ஆண்டு தமிழ்நாட்டுக் கிராமங்களை வலம் வந்து, சென்னையில் நம் விவசாயிகளைச் சந்தித்து எச்சரித்தனர்.[3]

இந்தத் தொழில்நுட்பம் ஏன் அபாயகரமானது?

ஒவ்வாமையில் தொடங்கித் தோல் வியாதிகள், சிறுநீரகக் கோளாறு என்று முன்கூட்டி அறியமுடியாத 53 பாதிப்புகள் இந்நாடுகள் அனைத்திலும் பதிவு செய்யப்பட்டுள்ளதாக 'Genetic Roulette' எனும் நூல் பட்டியலிட்டுள்ளது.[4] பிரபல மகப்பேறு நிபுணர்களான மருத்துவர்கள் கமலா செல்வராஜும் ஜெயம் கண்ணனும், இந்த விதைகள் மலட்டுத்தன்மையையும் அதிகரித் திருப்பதாக அறிவித்துள்ளனர்.[5] இந்தியாவிலேயே சில ஆண்டு களுக்கு முன்னால் அறிமுகமான பி.டி. பருத்தியைப் பரவலாகப் பயிரிட்டு, பூச்சியின் தாக்கத்தால் சேதமாகி, லட்சக்கணக்கில் கடன்வாங்கித் தற்கொலைக்குத் தள்ளப்பட்ட விவசாயிகளின் எண்ணிக்கை இரண்டு லட்சத்தையும் தாண்டிவிட்டது! அது மட்டுமல்லாது, ஆந்திரப் பிரதேசத்தில் இந்தப் பயிரைத் தின்ற கால்நடைகள் ஆயிரக்கணக்கில் இறந்துபோன செய்தியையும் பலமுறை கேட்டாயிற்று. இந்தப் பயிர் விளைந்த பண்ணை களில் வேலையாட்களுக்குத் தோல் வியாதிகள் ஏற்படுவதைப் பற்றியும் மீண்டும் மீண்டும் படித்தாயிற்று.[6]

'ஜெனடிக் ரோலெட்' எனும் புத்தகம்

ஏதோ பரிசோதனை செய்துவிட்டுச் சரிவரவில்லை யென்றால் விட்டுவிடலாம் என்னும் பேச்சுக்கே இடமில்லாதது

தான் இதிலுள்ள மிகப்பெரிய ஆபத்து. ஆயிரமாயிரம் ஆண்டு களாகச் சேகரித்து வைத்துள்ள நமது விதைகள், ஒன்று அல்லது இரண்டு ஆண்டுகள் மட்டுமே விதைக்காமல் விட்டுவிட்டால் முளைக்காத சோதா விதைகளாக மாறித் திரும்பப் பெறமுடியாத அளவுக்கு நம் பாரம்பரியத்தையும் உணவு முறையையும் இழந்து விடுவோம். பி.டி. பருத்தி பரவலாகச் சேதமாவதை அனுபவித்த விவசாயிகள் இன்று வேறு பருத்தி விதைகள் வாங்க வேண்டு மென்றால் அது அத்தனை சுலபமல்ல. ஏனென்றால் சந்தையில் பி.டி. அல்லாத பருத்தி விதைகள் கிடைப்பது மிகவும் அரிதாகி விட்டது. நம் உணவுக்கும் இந்த நிலையை ஏற்படுத்திக்கொள்ளும் விபரீதப் பாதையில் 'வளர்ச்சி'யின் பெயரில் வேகமாகச் சென்றுகொண்டிருக்கிறோம். பி.டி. கத்திரிக்காயைத் தொடர்ந்து நெல், பருப்பு, கோதுமை, சிறுதானியங்கள், காய்கனிகள், மூலிகைகள் உள்ளிட்ட நமது எல்லாப் பயிர்களின் மரபணு மாற்றப்பட்ட ரகங்களும் நமது வேளாண் பல்கலைக்கழகங் களில் பரிசோதனையின் வெவ்வேறு நிலைகளில், பன்னாட்டு நிறுவனங்களால் அறிமுகமாகக் காத்துக்கொண்டிருக்கின்றன.

அக்டோபர் 2009இல், அரசாங்கத்தின் மரபணுப் பொறியியல் ஒப்புதல் குழு (GEAC) பி.டி. கத்திரிக்காய்க்கு அனுமதி அளித்ததைத் தொடர்ந்து நாடு முழுவதும் விவசாயிகள், நுகர்வோர், விஞ்ஞானி கள் எனப் பலதரப்பினரும் கடும் எதிர்ப்புத் தெரிவித்தனர். இந்தக் குழுவில் ஒருவரான தலைசிறந்த மரபணு விஞ்ஞானி யான டாக்டர் புஷ்பா பார்கவா மேலும் ஒரு உண்மையை வெளிச்சத்திற்குக் கொண்டு வந்தார். இந்த ஒப்புதல் குழுவின் உறுப்பினர்களில் பெரும்பாலானோர் மொன்சாண்டோவுடன் நெருக்கமான தொடர்புடையவர்களாகவே இருந்தனர் என்பதே அது. இதன் பிறகு, சுற்றுச்சூழல் அமைச்சர் ஜெயராம் ரமேஷ், மக்களின் பலதரப்பு விவாதங்களை நன்கு கேட்டறிந்த பின்னர் முடிவெடுப்பதாக அறிவித்தார். இதற்காக அவர் சென்ற ஊரெல் லாம் மக்கள் கூட்டம் கூட்டமாகத் திரண்டு வந்து தங்களுக்கு இந்த அபாயகரமான தொழில்நுட்பம் தேவையில்லை என்பதைத் தெளிவாக விளக்கினர். பிப்ரவரி 2010இல் பாமர மக்கள், விஞ்ஞானிகளின் கேள்விகளுக்குத் திருப்திகரமான விடைகள் அளிக்கும்வரை மரபணு மாற்று உணவுப் பயிர்களுக்கு அரசாங்கம் தற்காலிகத் தடைவிதிப்பதாக அறிவித்தார். இந்தச் சமயத்தில், (தமிழ்நாடு உட்பட) பல மாநில அரசாங்கங்களும் ஒன்றன்பின் ஒன்றாக, மத்திய அரசே அனுமதித்தாலும் தங்கள் மாநிலத்தில் இந்தப் பயிர்களை அனுமதிக்க மறுப்பதாக அறிவித்தன.[7]

பி.டி. கத்திரிக்காய்க்கு எதிராக விவசாயிகளின் போராட்டம்.

இத்தனை எதிர்ப்புகளைச் சந்தித்துவரும் இந்த வலிமை யான பன்னாட்டு நிறுவனங்கள் கையாளும் தந்திரங்கள் பலவகையானவை. புத்திசாலித்தனமாகப் பொய்களை உற்பத்தி செய்வது, ஊழல், சர்வதேச வர்த்தகத்தின் விதிகளைத் தமக்கு வேண்டியவாறு வகுத்துக்கொள்வது, எதிர்ப்புக் குரல்களை மௌனமாக்கும் சட்டங்களை விதிப்பது, எதிர்ப்பு சக்திகளைத் திரட்டி ஒருங்கிணைப்பதில் முனைப்புடனும் தீவிரத்துடனும் செயல்படுபவர்களைத் தாக்குவது என நீள்கிறது அந்தப் பட்டியல்.

உணவு உதவியின் பெயரில் 'கம்பெனி விதைகள்' விநியோகம்

அமெரிக்க ஜனாதிபதி, உலக வங்கியின் தலைவர், ஐரோப்பிய யூனியன் தலைவர், பில் அண்டு மெலிண்டா ஃபவுண்டேஷன் என அனைவரும் பேசி வைத்தாற்போல் 'வளர்ந்துவரும் நாடுகளில் பசியைப் போக்க, உடனடியாக விதைகளை அவர்களுக்கு ஏற்றுமதி செய்து உதவ வேண்டும்!' என்று முடிவெடுத்து, கோடிக்கணக்கான டாலர் மதிப்புள்ள விதைகளை விநியோகம் செய்வதென்னும் முடிவுக்கு வரக் காரணம், இந்த பன்னாட்டு விதை நிறுவனங்களின் வற்புறுத் தல் அன்றி வேறென்னவாக இருக்க முடியும்?[8]

இதிலுள்ள ஊழலையும் பார்ப்போம். இத்தகைய பிரச்சினை களால் போகும் இடமெல்லாம் எதிர்ப்பைச் சந்தித்து வரும் மொன்சாண்டோ தங்கள் பண பலத்தைக்கொண்டு முடிந்த

வரைக்கும் சந்தையைக் கைப்பற்றப் பார்த்துக்கொண்டிருக் கிறது. உதாரணத்துக்கு, சில ஆண்டுகளுக்கு முன்பு இந்தோனேசிய அரசாங்க அலுவலர்களுக்கு லஞ்சம் கொடுத்து மாட்டிக் கொண்ட மொன்சாண்டோவுக்கு 1.5 மில்லியன் டாலர் அபராதம் விதித்தது அந்நாட்டு அரசாங்கம்.[9] மொன்சாண்டோ வின் இந்தியப் பிரிவின் முன்னாள் நிர்வாக இயக்குநர் ஜகதீசன் பொது விவாதத்தின்போது நிறுவனத்தின் மோசடி களை அம்பலப்படுத்தினார். மொன்சாண்டோவில் 18 ஆண்டு கள் (இதில் எட்டு ஆண்டுகள் இந்தியப் பிரிவின் செயல் தலைவராக) பணிபுரிந்து ஓய்வுபெற்றிருக்கும் இவர், அரசாங்க அனுமதி பெறுவதற்காக "மொன்சாண்டோ போன்ற நிறுவனங்கள் புள்ளிவிவரங்களைத் திரிக்கவும், செயற்கையாக உருவாக்கவும் செய்கின்றன" என்று வெளிப்படையாகக் கூறியுள்ளார். தன் நிறுவனம் இந்திய விவசாயத்தைச் சுரண்டு வதைத் தன் மனசாட்சி ஏற்றுக்கொள்ளாமல் பணியிலிருந்து ஓய்வுபெற்றதாகக் கூறினார்.[10]

வன்முறை

பிளாக்வாட்டர் எனும் அமெரிக்கத் தனியார் ராணுவக் கம்பெனி, ஆண்டுதோறும் 40,000 நபர்களுக்குப் பயிற்சி அளிக் கிறது. தன் வாடிக்கையாளர்களுக்காக, 'பிளாக்வாட்டர்' போராளி அமைப்புகளுக்கிடையே ஊடுருவி அவர்களைப் பலவீனப்படுத்தும் செயல்களில் ஈடுபடுகிறது. இதன் வாடிக்கை யாளர்களுள் மொன்சாண்டோவும் ஒன்று.[11]

பிளாக் வாட்டர் ராணுவர்கள்

பலவந்தமான 'உணவு உதவி'

விதைகளைத் தவிர, தங்களிடம் அதிகமாக உள்ள உணவு தானியங்களையும் 'உணவு உதவி' என்னும் பெயரில் வளரும் நாடுகளுக்கு ஏற்றுமதி செய்து, லாபத்தைச் சம்பாதிக்கிறது இந்தக் கம்பெனி – அரசாங்கக் கூட்டணி. அமெரிக்கா மற்றும் ஐரோப்பிய நாடுகளில், விவசாயிகளுக்கு அரசாங்கம் மானியம் கொடுத்துவருகிறது. ஆனால், மக்களின் வரிப் பணம் சிறு விவசாயிகளைச் சென்றடைவதில்லை. அமெரிக்காவின் மிகப் பெரிய பணக்காரர்களான டெட் டர்னர், டேவிட் ராக்க ஃபெல்லர் போன்றவர்கள்தான் அரசாங்கத்தின் பெரும் பான்மையான மானியத்தை அனுபவிக்கிறார்கள். இந்த நாடுகளில் மட்டும் ஆண்டுக்கு 370 பில்லியன் (37,000 கோடி) டாலர் விவசாய மானியத் தொகையாகும்.[12]

'இதோ பாருங்கள், நாம் உணவு உற்பத்தியில் தன்னிறைவு அடைந்துவிட்டோம். இப்போது ஏற்றுமதிகூடச் செய்து கொண்டிருக்கிறோம். இதெல்லாம் நவீனத் தொழில்நுட்பம் இல்லாமல் சாத்தியமாகியிருக்குமா?' என்று ஒரு புறம் அறிவிக் கும் கம்பெனிகள் 'உணவு உதவியைக் கொண்டு வளரும் நாடுகளின் வறுமையைப் போக்க வேண்டும்!' என்று மறுபுறம் அரசாங்கத்தின் உதவிகொண்டு விளைவித்த தானியங்களை இங்கு வந்து மலிவான விலைக்கு விற்பனை செய்கின்றன. இது நமது விவசாயிகளுக்கு நல்ல செய்தி அல்ல. இப்படித் தான், 2006இல் நமக்கு அளவுக்கு அதிகமாகச் சேமிப்புக் கிடங்குகளில் கோதுமை இருந்தும், 'பற்றாக்குறை' என்னும் பெயரில் ஐந்து லட்சம் டன் ஆஸ்திரேலிய கோதுமை, இறக்குமதித் தீர்வை எதுவுமின்றி நம் நாட்டில் வந்திறங்கிப் பெரும் சர்ச்சையைக் கிளப்பியது.[13]

இத்தகைய ஏற்பாடு, பணக்கார நாடுகளின் கட்டுப் பாட்டுக்குள் இருக்கும் உலக வர்த்தக நிறுவனத்தின் (WTO) நிர்ப்பந்தங்களால் சாத்தியமாகிறது. இந்த நாடுகளைத் தங்கள் உள்நாட்டு மானியங்களைக் குறைத்துக்கொள்ளும்படி பலமுறை கேட்டுக்கொண்டும் இந்த நிலை இன்றுவரை மாறியபாடில்லை. கடினமாக உழைத்து விதைகளைப் பாதுகாத்த நம் விவசாயி களுக்கும் அக்கறையுள்ள நுகர்வோருக்கும் இப்படி மலிவாக இறக்குமதி ஆகும் தானியங்கள் சுத்தமானவையா கலப்பட மானவையா என்பதுகூடத் தெரியாது! ஆனால் இத்தகைய ஏற்பாட்டின் மூலம் லாபமடைபவர்கள் கார்கில் போன்ற பன்னாட்டு உணவு வணிகக் கம்பெனிகள்தாம்.

எதிர்க் குரல்களை மௌனமாக்கும் சட்டங்கள்

இந்தச் செயல்பாடுகளின் உச்சகட்டம், அரசாங்கங்களைக் கைகளுக்குள் போட்டுக்கொண்டு சட்டங்களையெல்லாம் மாற்றி அமைப்பதே! சில முக்கியமான சட்டங்களையும், சட்டத்திருத்தங்களையும் மட்டும் இங்கே பார்ப்போம்.

- ### வேளாண் கவுன்சில் சட்டம்

இயற்கை விவசாயிகளே தங்கள் அனுபவத்தில் கற்ற அறிவைக் கருத்தரங்குகள், பயிற்சி முகாம்கள் மூலம் மற்ற விவசாயிகளிடம் பகிர்ந்துகொண்டு இயற்கை வேளாண்மையை வெற்றிகரமாகப் பரப்பி வருகின்றனர். 'வேளாண் பல்கலைக் கழகங்களிடமிருந்து சான்றிதழ் பெறாத யாரேனும் பயிற்சிகள் நடத்தினால், அவர்களுக்கு ரூ. 5,000 அபராதம், அல்லது 6 மாதக் காலம் சிறைத் தண்டனை விதிக்கப்படும்' என்ற சட்டம் தமிழ்நாடு சட்டமன்றத்தில் தாக்கல் செய்யப்பட்டது.[14] 'அராஜகமான சட்டம்' எனப் பலராலும் விமர்சிக்கப்பட்ட இந்தச் சட்டம், விவசாயிகள், சமூக அமைப்புகள் கடுமையாக எதிர்த்ததால் ரத்துசெய்யப்பட்டது.[15]

- ### விதைச் சட்டம்

இது எட்டாண்டுகளுக்கு முன்னால் முன்வைக்கப்பட்டது. இதன்படி சான்றிதழ் பெற்ற கம்பெனிகளின் விதைகளை மட்டுமே நமது நிலத்தில் பயிரிட வேண்டும். விவசாயிகள் தாங்களாகவே விதைகளைச் சேமித்து வைத்துக் கொண்டாலோ, அல்லது அவர்களுக்கிடையே கைமாற்றம் செய்துகொண்டாலோ, சிறைத் தண்டனை விதிக்கப்படும். கடும் எதிர்ப்பு இருந்துவரும் இந்த மசோதா எப்போது வேண்டுமானாலும் சட்டமாகும் நிலையில் உள்ளது.[16]

- ### இந்திய பயோடெக்னாலஜி கட்டுப்பாட்டு ஆணையச் சட்டம் (BRAI)

மரபணுப் பொறியியல் ஒப்புதல் குழு, இனி மரபணுப் பொறியியல் மதிப்பீட்டுக் குழுவாக அதிகாரக் குறைப்பு செய்யப்பட்டுள்ளது. இனி, இந்தக் குழு பரிந்துரைக்க மட்டுமே முடியும். அனுமதி அளிப்பதும் அளிக்காததும் அதன் அதிகாரத்தில் இல்லை. மேலும் ஒப்புதல் குழு சுற்றுச்சூழல் அமைச்சகத்தின் (MoEF) கீழ் இயங்கிவந்தது. புதிய குழு, அறிவியல் மற்றும் தொழில்நுட்ப அமைச்சகத்தின் பயோடெக்னாலஜி துறையின் கீழ் இயங்கும். இந்தத் தொழில் நுட்பத்தைக் கட்டுப்படுத்தும்

பொறுப்பில் உள்ள அமைப்பே இதைப் பரவலாக்கும் பொறுப்பை யும் ஏற்குமாம்! இச் சட்டத்தின் சில பிரிவுகளைப் பாருங்கள்.

1. **பிரிவு 63:** உற்பத்திப் பொருள்களின் பாதுகாப்பு அம்சம் குறித்து அறிவியல்ரீதியான ஆதாரமோ தடயமோ இல்லாமல் பொதுமக்களைத் தவறாக வழிநடத்தினால் சிறைத் தண்டனை அல்லது அபராதம் அல்லது இரண்டும் விதிக்கப்படும்.

2. **பிரிவு 81:** மாநில அளவில் எடுக்கப்படும் முடிவுகளை மத்திய அரசு மாற்றலாம்.

3. **பிரிவு 27:** இந்தியாவின் தகவல் அறியும் உரிமைச் சட்டத்தை மீறலாம்.

கடும் எதிர்ப்பு இருந்துவரும் இந்த மசோதா எந்தத் தறுவாயிலும் சட்டமாக இயற்றப்படும் நிலையில் உள்ளது.[17]

● **விவசாய விளைபொருள் விற்பனைக் குழுச் சட்டத் திருத்தம் (APMC) (Amendment Act)**

சமீபகாலம் வரை, APMC சட்டம், விவசாயிகள் தங்கள் விளைபொருட்களைக் கட்டுப்படுத்தப்பட்ட சந்தைகள் மூலமாக மட்டுமே விற்க அனுமதி அளித்தது. இப்போது சேர்க்கப்பட்டிருக்கும் திருத்தம், இந்தத் தடையை நீக்கித் தனியார் நிறுவனங்கள் நேரடியாக விவசாயிகளிடமிருந்து கொள்முதல் செய்துகொள்ளலாம் என அறிவித்துள்ளது.[18] செய்தால் என்ன என்கிறீர்களா? இது விவசாய நிலங்களைக் கைப்பற்றி, விவசாயிகளைக் கூலியாட்களாக்கி ஏமாற்றும் ஏற்பாடு என்பதுதான் உண்மை. இதன் உச்சகட்ட வெளிப்பாடே 'ஒப்பந்த விவசாயம்.'

ஒப்பந்த விவசாயத்தின் அபாயங்கள்

நமது விவசாய – உணவு அமைப்பின் (விதைகள், இடு பொருட்கள், உணவு உற்பத்தி, பதப்படுத்துதல், விற்பனை ஆகிய) எல்லா அம்சங்களையும் தங்கள் கட்டுப்பாட்டுக்குள் கொண்டுவர வேண்டுமென இறங்கியிருக்கும் தனியார் நிறுவனங்கள், ஒப்பந்த விவசாயத்தைக் கடந்த பத்தாண்டுக் காலமாக மேற்கொண்டு வருகின்றன. ஒப்பந்த விவசாயத்தின் அம்சங்கள் வருமாறு: விவசாயிக்கும் நிறுவனத்துக்கும் இடையே முன்பே ஒப்புக்கொள்ளப்பட்ட விலை நிர்ணயிக்கப்படும். விளைபொருள்களின் அளவு, தரம் ஆகியவை முன்கூட்டியே

உருளைக்கிழங்கு ஒப்பந்த விவசாயி

நிர்ணயிக்கப்படும். இந்த ஏற்பாட்டின்படி ஒப்பந்தக்காரர் விளைச்சலுக்குத் தேவையான அனைத்து இடுபொருட்களையும் வழங்குவார். விவசாயி நிலத்தையும் வேலையாட்களையும் வழங்குவார். தனியார் நிறுவனங்களின் விதைகளை ஒரேயடியாக லட்சக்கணக்கான ஏக்கரில் பயிர் செய்ய மிக எளிதான வழி இதுவே!

நம் நாட்டில் ஒப்பந்த விவசாயத்தில் இறங்கியிருக்கும் சில பன்னாட்டுத் தனியார் நிறுவனங்கள்: காட்பரி (கொக்கோ), பெப்ஸிகோ (உருளை, மிளகாய், வேர்க்கடலை), யுனிலிவர் (தக்காளி, சிக்கரி, தேயிலை), ITC (புகையிலை), கார்கில் (விதைகள்). சில இந்தியக் கம்பெனிகள்: பல்லார்பூர் இண்டஸ்ட்ரீஸ், ஜே.கே.பேப்பர்ஸ் மற்றும் விம்கோ (தைல மரங்கள்), யுனைட்டட் ப்ரூவரீஸ் (பார்லீ). பல நிதி நிறுவனங்களும் வங்கிகளும் ஒப்பந்த விவசாயத்துக்குப் பக்கபலமான உள்ளன.

இந்த ஏற்பாட்டில் நிறுவனங்களுக்குப் பல அனுகூலங்கள். தங்கள் தொழிற்சாலைத் தேவைக்கான சீரான விளை பொருட்கள் மலிவாகக் கிடைக்கின்றன. இடைத்தரகர்கள் இல்லாததால் செலவு குறைகிறது. நிலங்கள் விவசாயிகளிடமே இருப்பதால், நிலத்தில் முதலீடு செய்யும் அவசியமும் இல்லை; ரசாயன உரங்களைக் கொட்டி அதிக மகசூலை எடுத்துக்

கொண்டு சில ஆண்டுகளில் நிலம் மோசமானால் அந்த விவசாயிகளுடனான ஒப்பந்தத்தை ரத்துசெய்து, வேறு புதிய நிலங்களைத் தேடிச் செல்லலாம். இத்தனை அனுகூலங்கள் வேறு எந்த ஏற்பாட்டில் கிடைக்கும்? நிறுவனங்களுக்கு வசதியான, நஷ்டமில்லாத இந்த ஏற்பாடு, விவசாயிகளுக்கு மிகவும் ஆபத்தானது.

விவசாயிகளுக்குத் தெரியாமல் மரபணு மாற்றப்பட்ட விதைகளை விதைக்க ஒரே ஆண்டு போதுமானது. இந்த நிறுவனங்களின் ஒப்பந்தங்களை நம்பி ஒரே பயிரை ஏக்கர் கணக்கில் விதைத்து அறுவடை செய்த பின்னர், தரமானதாக இல்லையென்றால் அந்தப் பொருட்களை ஏற்க மறுக்கும் அதிகாரம் இந்த நிறுவனங்களுக்குண்டு. அப்போது, மிக மலிவான விலை மட்டுமே கிடைக்கும். இந்த விளைச்சலை அறுவடை செய்வதற்குக்கூடக் காசில்லாமல், பயிர்களை எரித்துவிடும் சம்பவங்களைப் பற்றி அடிக்கடி செய்திகள் வருகின்றன.[19]

இந்த அமைப்பில் வெளிப்படையாகத் தெரியும் ஒரு விஷயம், நம் உணவு உற்பத்தியாகும் நிலங்களையெல்லாம் புகையிலை, கொக்கோ, தேயிலை போன்ற பணப் பயிர்கள் விளைவிப்பதற்கும், பதப்படுத்தப்பட்ட நொறுக்குத் தீனி வகைகளைத் தயாரிப்பதற்கான மூலப்பொருட்களை விளைவிப்பதற்குமாக வளைத்துப் போட்டுக்கொண்டிருக்கின்றனர். இன்று குழந்தைகள் அனைவரும் அடிமையாகிவரும் 'லேஸ் சிப்ஸ்' செய்வதற்கான உருளைக்காக, பெப்ஸிகோ 15,000க்கும் மேலான விவசாயிகளிடம் ஒப்பந்தம் போட்டிருக்கிறது. தற்போது, நேரடியாகக் கொள்முதல் செய்யும் நோக்கில் 40,000 விவசாயிகளுடனும் படிப்படியாக இந்த ஏற்பாட்டைப் பரப்பி, 16,000இலிருந்து 27,000 ஏக்கராக அதிகரிப்பதுதான் இதன் திட்டம். இந்தப் பொருட்களில் பலவும் ஏற்றுமதிக்கானவை.[20]

○

விவசாயிகளின் தற்கொலைகள்

இந்த எல்லாக் கொடுமைகளுக்கும் ஆளாகி, தற்கொலை செய்துகொண்டுள்ள விவசாயிகளின் எண்ணிக்கை இப்போது இரண்டரை லட்சத்தைத் தாண்டிவிட்டது. ஆண்டொன்றுக்குக் கிட்டத்தட்ட 20,000 விவசாயிகள் நாடெங்கும் பல மாநிலங்களில் (குறிப்பாக மஹாராஷ்டிரா, ஆந்திரப் பிரதேசம், கர்நாடகா, தமிழ்நாடு, பஞ்சாப்) நிகழ்ந்துகொண்டிருக்கின்றன.

அதாவது, ஒவ்வொரு நாளும் ஒவ்வொரு மணி நேரமும் 2–3 விவசாயிகள் இந்தியாவின் ஏதோ ஒரு பகுதியில் தற்கொலை செய்துகொண்டிருக்கிறார்கள்.

நினைவிருக்கிறதா? ஆங்கிலேயர் ஆட்சியில் விவசாயி எதைப் பயிரிட வேண்டும் என்பதை ஆங்கிலேய அரசு – கிழக்கிந்தியக் கம்பெனி கூட்டணிதான் முடிவுசெய்தது. காடுகளை அழித்துப் பணப் பயிர்ப் பண்ணைகளையும், தேயிலை எஸ்டேட்டுகளையும் அமைத்து, அதுவரை கௌரவ மாக வாழ்ந்துவந்த விவசாயிகளைக் கூலியாட்களாக்கி, அவர்களை வறுமைக்கும் கொடுமைக்கும் ஆளாக்கினர். தங்களுடன் ஒத்துழைக்காத விவசாயிகளுக்குக் கடும் தண்டனை விதித்தனர். நூறு ஆண்டுகளுக்கு முன்னால் நடந்த இந்தக் கதைகளில் எந்த மாற்றமும் இல்லை. இத்தனை வன்முறை யான ஒரு திட்டம் அரங்கேறி, இன்றும் வெற்றி நடை போட்டுக் கொண்டிருப்பதற்கு யார் காரணம்? 'மொன்சாண்டோ' என்று ஏதோ நமக்கும் அதற்கும் தொடர்பே இல்லாதது போல் கூறிவிட்டு நம் வேலையைப் பார்க்கப் போவதெல்லாம் இனி செல்லாது; பிரச்சினையை அர்த்தமுள்ள வகையில் தீர்க்கவும் உதவாது.

14

சர்வாதிகாரத்துக்கு வன்முறை, ஜனநாயகத்துக்குப் பிரச்சாரம்!

பள்ளிக்கூடக் கல்வி

தங்கள் பிள்ளைகள் பள்ளிப் பாடங்களில் கவனம் செலுத்தி, கடினமாக உழைத்து, ஆசிரியரை மகிழ்விக்கு மாறு பாடப் புத்தகத்தில் உள்ள 'பதில்களை' வரி மாறாமல் ஒப்பித்து நல்ல மதிப்பெண்களைப் பெற்றால், பாராட்டாமலிருக்கும் பெற்றோர் நம்மில் எத்தனை பேர் இருப்போம்? 'ஐயா, புத்தகத்தில் அச்சாகியிருக்கும் தகவல் தவறு' என்று அதில் இல்லாத வேறொரு தகவலை விடையாக எழுதி, அதனால் பெரிய முட்டை ஒன்றைப் பெற்று, 'அதிகப்பிரசங்கி' என்னும் பட்டத்தையும் தலையில் கட்டிக்கொண்டு பிள்ளை வீடு வந்து சேர்ந்தால், கோபித்துக்கொள்ளாமல் பெருமிதம் கொள்ளும் பெற்றோர் நம்மில் எத்தனை பேர் இருப்போம்?

1950–60களில் வேளாண் பாடநூல்கள் சில, ரசாயன உரங்கள், பூச்சிக்கொல்லிகளை நம் நாட்டிற்குள் அனுமதிக்க வேண்டாம் என எச்சரித்து, இயற்கை வேளாண் அறிவைப் புகட்டியது பற்றி விரிவாகப் பார்த்தோம். ஆனால் அதற்கு நேரெதிராக, அதற்கடுத்த பத்தாண்டுகளில் (70களில்) வெளிவந்த பாடநூல்கள், பசுமைப் புரட்சியை வானளாவப் புகழ்ந்து பிரச்சாரம் செய்வதையே தங்கள் நோக்கமாகக் கொண்டிருந்தன. பத்தே ஆண்டுகளில், "நமது விவசாயத் தொழில்நுட்பம் பின்தங்கியது. பஞ்சம் பசி பரவலாகக் காரணமானது. நவீன அறிவியல், தொழில்நுட்பம் மட்டுமே பெருகிவரும் மக்கள் தொகைக்கு சோறு போட முடியும்!" என்னும்

பொய்யை அச்சிடத் தொடங்கிய காலம் அது. அன்றிலிருந்து இன்றுவரை, எந்தத் தடங்கலுமின்றி இந்தக் கதை கோடிக் கணக்கான தாள்களில் அச்சிடப்பட்டுவந்திருக்கிறது என்பதற்கு நாம் எல்லோருமே சாட்சிதான். இந்தக் கதையை விடைத் தாளில் எழுதி, உயிரியல் பாடத்தில் நான் முதல் மதிப்பெண் கூட வாங்கியுள்ளேன்!

இன்றைய பாடநூல்கள் இந்திய வேளாண்மையைப் பற்றிக் குழந்தைகளுக்கு என்னதான் கற்றுக் கொடுக்கின்றன என்ற ஆராய்ச்சிக்குள் இறங்கினேன். எல்லா வகுப்பு 'தமிழ்நாடு அரசின் அறிவியல் பாட நூல்'களையும் பக்கம் பக்கமாகப் புரட்டினேன். இவை அனைத்திலும் 13ஆம் பாடத் தலைப்பு 'பயன்பாட்டு உயிரியல்.' மனிதன் மற்ற உயிரினங்களை எவ்வாறெல்லாம் கட்டுப்படுத்திப் பயன்படுத்திக்கொள்வது? இதுவே இந்தத் தலைப்பின் முக்கிய உள்ளடக்கம் ஆகும்.[1]

> 'அதிக மகசூல் தரும் நெல், கோதுமை மற்றும் இதர பயிர் வகைகள் இவ்வுலகின் பசிப்பிணியைக் குறைத்துள்ளன.'
>
> 'மாலத்தியான், டி.டி.டி. ஆகிய பூச்சிக்கொல்லிகளைக் கிடங்கு களில் பயன்படுத்தலாம்.'
>
> 'டையெல்ட்ரின், ... எண்டோசல்ஃபான், மாலத்தியான் போன்ற பூச்சிக்கொல்லி மருந்துகளைத் தெளிப்பதன் மூலம் இப்பூச்சிகளைக் கட்டுப்படுத்தலாம்.'

எனப் பல பொய்களையும் அபாயகரமான செய்முறைகளையும் இளம் மனங்களுக்குப் பரிந்துரைக்கிறது, ஏழாம் வகுப்பு நூல். http://www.textbooksonline.tn.nic.in/Books/11/StdXI-Voc-AP-TM.pdf

ஆனால் பத்தாம் வகுப்புக்கு வந்ததும் எப்படியோ

> 'ரசாயன உரங்களும் பூச்சிக்கொல்லிகளும் மண்ணுக்கும் உடல்நலத்துக்கும் நல்லதல்ல. அதனால் 'தொடர் பயன் தரும் வேளாண்மை' (sustainable farming) மற்றும் 'சூழல்– நட்பு விவசாயத்தை' (eco – friendly farming) கடைப்பிடிக்க வேண்டும்'

எனச் சொல்கிறது. படித்தவர்கள் கூறும் பசுமைப் புரட்சியின் கதைச் சுருக்கத்தை மேலும் சுருக்கி அச்சிட்டுவிட்டு, இந்தப் பாடநூல் தரும் சில பொய்யான தகவல்களைப் பார்ப்போம்!

> 'அரிசியில் இரண்டு வகை உண்டு. பாரம்பரிய நெட்டை வகை. (இவை மிகக் குறைந்த மகசூலையே அளிக்கின்றன ...

இவை சூரிய ஒளியைத் திறமையாகப் பயன்படுத்த இயலாத வகையிலும், மண்ணிலிருந்த ஊட்டச்சத்துக்களைத் திறனுடன் பெற இயலாத வகையிலும் உள்ளன.'

'கலப்பினத் (hybrid) தாவரங்கள் . . . நோய், பூச்சி மற்றும் வறட்சி எதிர்ப்புத்திறனை அதிகம் பெற்றுள்ளன.'

பல தரப்பட்ட எதிர்ப்புகளைச் சந்தித்துக்கொண்டிருக்கும் வைட்டமின் A பொருத்தப்பட்டுள்ள மரபணு மாற்றப்பட்ட 'தங்க அரிசி'யைக்கூட இந்தப் பாடம் சர்வசாதாரணமாக முன்னிறுத்துகிறது.

'ஒரு ஹெக்டேர் நிலத்துக்கு, 40 கிலோ தழைச்சத்து (N), 20 கிலோ மணிச்சத்து (P), 20 கிலோ சாம்பல்சத்து (K) கொண்ட உரம் தேவைப்படுகிறது.'

என்பது போன்ற கணக்கையெல்லாம் கொடுத்து, மண் வளம் என்பது ஏதோ சோதனைக் குழாயில் ரசாயனங்களைச் சேர்த்து உருவாக்குவது என்பது போன்ற தவறான எண்ணங்களைப் பிஞ்சு மனங்களில் திணிக்கிறது.

இன்று வேளாண் அறிவியலின் அடிப்படையாக இருந்து வரும் 'NPK' கோட்பாட்டை முன்வைத்த வேதியியலாளர் வான் லீபிக்கூடத் தனது தவறான அணுகுமுறைக்காகத் தனது கடைசிக் காலத்தில் வருந்தினார். "நம்மை உருவாக்கிய படைப்பாளியின் பேரறிவுக்கு எதிராகப் பாவம் செய்துவிட்டேன்!" என நேர்மையாக வாக்குமூலம் தந்த அவர் இப்படிக் கூறியிருக்கிறார்:

> அறிவுக் கூர்மையும் உயிர்த் துடிப்பும் கொண்ட வேளாண் கோட்பாடுகளின் அழகை நாம் அங்கீகரிக்கத் தவறிவிட்டோம். அறியாமை நிறைந்த, அறிவியலுக்குப் புறம்பான, குறுகிய நோக்கம்கொண்ட ஆசிரியர்கள் உலகளாவிய தீர்வுகளைக் கைகொள்ளும்படி விவசாயியைத் தூண்டுவதன்மூலம் வேளாண்மை என்னும் கலை காணாமல் போய்விடும். உலகளாவிய தீர்வு என்ற ஒன்று இயற்கையில் இல்லை. இந்த அறிவுரையைப் பின்பற்றி, தற்காலிக வெற்றியால் கண் மறைக்கப்படும் விவசாயி மண்ணைப் பற்றியும் தனது பாரம்பரிய மதிப்பீடுகளையும் அவற்றின் தாக்கங்கள் பற்றியும் மறந்துவிடுவார்.[2]

இந்த உண்மையை அந்தப் பிஞ்சு மனதுக்குப் புரிய வைக்கும் பொறுப்பு யாருடையது?

இவற்றையெல்லாம் தாண்டி, பதினொன்றாம் வகுப்புத் 'தொழிற்கல்வி'ப் பாடத்தில் 'வேளாண் செய்முறைகள்' என்னும் பகுதிக்கு வந்தேன். 'இந்திய வேளாண் வரலாறு மற்றும் எழுச்சி' என்னும் முதல் பாடத்தைப் படித்துப் பார்த்தபோது, அழுவதா சிரிப்பதா எனத் தெரியவில்லை! கி.மு. 1500 கற்காலம், உலோகக் காலம், சோழர் காலம், திருவள்ளுவர் காலம் என்று ஒரு சில பக்கங்களுக்கு எழுதிய ஆசிரியர் குழு, ஒரேயடியாக 1943இல் வங்காளப் பஞ்சத்திற்குத் தாவிவிடு கிறது. இதையும் சில வரிகளில் கூறிவிட்டுப் பசுமைப் புரட்சி யின் 'சாதனைகளைப்' பெருமையாகப் பட்டியலிடுகிறது அது. நடுவில் கழிந்த 3,400 ஆண்டுகளும் 'நம் விவசாயி ஏதோ அறியாமையில் மண்ணைச் சுரண்டிக்கொண்டு, பரிசோதனை களைச் செய்து, பெரிதாக எந்தப் பலனும் கிடைக்காமல், வெள்ளைத் தோல் விஞ்ஞானிகளின் வருகைக்காகக் காத்துக் கொண்டிருந்தான்!' என்றுதானே சராசரி மாணவன் மனத்தில் பதியும்? இதைத்தான், ரசாயன இடுபொருட்களைத் தயாரித்த யூனியன் கார்பைட் வெளியிட்ட ஆணவமான இந்த விளம்பரம் காட்டுகிறது.

யூனியன் கார்பைட் நிறுவனத்தின் சுவரொட்டி

அதற்கடுத்த பாடங்களில், மிகவும் சர்ச்சைக்குள்ளாகிய 'மரபணு மாற்றுத்' தொழில்நுட்பம், ஏதோ பிரச்சினையே இல்லாத, சுலபமாக எல்லாராலும் ஏற்றுக்கொள்ளப்பட்டுச் செயல்படுத்தப்பட்டுவரும் சாதாரணமான ஒரு தொழில் நுட்பத்தைப் போன்று எழுதியுள்ளனர். 'நவீன அறிவியல்

முறையான மரபணு மாற்றத்தின் மூலம் பயிர்களின் அளவும் தரமும் மேம்படுத்தப்பட முடியும்' என்னும் வாக்கியத்தைத் திரும்பத் திரும்பச் சொல்லிப் பாருங்கள்! சரியாக இருக்குமோ எனத் தோன்றும்.

O

நவீனக் கல்வி முறை பொதுவாகவே பிளவுண்ட நவீன அறிவியல் சிந்தனையின் அடிப்படையில் அமைந்தது. மருத்துவம் என்றால் 'நவீன மருத்துவம்', 'வளர்ச்சி' என்றால் பிரம்மாண்ட மான நவீன தொழில்நுட்பத்தினாலானது என்றெல்லாம் திரும்பத் திரும்பச் சொல்லிக் கொடுக்கிறது. பாரம்பரிய அறிவியலையும் இந்திய நாகரிகத்தையும் 'பழமையானது, பிற்போக்கானது, அறிவியல்பூர்வமற்றது' என்ற கருத்தைத்தான் ஒரு நூற்றாண்டுக்கும் மேலாகப் பிரச்சாரம் செய்து வந்திருக் கிறது. கிராமப்புற வாழ்க்கை கவர்ச்சியற்றதென்றும் நகர்ப் புற வாழ்க்கை நாகரிகமானதென்றும் பிஞ்சு மனங்களில் பதிக்கின்றது. இன்றைய கல்வி ஆங்கிலத்தில் பேசுவதை ஊக்குவிக்கிறது, கௌரவப்படுத்துகிறது.

நமது இந்தப் பாரம்பரிய மழலைப் பாடலின் ஆழமான அர்த்தத்தைப் பாருங்கள்.

அணிலே அணிலே ஓடி வா, அழகிய அணிலே ஓடி வா.
கொய்யா மரம் ஏறி வா, குண்டுப் பழம் கொண்டு வா.
பாதிப் பழம் உன்னிடம் பாதிப் பழம் என்னிடம்.
கூடிக் கூடி இருவரும் கொறித்துக் கொறித்துத் தின்னலாம்.

மரத்திலுள்ள கொய்யாப் பழம் அணிலுக்குமானதும் தானே; நாம் அனைவரும் இயற்கையின் குழந்தைகள்தானே, என்னும் ஒரு முழுமையான கண்ணோட்டத்தைக் கற்பித்தது அன்றைய சமுதாயம். இதுபோன்ற தமிழ்ப் பாடல்களை இப்போ தெல்லாம் எந்தப் பள்ளிகளில் கற்றுக்கொடுக்கிறார்கள்? 'மழையே மழையே போ போ' என்று இயற்கையை விரட்டி யடிக்கும் ஆங்கிலப் பாடல்களைக் கற்பிப்பதைத்தான் 'முற்போக் கான கல்வி'யாக அவை கருதுகின்றன. இரண்டு வயதிலிருந்தே இத்தகைய பிளவுண்ட, இயற்கைக்கு எதிரான சிந்தனையின் வித்துக்களை இந்தப் பிஞ்சு மனங்களில் விதைப்பதில் நம் அனைவருக்கும் பங்குண்டு.

கல்லூரிக் கல்வியும், வேளாண் ஆராய்ச்சியும்

பள்ளிக்கூடக் கல்வியே இத்தனை சேதம் செய்யும்போது, தனியார் நிறுவனங்கள் தங்கள் கைகளுக்குள் போட்டுக்

கொண்டிருக்கும் கல்லூரிக் கல்வியைப் பற்றிக் கேட்கவா வேண்டும்? இந்திய – அமெரிக்க வேளாண்மை அறிவு சார்ந்த முன்முயற்சி ('Indo–US Agriculture Knowledge Initiative') ஒப்பந்தம் ஒன்று இரு நாடுகளுக்கிடையே கையெழுத்திடப்பட்டுள்ளது. இதன் நிர்வாக அமைப்பில் இடம்பெறும் முக்கிய நிறுவனங் களுள், மொன்சாண்டோ, சிஞ்செண்டா, கார்கில் ஆகியவை உள்ளன.[3] நம் நாட்டின் அனைத்து வேளாண் பல்கலைக் கழகங்களிலும் எத்தகைய ஆராய்ச்சி மேற்கொள்ளப்படுமென இந்த நிறுவனங்களே முடிவு செய்யும். அது மட்டுமல்ல. இந்த ஆராய்ச்சிகளின் முடிவுகளை எப்படித் தங்களுக்குச் சாதகமான விதத்தில் முன்வைப்பது, எவ்வாறு 'அதற்கேற்ற' புள்ளிவிவரங்களைத் தயாரிப்பது என்பதில்கூட நல்ல பயிற்சி கிடைக்கும். கொடுத்த பதில்களை உருப்போட்டு, பெரியோர் களிடம் நல்ல பெயர் வாங்க வைத்து, இளம் மனங்களை இத்தகைய வேலைக்கு நாம் ஏற்கனவே தயார் செய்து விடுகிறோமே!

சென்ற ஆண்டு கோவையில் ஒருநாள் கூட்டம் போட்ட 'விவசாயிகள் விடுதலைப் பயணிகள்' பல விவசாயி களிடமிருந்து பணம் சேகரித்துத் தமிழ்நாடு வேளாண் பல்கலைக்கழகத்திடம் 'நாங்கள் உங்களுக்குப் பணம் தருகிறோம்! எங்களுக்காக ஆராய்ச்சி மேற்கொள்ளுங்கள்!' என்று கோரிக்கை விடுத்தனர்.[4]

'இத்தகைய கல்வியை உள்வாங்கிய பின், அரசாங்கத்தில் மேசையில் உட்கார்ந்துகொண்டு எப்படிக் கைநிறையச் சம்பளம் வாங்கலாம் என்பதுதான் எல்லாப் பட்டதாரிகளின் ஒரே குறிக்கோளாக உள்ளது' என்று வோல்கர் நம் வேளாண் பல்கலைக்கழகத்தின் போக்கைப் பற்றிக் கூறி நூறாண்டுகள் கழிந்துவிட்டன! இன்றைய இளைய தலைமுறை, அடிப்படை அறிவியல் மற்றும் தொழில்நுட்பப் பட்டங்கள் பெற்றுத் திருப்தி அடைவதில்லை. இவற்றைக்கொண்டு தனியார் நிறுவனங்களை எப்படி அதிகபட்ச லாபத்தைச் சம்பாதிக்கச் செய்யலாம் என்னும் கலையை எம்.பி.ஏ. பட்டப் படிப்பின் மூலம் கற்பதற்காகப் பிசினஸ் கல்லூரிகளுக்குப் படையெடுக் கின்றனர். உணவு மற்றும் வேளாண் துறையில் நிறைய வேலை வாய்ப்புகள் இருக்கின்றன எனப் பெற்றோர்கள் கருதுகிறார்கள்.

இந்தியப் பாரம்பரிய வேளாண்மை பற்றி எதுவுமே தெரியாமல் பசுமைப் புரட்சி பற்றிய கதைகளையும் மரபணு மாற்றுத் தொழில்நுட்பம் குறித்த பசப்புகளையும் படித்து மூளைச் சலவையாகி வெளியில் வரும் பள்ளி மாணவர்களில்

பலர், லாபம் சம்பாதிக்கும் இலக்கைக்கொண்ட கல்லூரி மாணவர்களாக மாறுகிறார்கள். ஏதேனும் ஒரு தனியார் நிறுவனத்துடன் ஒத்துழைத்து நல்ல 'பதவி'களை எட்டிப் பிடித்து வசதியாக அமர்ந்துகொள்ளும் விஞ்ஞானிகளாகி விடுகின்றனர். இப்படிப்பட்ட 'விஞ்ஞானி'கள் எப்படிப்பட்ட ஆராய்ச்சிகளை மேற்கொண்டு, எப்படிப்பட்ட அறிக்கைகளை வெளியிடுவர் என்பதற்கு ஆதாரமான சமீபத்திய செய்தி ஒன்றைப் பார்ப்போம்.

பி.டி. கத்திரிக்காயை அனுமதிப்பது தொடர்பாகச் சுற்றுச் சூழல் அமைச்சர் ஜெயராம் ரமேஷ் நாட்டின் தலைசிறந்த ஆறு அறிவியல் கல்வி அமைப்புகளை (இந்தியன் அகாடமி ஆஃப் சயின்ஸஸ், தி இந்தியன் நேஷனல் அகாடமி ஆஃப் இஞ்சினியரிங், தி இந்தியன் நேஷனல் சயின்ஸ் அகாடமி, தி நேஷனல் அகாடமி ஆஃப் அக்ரிகல்சுரல் சயின்ஸஸ், தி நேஷனல் அகாடமி ஆஃப் மெடிக்கல் சயின்ஸஸ், தி நேஷனல் அகாடமி ஆஃப் சயின்ஸஸ்) இவ்விஷயத்தில் பாரபட்சமற்ற அறிவியல்பூர்வமான அறிக்கையைத் தயார் செய்யுமாறு கடந்த மார்ச் மாதம் கேட்டுக்கொண்டார். ஆறு மாதங்கள் கழித்து செப்டம்பர் மாதம் வெளியான அவர்களின் அறிக்கை 'பி.டி. கத்திரிக்காயை உடனடியாக வெளியிட வேண்டும்!' என்னும் முழக்கத்தை முன்வைத்தது. அறிவியல் ரீதியான போதிய ஆதாரங்கள் இல்லாத இந்த அறிக்கையை ஜெயராம் கிட்டத்தட்டத் தூக்கி எறிந்து விட்டார்! விஞ்ஞானிகள் உட்படப் பல தரப்பினராலும் இந்த அறிக்கை மிக மோசமாக விமர்சிக்கப்பட்டது. மரபணு மாற்றுப் பயிர்களை ஊக்குவிக்கும் தனியார் ஒருவரின் அறிக்கையிலிருந்து 60 வாக்கியங்கள் இந்த அறிக்கையில் அச்சு அசலாக நகல் செய்யப் பட்டிருப்பதைப் பலரும் சுட்டிக்காட்டினர்.[5] நம் நாட்டின் அறிவியல் அமைப்புகள் மிகவும் கீழ்த்தரமாக விலைபோய் விட்டன என்பதற்கு இதற்கு மேல் வேறெந்த ஆதாரமும் தேவையில்லை!

ஊடகங்கள்

ஊடகங்களின் நிலையும் இதே கதைதான். எந்த ஊடக நிறுவனம் யாருக்கு விலைபோயிருக்கிறது என்பதைத் தெரிந்து வைத்துக்கொண்டுதான் இப்போதெல்லாம் செய்தியைப் படிக்க வேண்டியிருக்கிறது. சென்ற ஆண்டு பி.டி. கத்திரிக்காய்க்கு எதிரான பிரச்சாரம் நடந்த சமயத்தில், *த ஹிந்து* நாளிதழ் அப்பிரச்சினை குறித்து இவ்வாறு தலையங்கம் எழுதியது:

'பி.டி. பருத்தி விவசாயிகள் பலன்பெற்றது நிரூபிக்கப்பட்டிருக்கிறது. உற்பத்திச் செலவு குறைந்து விளைச்சல் அதிகரித்தது ... மரபணு மாற்றப்பட்ட பயிர்களின் மீது ஒட்டுமொத்தமாகத் தடை விதிக்கும்படி வாதிடுவது அறிவியலுக்குப் புறம்பானதும் அபாயகரமானதுமாகும். மரபணு மாற்றம் எழுப்பும் கேள்விகளுக்கு மேம்பட்ட அறிவியல்தான் விடையாகுமே தவிர, பகுத்தறிவுக்குப் புறம்பான அச்சங்களின் அடிப்படையில் எழும் மாற்றத்துக்கு எதிரான போராட்டம் அல்ல.'[6]

'பி.டி. கத்திரிக்காயின் அபாயங்களைப் பற்றிய அறிவிப்பையும் செய்தியையும் வெளியிடுவீர்களா?' எனப் பல முறை கேட்டுக்கொண்டும் அரசாங்க அலுவலகத்தில் பந்தாடப்பட்டது போல் அலைக்கழிக்கப்பட்ட அனுபவம் போராளிகளுக்கு உண்டு. இப்படிப்பட்ட ஒருதலைப் பட்சமான கருத்தை ஒரு நாளிதழ் எழுதினால், நமக்கு என்ன தோன்றும்? மாற்றுக் கருத்துக்களுக்கு இடம் கொடுக்காத அளவுக்கு இந்தத் தொழில்நுட்பத்தை ஆதரிக்கும் இந்த நிறுவனத்தை யார் விலை கொடுத்து வாங்கியிருப்பார்கள் எனும் கேள்வி எழத்தானே செய்யும்?

மேலும், பி.டி. பருத்தியின் 'அமோக விளைச்சலை'ப் பற்றியும், அதனால் 'விவசாயிகள் பணக்காரர்களானது' பற்றியும் *பிசினஸ் ஸ்டாண்டர்ட்* நாளிதழில் வெளிவரும் செய்திகள் சிலவற்றை அலசிப் பார்க்கையில், இந்தச் சந்தேகம் தெளிவானது. சில உதாரணங்கள்: 'The rise of Bt–cotton (Jan 29, 2008)[7], Bt cotton boosts farmers' income (Jan 12, 2008)[8], ஆகிய இரண்டு செய்திகளும் பொருளாதார சமூக ஆய்வு மையத்தின் (CESS) அறிக்கையைச் சுட்டிக்காட்டுகின்றன. இந்த அமைப்புக்கு நிதியுதவி அளிப்பவை ஃபோர்டு, ராக்கஃபெல்லர் ஃபவுண்டேஷன்கள், யு.எஸ்.எய்ட்., உலக வங்கி.[9] "Bt cotton farmers get more returns" (Jan 29, 2008)[10] என்று எகனாமிக் டைம்ஸ் நாளிதழில் வெளியான செய்தி, தார்வாட் வேளாண் பல்கலைக்கழகம் வெளியிட்ட அறிக்கையைக் குறிப்பிடுகிறது. அந்தப் பல்கலைக் கழகத்துக்கும் நிதியுதவி அளிப்பது மொன்சாண்டோ.[11]

அவுட்லுக் பத்திரிகையின் ஓர் இதழில், ஊடகங்களின் ஊழலைப் பற்றி எழுதிக் கிழித்துத் தள்ளியிருப்பது போல், 'யாரெல்லாம் பணம் தருகிறார்களோ, அவர்கள் சொல்வதை அப்படியே (தங்கள் மனசாட்சிகளை மௌனமாக்கிவிட்டு) அச்சிடத் தயாராக இருக்கின்றன இன்றைய ஊடகங்கள்!' இந்த இதழில் இடம்பெற்றுள்ள நேர்காணலில் இதை நோம் சாம்ஸ்கி அழகாக விளக்குகிறார்.

கேள்வி: 'சர்வாதிகாரத்துக்கு வன்முறை என்றால் ஜனநாயகத் துக்குப் பிரச்சாரம்' என்று ஒருமுறை நீங்கள் சொன்னீர்கள். பிரச்சாரம் மக்களின் மன உறுதியைக் குலைத்து அரசியல் ரீதியாக முடிவெடுக்கும் திறனை, மழுங்கடிக்கும் திறனை மேட்டுக்குடியினருக்குத் தருகிறதா?

பதில்: அதுதான் அதன் இலக்கு என்பது தெளிவு. இது வெளிப்படையாகவும் சொல்லப்பட்டிருக்கிறது. 1920களில் பிரச்சாரம் சாதாரண விஷயமாகத்தான் இருந்தது. 1930களில் நாஜிகள் தலையெடுத்த பிறகு, பிரச்சாரம் என்னும் வார்த்தை யில் குருதி மணம் ஒட்டிக்கொண்டுவிட்டது. எனவே அதைப் பிரச்சாரம் என்று இப்போது சொல்ல முடியாது. ஆனால், 1920களில் அப்படி இல்லை. மக்கள் தொடர்புத் துறை மக்களின் போக்குகளையும் நம்பிக்கைகளையும் கட்டுப் படுத்துவதைத் தன் இலக்காகக் கொண்டிருந்தது. தாராளப் போக்குக் கொண்ட வால்டர் லிப்மேன் போன்ற சிந்தனை யாளர்கள், முடிவெடுக்கும் செயல்பாட்டிலிருந்து மக்கள் திரளை விலக்கி வைக்க வேண்டியது பற்றிப் பேசியிருக்கின்றனர். நாம்தான் பொறுப்புள்ள மனிதர்கள். நாம்தான் முடிவெடுக்க வேண்டும். எனவே 'ஆட்டுமந்தைகள் போன்ற மக்கள் கூட்டத்திலிருந்து' நாம் பாதுகாக்கப்பட வேண்டும். ஜனநாயக நடைமுறையில் நாம்தான் பங்கேற்பாளர்கள். அவர்கள் அமைதியாகவும் கீழ்ப்படிதலுடனும் இருப்பதை உறுதி செய்வது அறிவுஜீவிகள், ஊடகங்கள் ஆகியோரின் பணி என்று பேசியிருக்கிறார்.[12]

இந்தியாவின் மிக முக்கியமான கிராமப்புறச் செய்தியாளர் பி. சாய்நாத், விவசாயிகளின் தற்கொலை குறித்துப் பல செய்தி களையும் உண்மைக் கதைகளையும் கடந்த 15 ஆண்டுகளாக

பி. சாய்நாத்

அயராமல் சேகரித்து வெளிச்சத்துக்குக் கொண்டுவந்து கொண்டிருக்கிறார். ஊடகங்கள் பணக்காரர்களின் வாழ்க்கை யிலும் பிரச்சினைகளிலும் கவனம்காட்டி ஏழை மக்களின் பிரச்சினைகளைப் புறக்கணிக்கின்றன என்பது அவரது குற்றச்சாட்டு. ஒருமுறை மும்பையில் விளம்பர அழகிகள் வலம்வரும் 'லக்மே ஃபேஷன் வாரம்' ஒன்றைப் படம்பிடித்து பத்திரிகைகளில் போடுவதற்காக 512 செய்தியாளர்கள் மற்றும் புகைப்படக்காரர்கள் கூட்டமாக அலை மோதினர். ஆனால், அதே சமயம் அதே மஹாராஷ்டிரா மாநிலத்தில் விதர்பாவில் ஆயிரக்கணக்கான விவசாயிகள் தற்கொலை செய்துகொண் டிருந்தனர். அதைப் பற்றிப் பத்திரிகைகளில் எழுதுவதற்கு யாரும் முன்வரவில்லை என்று ஆவேசமாகக் கூறினார். இந்தத் தற்கொலைகள் ஏற்பட அரசாங்கம் கொடுத்த காரணங்கள், வறட்சி, விவசாயிகளுக்கு ஏதோ ஒரு காரணத்தால் ஏற்பட்ட 'தாங்கமுடியாத வயிற்று வலி' ஆகியவைதான். இந்த அபத்த மான செய்திகளை நமது ஊடகங்களும் பிரசுரித்து வந்தன![13]

நமது முக்கியமான ஊடக நிறுவனங்களில் 'விளையாட்டு', 'ஃபேஷன்', 'சினிமா' போன்ற துறைகளுக்குத் தனித்தனியாகச் செய்தியாளர்கள் இருப்பது போல, நம் நாட்டில் தலை விரித்தாடும் வறுமையைப் பற்றி எழுதுவதற்கு முழு நேரச் செய்தியாளர்கள் இல்லாதது, நமது சமுதாயம் எவற்றுக்கு முன்னுரிமை கொடுக்கிறது என்பதை வெளிப்படையாகக் காட்டுகிறது.

15

எல்லோருக்கும் சோறு போடுமா இயற்கை விவசாயம்?

பசுமைப் புரட்சியைப் பற்றி மக்கள் அடிக்கடி கேட்கும் கேள்விகளுக்கான விடைகளை இதுவரை பார்த்தாயிற்று. இப்போது இயற்கை விவசாயத்தைப் பற்றிய கேள்விகளுக்கு வருவோம்.

பாழாய்ப்போன விளைநிலங்களுக்கு வளத்தை ஊட்டப் பல்லாயிரம் டன் கணக்கில் தழை உரமும் மாட்டுச் சாணமும் தேவைப்படுமே! அத்தனை தழைப் பொருளுக்கு எங்கே போவது?

'குப்பை' என்று கருதி வைக்கோலையும் மற்ற தழைப் பொருட்களையும் எரிக்கும் பழக்கத்தை நிறுத்து வது முதல் படி. அருகிலுள்ள குளம், குட்டைகளில் பூதாகரமாகப் பரவி வளர்ந்துவரும் வெங்காயத் தாமரை, நெய்வேலிக் காட்டாமணக்கு போன்ற தாவரங்களை நிலங்களில் கொண்டுவந்து குவித்து மாட்டுச் சாணக் கரைசலைத் தெளித்தால் மக்கி எருவாகும். நீர்நிலைகள் கோடைக் காலங்களில் வற்றும்போது படுகைகளிலிருந்து வளமான வண்டல் மண்ணை எடுத்துப் பயன்படுத்தலாம். மான்காது, கருவேல் போன்ற வேகமாக வளரக்கூடிய மரங்கள், காடுகளாய் வளர்ந்து நிற்கும் வேலிக்காத்தானின் கிளைகள், பனைமரத்து மட்டைகள் ஆகியவற்றை நிலங் களுக்குக் கொண்டுவந்து, கரையான்களை வளர்த்துப் பொடியாக்கி, அல்லது மண்ணில் புதைத்துத் தழைப் பொருளைச் செலவில்லாமல் கூட்டலாம். சணப்பு, தக்கைப் பூண்டு போன்ற பசுந்தாள் உரத் தாவரங்களையும், பல தானியங்களைச் சேர்த்தும் மண்ணில் வளர்த்து, மடக்கி உழுது ஊட்டம் சேர்க்கலாம். பஞ்சகவ்யம்,

ஜீவாமிர்தம், குணபசலம், மீன் அமிலம், அமிர்தக் கரைசல் போன்ற தாவர, மாமிசக் கரைசல்களை உபயோகித்து, நுண்ணுயிர்களை உடனடியாகப் பெருக்கி மண்ணில் செயலற்றுக் கிடக்கும் பிரம்மாண்டமான உயிர் உரத் தொழிற் சாலையை மீண்டும் தொடங்கி வைக்கலாம். ஒற்றை நாற்று முறை, உயர்த்தப்பட்ட படுகைகள் மற்றும் வட்டத் தோட்டங் கள் போன்ற எளிய முறைகளைப் பயன்படுத்தி உருவாக்கிய எருவையும் தண்ணீரையும் அடர்த்தியாகப் பயன்படுத்திச் சேமித்து நல்ல விளைச்சலைப் பெறலாம். ஒரு ஏக்கர் நிலத்துக்கு, ஒரு மாட்டின் சாணத்தைக் கொண்டு கரைசல்களைத் தயாரித்து நிலத்தை வளமாக்கலாம் என்று செய்து காண்பித்திருக்கின் றார்கள். ஏன், மாட்டுச் சாணமே இல்லாமல் புளித்த மோர் போன்றவற்றை மட்டுமே வைத்தும்கூட மேல்மண்ணை வளமாக்க முடியும். இவையனைத்தையும் சிரத்தையாகச் செய்தால் மாற்றம் நிச்சயம்!

தனிப்பட்ட பண்ணைகளில் இத்தகைய உத்திகளைக் கடைப்பிடிக்கலாம். ஆனால், ஒட்டுமொத்தக் கிராமங்களில் இதைச் செய்ய முடியுமா?

ஆந்திரப் பிரதேசம் பலத்த குரலில் ‘முடியும்!’ என்று பதிலளிக்கிறது. ஹைதராபாதிலிருந்து 80 கி.மீ. வடக்கே உள்ள ஏனாபாவி என்னும் கிராமம் மொத்தம் 182 ஏக்கர் விளை நிலத்தையும் 51 குடும்பங்களையும் கொண்டது. ரசாயன இடுபொருட்களை வாங்கிக் கட்டுப்படியாகாமல் விவசாயிக்கு ஏகப்பட்ட கடன்; ஆரோக்கியக் குலைவு; சுற்றுச்சூழல் பாதிப்பு என்று இந்தியாவின் எல்லா கிராமங்களையும் போலவே ஏனாபாவியும் பசுமைப் புரட்சியின் மாயச் சுழலில் சிக்கித் தவித்தது. ஓரிரு விவசாயிகளிலிருந்து தொடங்கி 2006க்குள் மொத்த ஊரும் ரசாயனங்களைத் தூக்கி எறிந்தது. இதற்குத் துணைபுரிந்த CSA (Centre for Sustainable Agriculture) எனும் தொண்டு நிறுவனம், படிப்படியாக 45 கிராமங்களுக்கு இந்த மாற்றத்தைக் கொண்டு சென்றது. இந்த அமோக வெற்றியைக் கண்ட ஆந்திரப் பிரதேச அரசாங்கம் 3,000 கிராமங்களுக்கு (17,00,000 லட்சம் ஏக்கருக்கு, இது மாநிலத்தின் விளைநிலத்தில் 5% ஆகும்) இதைக் கொண்டு சென்றுள்ளது. இந்த அனுபவத் தின் அடிப்படையில், 2014க்குள் 50% நிலத்தை இயற்கை விவசாயத்துக்கு மாற்ற வேண்டும் என்பது இந்த மாநில அரசாங்கத்தின் இப்போதைய இலக்கு.[1]

இந்த முயற்சியின் பலனாக, ஒட்டுமொத்தக் கிராமங்களும் பல வகைகளில் முன்னேறியுள்ளன. மூன்று மாவட்டங்களில்

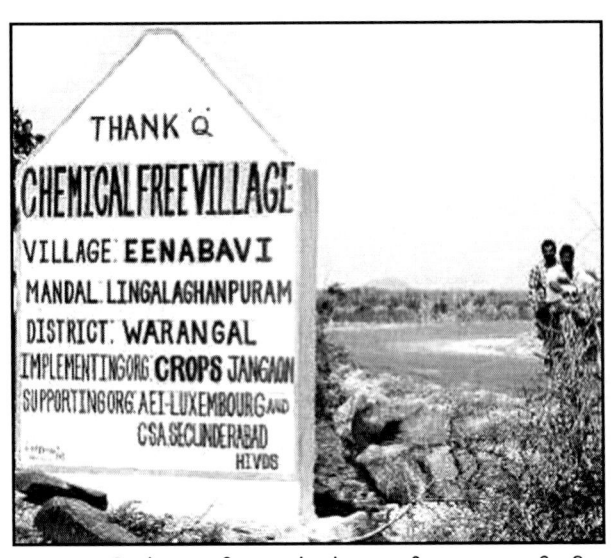

முழுமையாக இயற்கை விவசாயத்துக்கு மாறிய எனாபாவி கிராமம்

மேற்கொண்ட ஆய்வின்படி, எந்தக் கிராமத்திலும் பூச்சிக் கொல்லி விஷத்தால் மருத்துவமனையில் யாரும் சேர்க்கப் படவில்லை. மண் வளம், பயிர் நலம் ஆகியவற்றில் கவனம் செலுத்தியதால் பூச்சிகளின் தாக்கம் பெருமளவு குறைந்து விட்டது. மண் அதிகமான நீரைத் தக்கவைத்துக்கொண்ட தால், வறட்சிக் காலத்தைச் சேதமில்லாமல் எளிதாகக் கடக்க முடிகிறது. நிலத்தடி நீர்மட்டம் அதிகரித்துள்ளது. பலவகையான பாரம்பரிய ரக விதைகள் பாதுகாக்கப்பட்டுப் புழக்கத்தில் வந்துள்ளன. வருமானம் பெருகி, விவசாயிகள் கடன்களை அடைத்து, அடமானம் வைத்த பொருட்களை மீட்டுள்ளனர். இயற்கை முறையில் விவசாயம் செய்யப்பட்ட நிலங்களில் ஏக்கர் ஒன்றில் ஏற்பட்ட சேமிப்புக் கணக்கு இதோ!

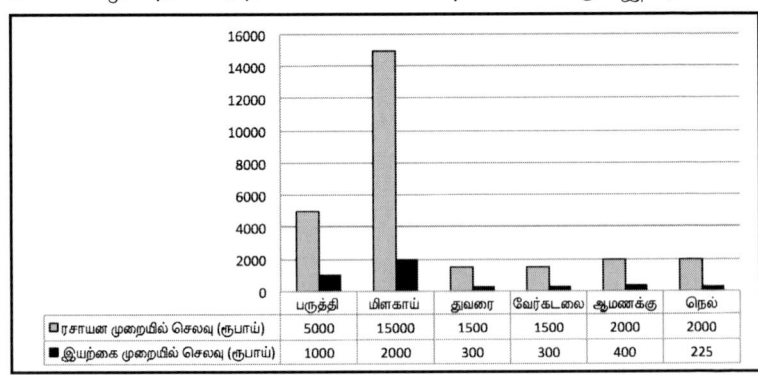

	பருத்தி	மிளகாய்	துவரை	வேர்கடலை	ஆமணக்கு	நெல்
ரசாயன முறையில் செலவு (ரூபாய்)	5000	15000	1500	1500	2000	2000
இயற்கை முறையில் செலவு (ரூபாய்)	1000	2000	300	300	400	225

Source: Society for Elimination of Rural Poverty, Department of Rural Development, Hyderabad

கியூபா நாட்டின் உதாரணமும் இதற்கு மிகப் பொருத்தமாக அமையும். 1990இல் சோவியத் யூனியன் குலைந்து போனதும், கியூபாவில் ரசாயன இடுபொருட்களின் இறக்குமதி நிறுத்தப்பட்டது. சில ஆண்டுகளில் கடுமையான உணவுப் பற்றாக்குறை ஏற்பட்டு கியூபா மக்களின் உடல் எடை 5–10 கிலோ குறைந்தது. இயற்கை வேளாண்மைத் தொண்டு நிறுவனங்களின் வழிகாட்டுதலால், பாரம்பரிய ரக விதைகளை மீண்டும் கண்டெடுத்து, இயற்கை எரு தயாரித்து, இயற்கை விவசாய முறைகளில் ஆயிரக்கணக்கான விவசாயிகளுக்கும் நகர மக்களுக்கும் பயிற்சி அளிக்கப்பட்டது. நகர்ப்புறங்களில் கிடைத்த

கியூபாவின் சமூக உணவுத் தோட்டம்

இடங்களிலெல்லாம் காய்கறிகளும் பழங்களும் விளைவிக்கப்பட்டன. அதுவரை மதிப்பிழந்திருந்த பாரம்பரிய விவசாயின் மதிப்பு சமுதாயத்தில் பன்மடங்கு அதிகரித்தது. பொறியியலாளர்கள் விவசாயிகளாக மாறுவதில் பெருமைப்பட்டுக்கொண்டனர். இந்த மாற்றத்தைப் படிப்படியாகச் செய்துமுடித்து, ஆரோக்கியமான இயற்கை உணவைக் கொண்டு உணவில் தன்னிறைவு அடைந்துவிட்டது கியூபா நாடு. இது போக, இயற்கை உணவை இன்று ஏற்றுமதிகூடச் செய்கின்றனர்![2]

ஆனால் ரசாயனத்துக்குப் பழகிய நிலத்தை இயற்கை முறைக்கு மாற்றினால், விளைச்சல் முதலில் சரிந்து பழைய விளைச்சல் வரக் குறைந்தது மூன்றாண்டுகள் ஆகுமாமே!

இதுபோன்ற கணக்கையெல்லாம் பொதுமைப்படுத்த முடியாது! நிலத்தின் நிலைமையைப் பொறுத்துத்தான் சொல்ல முடியும். ஆனால், மிகவும் மோசமான நிலத்தைக்கூடச் சில மாதங்களிலே வளமிக்க மண்ணாக மாற்றியமைக்க முடியும் என்பதற்கான நேரடி ஆதாரங்கள் பல உள்ளன. 2004 டிசம்பரில் தாக்கிய சுனாமி, இந்திய, கிழக்காசிய நாடுகள் பலவற்றில் லட்சக்கணக்கான ஏக்கர் விளைநிலங்களில் உப்பை வாரிக் கொட்டிச் சென்றது. பயிர்கள், பனைகள் என அனைத்தும் அதன் தாக்கத்தால் கருகிப்போயின. ஆனால், மேலே பட்டிய லிட்டுள்ள செலவற்ற பல முறைகளைக் கையாண்டு, இயற்கை விஞ்ஞானி நம்மாழ்வார், ரேவதி ஆகியோரின் குழு வேலை செய்தது. நாகை மாவட்டத்தில் பல்லாயிரக்கணக்கான ஏக்கர் நிலங்களில் ஆறே மாதங்களில் நெல்லில் நல்ல விளைச்சலைப் பார்க்க முடிந்தது. இந்த வெற்றியை அடுத்து, சுனாமியாலும் புயலாலும் தாக்குதலுக்குள்ளான இந்தோனேசியா, இலங்கை, மேற்கு வங்காளம், ஆந்திரப் பிரதேச அரசாங்கங்கள் சேதமான பல லட்சக்கணக்கான ஏக்கர் நிலங்களை மீட்பதற்காக இவர் களை அழைத்தனர். எதிர்பார்த்தாற்போல, சில மாதங்களி லேயே பழைய விளைச்சலைக் கொண்டுவந்து காட்டி யுள்ளனர்.[3] 'விளைச்சல் குறைந்தது!' என்று புகார்செய்யும் விவசாயிகளின் அனுபவத்திலும்கூட, ரசாயன இடுபொருட் களுக்கான செலவு குறைந்ததால் லாபம் நிச்சயம் அதிகரித்தது தான் உண்மை. இயற்கை விவசாயத்துக்கு மாறியதால் நஷ்டம் ஏற்பட்டதாக இதுவரை எந்தத் தகவலும் இல்லை! அப்படியே ஒரு அனுபவத்தைப் பற்றிக் கேள்விப்பட்டால், அந்த விவசாயி 'இயற்கை விவசாயம்' என்னும் பெயரில் ஏதோ ஒரு தவறான வேலையைச் செய்துகொண்டிருக்கிறார் என்பது நிச்சயம்.

வளர்ந்துவரும் மக்கள் தொகைக்கு இயற்கை விவசாயம் சோறுபோட முடியுமா?

'பர்மாகல்சர்' என்பது இயற்கை நியதிகளின் அடிப்படை யில் பண்ணைகளை வடிவமைக்கும் ஒரு முறை. இந்த முறை சூரிய ஒளியை அதிகபட்சமாக அறுவடை செய்வதுபோல் அமைந்ததால், எட்டு ஏக்கர் ஓரினப் பயிர் பண்ணைகளில் கிடைக்கும் உற்பத்தி ஒரேயொரு அடர்த்தியான இயற்கை உயிர்ச்சூழல் பண்ணையில் கிடைக்கும் என நிரூபிக்கப் பட்டிருக்கிறது.[4]

2008 அக்டோபர் மாதம் ஐக்கிய நாடுகள் சுற்றுச்சூழல் திட்டம் (UNEP) வெளியிட்ட அறிக்கையில் "இயற்கை விவசாயம்

உலகிற்குத் தேவையான உணவை அளிக்கும். அது மட்டுமல்ல. வளரும் நாடுகளில் வளர்ந்துவரும் பட்டினிப் பிரச்சினையைச் சமாளிக்க அதுதான் ஒரே வழி!" என்று திட்டவட்டமாகக் கூறியுள்ளது. 24 ஆப்பிரிக்க நாடுகளில் 114 வேளாண் திட்டங்களை அலசி ஆராய்ந்த இந்த அமைப்பு "இயற்கை அல்லது பெருமளவு இயற்கை சார்ந்த விவசாய நடைமுறைகள் விளைச்சலை 100 சதவீதத்துக்கும் மேல் பெருக்கியுள்ளன!" என்று குறிப்பிட்டுள்ளது.[5]

மேலும், உலக சுகாதார அமைப்பு (WHO), FAO, GEF, UNDP, UNESCO, உலக வங்கி ஆகிய நிறுவனங்கள் கூட்டாக நிதியுதவி செய்த, 400 வல்லுநர்கள் மேற்கொண்ட 'வளர்ச்சிக்கான அறிவியல், தொழில்நுட்பம், விவசாய அறிவு குறித்த சர்வதேச மதிப்பீடு' (IAASTD) என்ற சர்வதேச ஆய்வு ஒன்று இவ்வாறு கூறுகிறது: 'வளர்ந்து வரும் மக்கள்தொகை, காலநிலை மாற்றம் ஆகிய வற்றைச் சமாளிக்கவும் சமூகக் கொந்தளிப்பையும் சுற்றுச்சூழல் நாசத்தையும் தவிர்க்கவும் விரும்பினால் ஏழைகளுக்கும் பட்டினி கிடப்பவர்களுக்கும் உதவும் வகையில் உலகின் உணவு உற்பத்தி முறைகள் பெருமளவில் மாற்றியமைக்கப்பட்டாக வேண்டும். பயிர்ச் சுழற்சிமுறை, இயற்கை விவசாயம் ஆகியவற்றைப் பயன் படுத்த உணவு உற்பத்தியாளர்கள் முயல வேண்டும். சிறு விவசாயிகள் விஷயத்தில் கூடுதல் கவனம் செலுத்த வேண்டும்.'[6]

இயற்கை விவசாயம் மேற்கொள்ள நிறைய உடலுழைப்பு தேவைப்படுமே! இன்றைய நிலவரத்தில் கூலியாட்களுக்கு எங்கே போவது?

இயற்கை விவசாய உத்திகள் அதிக ஆள் பலத்தையும் நேரத்தையும் கோருபவை என்பது முற்றிலும் உண்மைதான். இந்த வாதத்தைக் கேட்கும்போது 'தொலைக்காட்சிப் பெட்டி முன் செலவிடும் நேரத்தில் கொஞ்சம் நிலத்தில் செலவிட்டால் நிலத்துக்கும் உடல்நலத்துக்கும் நல்லதுதானே!' என்று சொல்லத் தோன்றுகிறது. ஆனால் உண்மை நிலவரத்தைக் கொஞ்சம் ஆழ்ந்து பார்த்தால் ஒரு விஷயம் புலப்படும். சிறு விவசாயி ஒருவர் தன் நிலத்தைக் குடும்பத்தாரின் உதவியை மட்டுமே கொண்டு இயற்கை விவசாயத்திற்குப் படிப்படியாக மாற்ற முடியும்! தொடக்கத்தில் தேவையாக இருக்கும் நேரமும் உழைப்பும் மண் வளம் அதிகரிக்க அதிகரிக்கப் படிப்படியாகக் குறைந்துகொண்டேவரும். ஒரு கட்டத்தில், வேலையே இல்லா மல், இடுபொருட்களே இல்லாமல் விதைகளை விதைத்து அறுவடையை மட்டும் செய்துகொண்டிருக்கலாம். இதைச்

செய்துகாட்டியிருக்கும் இயற்கை விவசாயிகள் சிலர் இருக்கிறார்கள். 'எதிர்காலத்துக்காக' என்று கூறிக்கொண்டு எதையெதையோ முதலீடு செய்யும் நாம், அந்தப் பட்டியலில் உடலுழைப்பையும் சேர்த்துக்கொண்டால் அது நம்மை ஏமாற்றாமல் பலனளிக்கும்.

இந்த உத்திகள் எல்லாம் சிறு விவசாயிகளின் சிறு பண்ணை களுக்குச் சரி. ஆனால், பெரிய பண்ணைகளுக்கு ஒத்துவருமா?

கிட்டத்தட்ட ஒத்துவராது என்றே சொல்லிவிடலாம். அதனால் என்ன பிரச்சினை? சிறு சிறு பண்ணைகளை ஊக்குவித்து, அவற்றின் மூலம் நமது உணவுத் தேவையைப் பூர்த்திசெய்து கொள்வோமே! "பெரிய அளவிலான உற்பத்தி நமக்குத் தேவையில்லை. பெருந்திரளான மக்கள் உற்பத்தியில் ஈடுபடுவதே நமக்குத் தேவை!" என்று காந்தியடிகள் கூறியதும் இதைத்தான். IAASTD அறிக்கையில் உலக நிபுணர்கள் கூறுவதும் இதைத்தான். 'சிறிய பண்ணைகள் மீதுதான் அமெரிக்க விவசாயத் துறை பெருமளவில் கவனம் செலுத்த வேண்டும். ஏனென்றால், இவை உணவுப் பொருள்களை உற்பத்தி செய்வதுடன், பொருளாதார, சமூகச் சுற்றுச்சூழல் ரீதியான நன்மைகளையும் அளிக்கின்றன' என்று அமெரிக்க வேளாண் துறை அறிவித்து அதைச் சட்டமாகவே ஆக்கியதும் இதைத்தான்.[7] உணவுக்கு முதலிடம் என்னும் உலக நிறுவனம், 'சிறு – பண்ணை விவசாயத் தின் செயல்பாடுகளும் பலன்களும்' என்னும் தனது அறிக்கை யில் சிறுபண்ணைகளின் ஆறு முக்கியமான அனுகூலங்களை விளக்குகிறது. அவை வருமாறு:

1. **பன்முகத் தன்மை**: சிறிய பண்ணைகள் பயிரிடும் முறைகள், நிலப்பகுதிகள் முதலான அம்சங்களில் வித்தியாசமான தன்மைகளைத் தன்னகத்தே கொண்டவை. பல தன்மை களைக்கொண்ட பண்ணைக் கட்டமைப்பு பல்லுயிர்ப் பெருக்கத்திற்கும் வழிவகுக்கிறது.

2. **சுற்றுச்சூழல்**: பொதுவாகச் சிறுநிலங்களில் நில வளம், நீர் வளம், உயிரினங்கள் போன்ற இயற்கை வளங்கள் நன்றாகப் பாதுகாக்கப்படுகின்றன.

3. **அதிகாரப்பரவல் மற்றும் சமூகப் பொறுப்பு**: நில உரிமை பரவலாவதன் விளைவாகக் கிராமப்புற மக்களுக்கும் சமமான பொருளாதார வாய்ப்புகள் உருவாகின்றன. தங்கள் தேவைகளுக்காக உள்ளூர் வர்த்தகங்களையும் சேவைகளையும் சார்ந்திருக்கும் விவசாயிகளின் சமூகப்

பொறுப்புணர்வு அதிகரிப்பதற்கு வாய்ப்பிருக்கிறது. சமூகத்தின் நலனில்தான் தன் நலனும் அடங்கியிருக்கிறது என்னும் உணர்வு ஏற்படவும் வாய்ப்பிருக்கிறது. இதற்குப் பிரதி உபகாரமாக, விவசாயிகளுக்குப் பாதிப்பு ஏற்படுத்தும் செயல்களில் ஈடுபடாமலிருக்கும் பொறுப்புணர்வு நில உரிமையாளர்களிடையே ஏற்படக் கூடும்.

4. **இயற்கை வேளாண்மை பற்றிய அறிவைப் பாதுகாத்தல்:** குடும்பப் பண்ணைகள் மூலம் வேளாண்மைத் திறன்கள் அடுத்த தலைமுறைக்கு எளிதாகக் கைமாற்றப்படுவதற்கான வாய்ப்பு இருக்கிறது.

5. **உணவுப் பொருள்களுடன் நெருக்கமான தொடர்பு:** நுகர்வோரும் உற்பத்தியில் ஈடுபடச் சிறிய பண்ணைகள் வாய்ப்பளிக்கின்றன. இதன் மூலம் இயற்கையுடனான உறவைப் புதுப்பித்துக்கொள்ள முடிகிறது.

6. **நிலைத்த பொருளாதாரத்தின் அடித்தளம்:** காந்தியடிகள், குமரப்பா விளக்கியதுபோல வளமான சிறு விவசாயப் பண்ணைகளும், அவற்றைச் சார்ந்த தொழில்களுமே நம் நாட்டின் நிலைத்த பொருளாதாரத்தின் அடித்தளமாக அமையும்.

அதனால் நகர்ப்புறங்களில் வேலைவாய்ப்புக்காக வந்து சீரழியும் பல கிராமவாசிகளை நல்லபடியாகத் தங்கள் ஊர்களுக்குத் திருப்பி அனுப்பிவைத்து, தங்கள் சிறு நிலங்களை இயற்கை விவசாயத்துக்கு மாற்றுவதற்கு நாம் அனைவரும் பொறுப்பேற்க வேண்டும்.[8]

நல்ல விதைகளுக்கு எங்கே போவது?

சஹஜ சம்ருத்தா, க்ரீன் ஃபவுண்டேஷன், அன்னதானா (கர்நாடகா), CIKS (தமிழ்நாடு), திம்பக்து கலெக்டிவ், Centre for Sustainable Agriculture, Deccan Development Society (ஆந்திரப் பிரதேசம்), தனல் (கேரளம்) போன்ற தொண்டு நிறுவனங்கள் சிறு விவசாயிகளுக்கு இயற்கை விவசாயத்துக்கு மாறுவதற்கான ஊக்கத்தையும் உதவியையும் நல்ல முறைகளில் அளித்து வருகின்றன. இவை அனைவரும் கவனம் செலுத்தும் 'சமூக விதை வங்கி'களில் தரமான பாரம்பரிய விதைகளை மீட்டெடுத்துச் சேமித்து விநியோகம் செய்துவருகின்றன.

இயற்கை விவசாய இயக்கத்தில் நுகர்வோரின் பங்கு என்ன?

'சமூகம் ஒன்றிணைந்த ஒரு கூட்டமாக வலுப்பெறும் வகையில் நுகர்வோருக்கும் உற்பத்தியாளருக்கும் இடையே நெருக்கமான உறவை ஏற்படுத்த வேண்டும்! இது மட்டுமே நிலைத்த பொருளாதாரத்தை உருவாக்கும்!' என்று கூறிச் சென்ற ஜெ.சி. குமரப்பாவின் ஆசைப்படி, மேலே குறிப்பிட்டுள்ள அனைத்து நிறுவனங்களுமே ஈடுபட்டிருக்கும் மற்றொரு பணி 'இயற்கை விளைபொருள் விற்பனை.' சிறு இயற்கை விவசாயிகள் தாங்கள் விளைவிக்கும் பொருள்களைத் தாங்களே பயன்படுத்துமாறு இந்த அமைப்புகள் பார்த்துக்கொள்கின்றன. உபரியாக இருப்பவற்றை நகர்ப்புறங்களில் சந்தைப்படுத்தவும் உதவுகின்றன. இயற்கை உணவை யார் விற்றாலும் வாங்கிக் கொள்ளும் நுகர்வோராக மட்டும் இருப்பது ஓர் அணுகு முறை. ஆனால் விவசாயிகளுடன் இணைந்து பணியாற்றும் நிறுவனங்களின் கடைகளில் உறுப்பினர்களாகச் சேர்ந்து பொருட்கள் வாங்கினால், நகர்ப் புறத்தினர் இயற்கை வேளாண்மை இயக்கத்தில் ஈடுபாட்டை ஆழமாக்கலாம். பேராசையால் விவசாயிகளை அடக்கி ஆளும் சதியில் இறங்கியிருக்கும் பெரிய நிறுவனங்களின், அரசாங்கங்களின் கொள்கைகளை மாற்றியமைக்க நாம் குரல் கொடுக்க வேண்டும். விளைநிலங்களைக் கூறுபோட்டு விற்கும் நில வர்த்தகப் பொருளாதாரத்தில் முடிந்தவரை பங்கேற்காமல் விலக வேண்டும். இவை நம் எதிர்காலத்தை நம் கையில் எடுத்துக் கொள்ளும் திசையில் எடுத்து வைக்கும் மிகவும் அவசியமான, மிகப் பெரிய முதல் அடி.

பாஸ்கர் சாவேவைப் போன்ற சில மூத்த விவசாயிகள் ஒருபுறம் இருக்க, நகரங்களிலிருந்து பெரிய கல்வி நிறுவனங் களில் படித்துவிட்டு, பெரிய தனியார் நிறுவனங்களில் பணிபுரிந்துவிட்டு, பணத்தைப் பார்த்துவிட்டு இயற்கையை நாடி கிராமங்களுக்குக் குடிபெயரும் இளைய தலைமுறை யினரின் எண்ணிக்கை அதிகரித்துக்கொண்டுதான் வருகின்றது.

முடிவாக, நம் இயற்கை விவசாயிகள் கையாண்டு வரும் பஞ்சகவ்யம், ஒற்றை நாற்று முறை, பயிர்ச்சுழற்சி போன்ற உத்திகள் மட்டும் நம்மை நம் நெருக்கடியிலிருந்து காப்பாற்றப் போவதில்லை. மனித இனம் அழிவின் பாதையிலிருந்து விலகி வாழ்வின் பாதைக்குத் திசைதிரும்ப, நமது சமுதாயத்தின் கட்டமைப்புகளை அடிப்படையாக மாற்றியமைக்க வேண்டிய அவசியம் உள்ளது.

பாஸ்கர் சாவே

ஃபுகோகா கற்றுத் தந்த பாடங்களை ஆழமாக உள்வாங்கி அவரது பாதையில் பின்தொடர்ந்த சில இந்திய விவசாயிகளுள் மிகவும் பிரபலமானவர் மஹாராஷ்டிராவிலுள்ள இன்று 84 வயதாகும் திரு. பாஸ்கர் சாவே அவர்கள். இளம்வயதில் ரசாயனங்களை உபயோகித்து "முன்னோடி" விவசாயியாக இருந்த இவர், சில ஆண்டுகளிலேயே அவை மண்ணுக்குச் செய்த சேதத்தைக் கண்டு முழுமையாக இயற்கைக்கு மாறினார். இவரது பண்ணையில் 400க்கும் மேலாகக் காய்த்துத் தொங்கும் அபூர்வத் தென்னை மரங்களும், சராசரி 300 கிலோ சுவையான பழங்களைத் தரும் சப்போட்டா மரங்களும், ஒரு பானைச் சோற்றைப் பதம் பார்ப்பதற்கான ஒரு சோறு போல! காய்கறிகள், தானியங்கள், பழங்கள், மூலிகைகள் என நூற்றுக்கணக்கான தாவரங்கள் எல்லாம் சேர்ந்து வளரும் இவரது பண்ணையை 'உணவுக் காடு' என்றழைக்கலாம். ஒவ்வொரு சனிக்கிழமையும் வந்து செல்லும் பார்வையாளர்களுக்கு அவரது 14-ஏக்கர் பண்ணை ஒரு உண்மையான பல்கலைக்கழகமாய் விளங்குகிறது. 'ஒன்றுமே செய்யாமல்' இயற்கையோடு வாழும் சாவேஜியை ஆண்டுதோறும் தேடி வரும் லாபம் ரூ. 6 லட்சத்தும் மேல்! இவரது பண்ணையைப் பார்க்க வந்த ஃபுகோகா 'இது என்னுடைய பண்ணையைவிட மிகவும் அற்புதமாக உள்ளதே!' என்று பாராட்டினாராம்.*9

16

சமுதாய மாற்றத்துக்கான அடிப்படை

இதுவரை நாம் பார்த்த பசுமைப் புரட்சியின் கதையிலிருந்து நாம் எடுத்துக் கொள்ள வேண்டிய பாடங்கள் என்ன? 'இயற்கை வேளாண்மை மட்டுமே நிலைத்த வேளாண்மை. பாரம்பரிய வேளாண் அறிவுக்குப் புத்துயிர் ஊட்ட வேண்டும்' என்று ஒரு நீண்ட பட்டியலைத் தயாரிக்கலாம். ஆனால், இது ஒரு புதிய உலகைக் கற்பனை செய்து பார்ப்பதற்கோ உருவாக்குவதற்கோ பெரிய அளவில் உதவாது. கடந்த நான்கு நூற்றாண்டுகளில் நமது சிந்தனா முறையிலும், சமுதாயத்தின் கட்டமைப்புகளிலும் அடிப்படையான மாற்றங்கள் ஏற்பட்டுள்ளதை நாம் பார்த்தோம். அதிலிருந்து வடித்தெடுக்கும் பாடங்கள் மட்டுமே அடிப்படை மாற்றங்களை ஏற்படுத்த நமக்கு உதவும்.

முதல் அத்தியாயத்தில் பண்டைய பாரதத்தில் உயர்ந்த வேளாண் அறிவு, நிர்வாக முறை ஆகியவை அற அடிப்படையில் அமைந்து பல நூற்றாண்டுகள் நமது சமுதாயம் நிலையாக இருந்து செயல்பட்டதைப் பார்த்தோம். பண்டைய சமுதாயத்தில் பல குறைகள் இருந்தன என்பது உண்மைதான். பலவகையான ஏற்றத் தாழ்வுகள், பாரபட்சங்கள், கொடுமைகள், மூடநம்பிக்கை கள் எல்லாம் இருந்தன என்பதுதான் எனக்குத் தெரிந்தவற்றிலிருந்து உருவாகியுள்ள எனது கருத்தும் கூட. ஆனால், அந்த சமுதாய அமைப்பை ஒட்டுமொத்த மாகப் 'பிற்போக்கானது' என்று கூறி ஒதுக்கிவிடுவது புத்திசாலித்தனமான செயலல்ல. அன்றைய சமுதாயத்தில்

அறிவியல், தொழில்நுட்பம், அரசியல், பொருளியல் கட்டமைப்புகள் அர்த்தமுள்ள வகைகளில் அமைக்கப்பெற்றிருந்தன. அவற்றிலிருந்து நாம் கற்றுக்கொள்வதற்குப் பல நல்ல விஷயங்கள் உள்ளன. பசுமைப் புரட்சியின் கதையைக் கொண்டு, இந்தக் கட்டமைப்புகள் அடிப்படையில் எவ்வாறெல்லாம் மாறியுள்ளன என்பதைப் புரிந்துகொள்வது அவசியம்.

அறிவியல்: பண்டைய இந்திய சமுதாயத்தில், அறிவியல் அறிவு என்பது ஒரு பொதுவுடைமையாகவே கருதப்பட்டது. அறிவைப் பாதுகாத்தவர்கள், கற்றுக்கொடுத்தவர்கள், மேம்படுத்தியவர்கள் ஆகியோர் யாருக்கும் தனிப்பட்ட முறையில் உரிமங்களோ, பண லாபங்களோ கிடையாது. அறிவியல் அறிவுக்கு விலை ஏதும் இருக்கவில்லை. இதே போல, காடுகள், நீர்நிலைகள், மேய்ச்சல் நிலங்கள் போன்ற இயற்கை வளங்களும் பொதுவுடைமையாகவே இருந்து வந்தன.

வேளாண்மையின் கதையில் இதை நன்றாகவே பார்க்கலாம். விவசாயிகள் கண்டுபிடித்த புதிய முறைகளையும் நெல் ரகங்களையும் தனிநபரின் லாபத்துக்காக அல்லாமல் ஒட்டுமொத்த சமுதாய நலனுக்காகவே கண்டறிந்தனர். அவற்றைப் பற்றிய தகவல்களும் அவற்றின் பலன்களும் எந்தத் தடையுமின்றி அனைவருக்கும் எளிதாகக் கிடைக்கப்பெற்றன. ‘விருக்ஷாயுர்வேதம்’ போன்ற செவ்வியல் நூல்களைப் பற்றி நாம் ஏற்கனவே பார்த்தோம். அவற்றைத் தவிர லட்சக்கணக்கான பழமொழிகளையும், விடுகதைகளையும், நாட்டுப்புறப் பாடல்களையும் இயற்றி இத்தகைய வேளாண் அறிவை சாமானியர்களுடைய தாக்கி, தலைமுறை தலைமுறையாகக் கைமாற்றிக் கொடுத்தனர். இதுவே இந்திய வேளாண் அறிவின் வளர்ச்சிக்கும் பல்வகைத் தன்மைக்கும் முக்கியக் காரணம்.

கிழக்கிந்தியக் கம்பெனியின் வருகைக்குப்பின் இந்தச் சிந்தனை வீழ்ச்சியடையத் தொடங்கியிருந்தாலும், ஒரு ஐம்பதாண்டு காலத்திற்கு முன்புவரைகூட ஓரளவு உயிரோட்டத்துடன்தான் இருந்தது. அதனால்தான், சுதந்திர இந்தியாவின் மூத்த வேளாண் விஞ்ஞானிகள் அடிமட்ட மக்களுக்கான அறிவியல் ஆராய்ச்சியை மேற்கொண்டு வந்தனர். இதனால்தான், அறிவியலையும் ஆராய்ச்சியையும் தனியார் நிறுவனத்தின் கட்டுப்பாட்டுக்குள் கொண்டுசெல்ல வேண்டாம் என்று அரசாங்கத்தை அன்று எச்சரித்தார் டாக்டர் ரிச்சாரியா. அப்படிச் செய்தால், அந்த அறிவை அவர்கள் தங்கள் சொந்த லாபத்துக்காகப் பயன்படுத்தி,

அறிவியல் ஆராச்சியைத் தங்களுக்கு சௌகரியமான முறையில் வடிவமைத்துக் கொள்வார்கள் என்றும் அதன் மூலம் அறிவின் தூய்மை குறைந்துவிடும் என்றும் அவர் எச்சரித்தார்.

பொதுநலனுக்காக மேற்கொள்ளப்பட்ட ஆராய்ச்சிகளின் மூலம் வளர்த்தெடுக்கப்பட்ட அறிவியல் அறிவினால் உருவான தொழில்நுட்பம் அடிமட்ட மக்களுக்குச் சொந்தமானதாக இருந்தது. இத்தகைய தொழில்நுட்பம் எளிமையாக இருந்தது. இது பயன்படுத்திய மூலப்பொருள்கள் பெரும்பாலும் பரவலாகக் கிடைத்தன. இத்தொழில்நுட்பத்தைப் பற்றிய அடிப்படையான அறிவும், அதனுடைய கட்டுப்பாடும், அதற்கான அதிகாரமும் மக்களிடத்திலேயே இருந்தன. இந்தத் தொழில்நுட்பத்தை 'ஜனநாயகத் தொழில்நுட்பம்' (democratic technology) என்றழைக்கலாம்.

ஆனால், அறிவு மற்றும் இயற்கை வளங்கள் தனிஉடைமையாக்கப்பட்டதிலிருந்து, அறிவின் பயனும் ஆராய்ச்சியின் இலக்கும் முற்றிலும் மாறின. இவ்விரண்டும் படிப்படியாக லாபம் சம்பாதிப்பதற்கான வழிகளாகவும், இவற்றிலிருந்து பிறந்த தொழில்நுட்பம் அதற்கான கருவியாகவும் மாறின. இந்த லாப நோக்கு வளர வளர, தனியார் நிறுவனங்களுக்கும் அரசியல்வாதிகளுக்கும் அறிவியல் அறிவையும் தொழில்நுட்பத்தையும் பாமர மக்களிடமிருந்து எவ்வளவு தூரம் விலக்கி வைக்க முடியுமோ, அவர்களைத் தங்கள் மேல் எவ்வளவு சார்ந்து இருக்கச் செய்ய முடியுமோ, அவ்வளவு நல்லது என்றானது. நமது நாட்டின் தலைசிறந்த விஞ்ஞான அமைப்புகள் தனியாரின் பண பலத்துக்குக் கீழ்த்தரமாக விலைபோய் பி.டி. கத்தரி தொழில்நுட்பத்தை மேம்படுத்தி எழுதிய அறிக்கையைப் பற்றி நினைவுகூரவும்.

'நவீன அறிவியல்' என்பதைப் பாமர மக்களுக்கு எளிதில் புரியாத ஒன்றாக உருவகித்தது நவீன உலகம். சிக்கலான தொழில்நுட்பம் உயர்ந்தது என்றும், எளிமையான தொழில்நுட்பம் தாழ்ந்தது என்றும் ஒரு மாயையை உருவாக்கியது. அதன்மீது ஒரு வகையான பயத்தையும் பிரமிப்பையும் அதை அடைவதில் ஒரு வகையான மலைப்பையும் ஏற்படுத்தி இந்த வேலையை அது சாதித்திருக்கிறது. பெரிய படிப்பு படித்து, ஆங்கிலத்தில் பேசி, ஆராய்ச்சிக் கூடங்களில் சோதனைக் குழாய்களையும், நுண்ணோக்கிகளையும் வைத்துக்கொண்டு செய்வதுதான் உயர்ந்த அறிவியல் ஆராய்ச்சி என்று கோடானு கோடி மனங்களை அது நம்ப வைத்திருக்கிறது.

இத்தகைய அறிவியல் சிந்தனையிலிருந்து பிறந்த 'நவீனத் தொழில்நுட்பம்', 'நிபுணர்களையும்', 'விஞ்ஞானிகளையும்' மட்டுமே சார்ந்திருக்கத் தொடங்கியது. அவர்களுக்குச் சம்பளம் கொடுக்கும் தனியார் நிறுவனங்களுக்குச் சொந்தமானதாக இந்தத் தொழில்நுட்பம் மாறியது. இதற்கான மூலப்பொருள்கள் பெரும்பாலும் சுரங்கங்கள் தோண்டி எடுக்கப்படும் உலோகங்கள், பெட்ரோல், பெரிய தொழிற்சாலைகளில் உருவாக்கப்படும் ரசாயனங்கள், மிகப் பெரிய அளவில் சுரண்டப்படும் (மரங்கள் போன்ற) இயற்கை வளங்கள் ஆகியவையே. இவை பண பலம் கொண்ட சிலருடைய கட்டுப்பாட்டில் மட்டும் இருக்கும். இத்தகைய தொழில் நுட்பத்துக்கு 'சர்வாதிகாரத் தொழில்நுட்பம்' (authoritarian technology) என்ற பெயர் பொருத்தமானது.[1]

பசுமைப் புரட்சியின் கதையில் நாம் பார்த்த மூன்று வெவ்வேறு இடுபொருட்களின் தொழில்நுட்பங்களையும், அவற்றின் அரசியல் தன்மைகளையும் பார்ப்போம்.

1. உரத் தொழில்நுட்பம்

ரசாயன உரங்களைத் தயாரிப்பதற்கான மூலப்பொருள் பெட்ரோல். இந்த விலையுயர்ந்த (தீர்ந்துகொண்டிருக்கும்) மூலப்பொருளைக் கொண்டு, பல கோடி பணம் முதலீடு செய்து, பிரம்மாண்டமான இயந்திரங்களை நிறுவி, சிக்கலான வழிமுறைகளைக் கையாண்டால்தான் இந்த உரங்களைத் தயாரிக்க முடியும்.

ஆனால், யாருடைய சொந்த லாபத்துக்கும் இல்லாமல், காப்புரிமை ஏதும் பெறாமல் நம் முன்னோர்கள் பதிவு செய்து விட்டுச் சென்ற 'பஞ்சகவ்யம்' என்னும் தொழில்நுட்பம் மக்களுக்குச் சொந்தமானது. இந்தப் பொருளை யார் வேண்டுமானாலும் அருகாமையில் இருக்கும் எளிதாகக் கிடைக்கக் கூடிய பொருட்களைக் கொண்டு தயாரிக்கலாம்; பயன்படுத்தலாம். பஞ்சகவ்யத்தின் தொழில்நுட்பத்தைப் பற்றிய தகவல்களை ஒரு பதினைந்தாண்டுகளுக்கு முன்னால் ஒரு மருத்துவர் கண்டறிந்தார். இன்று வரையில் நமது விவசாயிகள், பஞ்சகவ்யத்துக்கு ஆதாரமாக அமைந்த நுண்ணுயிரிகளின் செயல்பாடுகளைப் பற்றிப் புரிந்துகொண்டு, பண்ணையில் பரிசோதனைகள் செய்து 'நவகவ்யம்' (ஒன்பது உட்கூறுகளைக் கொண்டது), 'தசகவ்யம்' (பத்து உட்கூறுகளைக் கொண்டது) போன்ற புதிய வளர்ச்சி ஊக்கிகளை உருவாக்கிப், பரிசோதித்து அதன் பயன்களை மற்ற விவசாயிகளுடன் வெளிப்படையாகப் பகிர்ந்து வருகின்றனர்.

2. விதைத் தொழில்நுட்பம்

மறுபடியும் விதைத்தால் சிறப்பாக விளையாத கலப்பின நெல் ரகங்கள், பெரிய தனியார் நிறுவனங்களின் குளிரூட்டப் பட்ட ஆராய்ச்சிக் கூடங்களுக்குள் தயாரிக்கப்படுகின்றன. இதைப் பற்றிய அறிவோ, இந்த விதைகளை மேம்படுத்தும் முறையோ விவசாயிகளின் கைகளில் இல்லை.

ஆனால், பாரம்பரிய நெல் ரகங்களை விவசாயிகளே உருவாக்கி, தங்களுக்குள் பகிர்ந்துகொண்டு பயன்படுத்தி வந்தனர். இவ்வாறு ஒரு காலத்தில் 2,00,000 நெல் ரகங்களை அவர்கள் உருவாக்கியிருந்தனர் என்பதை நினைவுகூரவும். இந்த நெல் ரகங்களை ஒவ்வொரு முறையும் விதைத்து, அறுவடை செய்து, சிறந்த நெல்மணிகளை அடுத்த விதைப்புக்காகத் தேர்ந்தெடுத்து, ஓராண்டு காலம் பாதுகாத்து வந்த அத்தனை செயல்களிலும் உயர்ந்த தொழில்நுட்பம் இருந்தது. இந்த அறிவை மக்கள் நாட்டுப்புறப் பாடல்களாகப் பாடி, அனைவரின் பொதுச் சொத்தாகப் பராமரித்து வந்தனர்.

3. நீர் அறுவடை – விநியோகத் தொழில்நுட்பம்

பாரம்பரிய நீர் அறுவடை மற்றும் விநியோக அமைப்புகள் அனைத்தும், கிராம அளவில் மக்களாலேயே அமைக்கப் பட்டுப் பராமரிக்கப்பட்டுச் சிறந்த முறையில் நிர்வாகம் செய்யப்பட்டு வந்ததை நாம் பார்த்தோம். ஆங்கிலேயர் நிறுவிய 'பொதுப்பணித் துறை'யிலிருந்து தொடங்கிப் படிப்படியாக நீர் மேலாண்மை சம்பந்தப்பட்ட தொழில்நுட்பமும் மக்களை விட்டு விலகியது. பிறகு அமைக்கப்பட்ட பெரிய அணைகள் மற்றும் கால்வாய்களை அமைப்பதற்கோ இயக்குவதற்கோ மக்களால் இயலவில்லை. இந்தப் பிரம்மாண்டமான கட்டமைப்புகளுக்கான மூலப்பொருள்களும் பெரிய தனியார் நிறுவனங்களின் கட்டுப்பாட்டுக்குள் மட்டுமே இருந்தன.

பஞ்சகவ்யம், பாரம்பரிய நெல் ரகங்கள், பாரம்பரிய நீர் அறுவடை அமைப்புகளை 'ஜனநாயகத் தொழில்நுட்பத்'துக் கான உதாரணங்களாகக் கொள்ளலாம். அவற்றுக்கான அதிகாரம் மக்களிடம் இருந்தது. அவற்றைப் பராமரிப்பதற்கும், மேம்படுத்துவதற்குமான ஆதார அறிவும், அதிகாரமும் மக்களுக்குச் சொந்தமாக இருந்தன. புதிய முறை ஏதாவது முயற்சி செய்துபார்க்கப்பட்டு எதிர்மறை விளைவுகள் ஏற்பட் டால், ஒட்டுமொத்த சமுதாயமும் அவற்றுக்குப் பொறுப்பேற்று சரிசெய்வதற்கான முயற்சிகளில் ஈடுபட்டது. இந்தத் தொழில்

நுட்பத்தினால் உருவான திட்டங்கள், இயற்கை நியதிகளை மதித்தன. இயற்கையின் கொள்திறனுக்கேற்ப வளங்களைப் பயன்படுத்தின; மாசுபடுத்தாத வகையில் கழிவுகளை மீண்டும் சுழற்சி செய்தன.

ரசாயன உரங்கள், கலப்பின நெல் ரகங்கள், பெரிய அணைகள் ஆகியவற்றை 'சர்வாதிகாரத் தொழில்நுட்பத்'துக் கான உதாரணங்களாகக் கொள்ளலாம். இவற்றின் விலை, தரம், விளைவுகள் போன்ற எதுவுமே மக்கள் கைகளில் இல்லை. அவற்றுக்கான அதிகாரம், மக்களுக்கு எட்டாத பெரிய நிர்வாக அமைப்புகளிடமும் நிறுவனங்களிடமும் வசிக்கிறது. தவறுகள் ஏற்பட்டால், அதற்குப் பொறுப்பேற்காமல், அதே அணுகுமுறையைக் கொண்டு மேலும் பல தொழில்நுட்பங் களை முன்னிறுத்துகிறது. (பூச்சிக்கொல்லிகளினால் பிரச்சினை கள் ஏற்பட்டதும் மரபணு மாற்றுத் தொழில்நுட்பத்தை முன்னிறுத்துவது போன்று!) இத்தகைய சர்வாதிகாரத் தொழில்நுட்பங்கள் அதிகார மையக் குவிப்பைத் தீவிரப் படுத்தி மக்களை சக்தி இழக்கச் செய்கின்றன. அவர்களை ஒரு முகமில்லாத 'சர்க்காரிடம்' தன்மானத்தை விட்டுக் கையேந்தி நிற்க வைக்கின்றன. இந்தவகைத் தொழில் நுட்பத்தினால் உருவாகும் பிரம்மாண்டமான திட்டங்களில் மாபெரும் ஊழல்கள் சாத்தியமாகின்றன. இந்தத் தொழில் நுட்பம் இயற்கையின் கொள்திறனைக் கணக்கிலேயே கொள்ளாமல் இயற்கை வளங்களைச் சுரண்டி அழிக்கின்றது. அது இயற்கை கிரகித்துக்கொள்ள முடியாத தன்மை கொண்ட கழிவுகளை உருவாக்குகிறது.

ராஜஸ்தானிய கிராமத்து மக்கள் பதினைந்தாண்டுகளுக்கு முன்னால் ஒரு மாபெரும் சாதனையை செய்து காண்பித்தனர். வறண்டு விரிந்துகிடந்த நிலத்தில் தாங்களாகவே குட்டைகளை யும் சிறு தடுப்பணைகளையும் அமைத்து, நூற்றுக்கணக்கான கிராமங்களில் மழைநீரை சேமித்து, நீர்வளத்தைப் பெருக்கினர். காணாமல் போயிருந்த இரண்டு நதிகளை வற்றாத நதிகளாக ஓட வைத்துப் பாலைவனத்தில் வனங்களை வளர்த்தனர். பெரிய திட்டங்கள் எதுவும் இல்லாமலேயே இவையனைத்தை யும் நிறைவேற்றினர். மக்களாகவே ஒன்றுசேர்ந்து 'தண்ணீருக் கான பாராளுமன்றம்' ஒன்றை உருவாக்கி, நீர்வளத்தை நிர்வகிக்கவும் தொடங்கினர். ராஜஸ்தான் நீர்வளத் துறை தனது அதிகாரம் பறிபோவதைக் கண்டு பயந்து போய் "இனி பெய்யும் மழை அனைத்தும் அரசாங்கத்துக்குச் சொந்தம். அதை யாராவது பிடித்து வைத்துக் கொண்டால் தண்டனை

விதிக்கப்படும்!" என்று அபத்தமான விதிகளை அறிவிக்கும் நிலைக்குத் தள்ளப்பட்டது. 'சமூக நலனுக்காக' என்று கூறிக்கொண்டு மக்களின் வரிப்பணத்தைக் கொள்ளையடித்து அதிகாரத்தைக் குவித்துக்கொண்டிருக்கும் இன்றைய அரசியல் கட்டமைப்புகளையே ஆட்டம் காண வைக்கும் சக்தி, ஜனநாயகத் தொழில்நுட்பத்துக்கு உண்டு.[2]

பொருளாதாரம்

ஜனநாயகத் தொழில்நுட்பத்தை வளர்த்தெடுத்த பொருளியல் சிந்தனை, சமுதாயத்துக்கு அடிபணிந்த பொருளாதாரத்தை வளர்த்தது. ஆனால், சர்வாதிகாரத் தொழில்நுட்பத்துக்கு வித்திட்ட பொருளியல் சிந்தனை அதை மெல்ல மெல்லத் தலைகீழாக மாற்றியது. நவீனப் பொருளியல் சிந்தனை வளர்ந்து வளர்ந்து, அதுவே ஓங்கிய சிந்தனையாக மாறியது. பொருளாதாரத்துக்கு சமுதாயம் படிப்படியாக அடிமையானது. அது சமுதாயத்தின் கல்வி, கலாச்சாரம் ஆகியவற்றைத் தனக்குச் சாதகமாக மாற்றி யமைத்துக்கொண்டது. உதாரணத்துக்கு, ரசாயன உரங்களையும் கலப்பின விதைகளையும் பயன்படுத்தும் விவசாயிகள் 'முற்போக்கான'வர்களாகவும், தொழு உரங்களையும், பாரம்பரிய ரகங்களையும் பயன்படுத்தும் விவசாயிகள் 'பழமைவாதி'களாகவும் காட்டப்பட்டனர்.

நவீனப் பொருளாதாரத்தில், இயந்திரங்கள் தங்கள் திறனுக் கேற்ப உற்பத்தி செய்து தள்ளிக்கொண்டிருக்கும். இந்த இயந்திரங்களின் திறனை ஆண்டுக்கு ஆண்டு அதிகரிக்கச் செய்வதை ஒரு அறிவியல் சவாலாகக் கருதும். பொருளின் தேவையை ஆதாரமாகக் கொள்ளாமல் உற்பத்தி செய்திருப் பதை எப்படியாவது விற்று முடிக்க வேண்டும் என்கிற இலக்குடன் இந்தப் பொருளாதாரம் செயல்படும். அளவே இல்லாமல் ஒவ்வொரு ஆண்டும் மேலும் மேலும் விரிவடைந்து கொண்டே போவதுதான் அதன் 'வளர்ச்சிப்' பாதை. இப்படிப் பட்ட வளர்ச்சி, இயற்கையின் வளங்களையும், ஏழை மக்களின் வாழ்வாதாரங்களையும் சுரண்டினால்தான் சாத்தியப்படும். மேலும், உற்பத்தியான பொருட்களை விற்பனை செய்ய, 'மேலும் மேலும் பொருட்களை வாங்குங்கள்' என்று விளம்பரம் செய்து, ஒரு செயற்கையான தேவையை உருவாக்கி, மக்களை ஒரு வெறித்தனமான நுகரும் கலாச்சாரத்திற்குள் தள்ளு கின்றது. 'இன்பம் என்பது பல பொருட்களை அடைவதனால் கிடைக்கும். இதைச் சாதிப்பதே வெற்றி. நாகரிகம் என்பது

நவீனமயமான வாழ்க்கைமுறை. அழகு என்பது பொருட்களின் தோற்றம்' என்றெல்லாம் மக்களை நம்ப வைப்பதன் மூலமே இதைச் செய்கிறது. வாழ்க்கையில் எந்த அடி எடுத்து வைத்தாலும் 'இதனால், உனக்கு என்ன (பண) லாபம்?' என்று கேட்டு விட்டுத்தான் வாழ்க்கையின் பிற கேள்விகளைக் கேட்க வேண்டும் என்கிறது நவீன சமுதாயம். பள்ளிப் படிப்பு பற்றிய விவாதங்களில் கூட 'நாளைக்குப் பிள்ளை பெரியவனானால், எந்தத் துறையில் பணம் சம்பாதிக்க நிறைய வாய்ப்புள்ளது?' என்பதுதான் பெற்றோர்களின் முதல் கேள்வியாக உள்ளது.

'நவீனப் பொருளாதாரம்' என்று பரவலாகக் குறிப்பிடப் படும் இந்த அமைப்பின் முக்கியமான தன்மை ஒன்றுண்டு. நாம் எவற்றையெல்லாம் மக்களுக்குப் பரவலாக, எளிதாக, மலிவாகக் கிடைக்க வேண்டும் என்று விரும்புகிறோமோ, அவற்றையெல்லாம் கிடைக்கவிடாமல் செய்யும். உதாரணத் துக்கு ஆரோக்கியமான உணவு, சுத்தமான தண்ணீர், விதைகள் போன்ற உயிருக்கு ஆதாரமான பொருட்களை உருமாற்றி, காப்புரிமைகள் பெற்று, பைகளிலும் புட்டிகளிலும் அடைக்கும். அதற்கு விலை போட்டு, அந்த விலையைப் படிப்படியாக அதிகரித்துக்கொண்டே போகும். இந்த அத்தியாவசியத் தேவைகளுக்காக மக்கள் எத்தனை விலை வேண்டுமானாலும் கொடுக்கத் தயாராகவும் இருப்பார்கள். இதனைக் கொண்டு பொருளாதாரம் 'வளர்ச்சி' அடையும்.

மாறாக, நாம் எவற்றையெல்லாம் குறைக்க வேண்டும் என்று விரும்புகிறோமோ, அவற்றையெல்லாம் அதிகரிக்கும். உதாரணத்துக்கு, குப்பைக் கூளங்கள் அதிகரித்தால்தான் அதனை நீக்கிச் சுத்தப்படுத்தும் தனியார் நிறுவனங்கள் வளர முடியும். நோய்கள் அதிகரித்தால்தான் அவர்களுக்கு மருத்துவம் பார்க்கும் தனியார் மருத்துவமனைகளும் மருந்துகள் மற்றும் மருத்துவக் கருவிகளைத் தயாரிக்கும் நிறுவனங்களும் வளர்ச்சியடையும். போர்கள் அதிகரித்தால்தான், அவற்றுக்குத் தேவையான ஆயுதங்களை விற்கும், போரினால் சேதமடையும் நாடுகளை மீள்கட்டுமானம் செய்யும் வேலையைச் செய்யும் நிறுவனங்களும் வளர்ச்சி அடையும். மேலை நாடுகளில் சிறைச்சாலைகள்கூடத் தனியார்மயமாக்கப்பட்டுள்ளன. அப்படியென்றால், கைதிகளின் எண்ணிக்கையை அதிகரிப்பது தானே இந்த நிறுவனங்களின் இலக்காக இருக்க முடியும்? மேலும், இந்தக் கைதிகள் மலிவான தொழிலாளர்களாகவும் செயல்பட்டால் மேலும் பொருளாதாரத்துக்கு நல்லதுதானே!

இப்படிப்பட்ட தலைகீழான, எதிர்மறையான போக்கைத் தான் "வளர்ச்சி, முன்னேற்றம்" என்று நமது சமுதாயம் கொண்டாடி வருகிறது.

❍

புதிய உலகைப் பற்றியும், மாற்றத்தைப் பற்றியும் பேசும் போது, இந்தக் கட்டமைப்புகளைப் பற்றிப் பேசாமல் இருக்க முடியாது. நமது பொருளாதாரத்தை சமாதானப் பொருளாதார மாக மாற்ற வேண்டும். முதலாளித்துவம், கம்யூனிசம் போன்ற அதிகார மையங்களற்ற ஒரு கிராம – சுயராஜ்ய பொருளியல் அமைப்பை உருவாக்க வேண்டும். மக்கள் திறனுக்கும் இயற்கையின் கொள்திறனுக்கும் அடிபணிந்த, இயற்கை நியதி களை மதிக்கும் தொழிநுட்பத்துக்குப் புத்துயிரூட்டி வளர்த் தெடுக்க வேண்டும். அறிவியலையும் தொழில்நுட்பத்தையும் மக்களுடையதாக்க வேண்டும். இயற்கை வளங்களைச் சுற்றிச் சுரண்டலுக்காகப் போடப்பட்டுள்ள வேலிகளைப் படிப்படி யாகத் தகர்த்தெறிய வேண்டும். இவற்றையெல்லாம்தான் காந்தியும் இந்தியாவுக்கான தன் கனவாகக்கொண்டிருந்தார்.

நமது சமுதாயத்தின் சீர்குலைவைப் பற்றி வேறொரு வகையிலும் சொல்லலாம். அது தன் இசைவையும் சமநிலையை யும் 'வளர்ச்சி'க்குப் பலிகொடுத்து விட்டிருக்கிறது. இவற்றை அடிப்படையில் நிலைநாட்டினால் மட்டுமே உண்மையான மாற்றம் ஏற்படும்.

ஆனால் இத்தகைய அடிப்படை மாற்றம் ஏன் அத்தனை எளிதானதல்ல என்பதற்கு ஃபுகோகா விளக்கமளிக்கிறார். "நீங்கள் கேட்கலாம்; ஏன் இந்த உண்மை பரவவில்லை என்று. எனக்குத் தெரிந்த காரணங்களில் ஒன்று உலகம் வேகமாகச் சிறப்புத் துறையறிவை நோக்கிப் போவதால், அதனால் எதையுமே ஒரு முழுமையோடு பார்க்கமுடியாமல் போய்விட்டது என்பதுதான்."

நாம் உலகை மேலும் மேலும் கூறுபோட்டுக்கொண்டு அதைப் புரிந்துகொள்வதற்கும், வெல்வதற்கும், சரி செய் வதற்கும் முனைகிறோம். இன்று கணக்கிலேயே அடங்காத துறைகள் வளர்ந்து நிற்கின்றன. உயிரியல் என்ற துறையை மட்டும் எடுத்துக்கொண்டால், அதில் எத்தனை சிறப்புத் துறைகள்! உலகை இப்படிக் கூறுபோட்டுப் பிரித்துப் புரிந்து கொண்டு, அந்த அறிவை எல்லாம் ஒன்று சேர்த்தால் நமக்கு ஒரு முழுமையான அறிவு கிடைத்துவிடும் என்பதுதான் நவீனத் துவச் சிந்தனை. ஆனால் இந்தப் 'பிளவுண்ட சிந்தனை'யை

ஆதாரமாகக் கொண்டு வளர்ந்த நவீன அறிவியலும் தொழில்நுட்பமும் நம்மை எத்தனை வேதனைக்குரிய நிலைமைக்குக் கொண்டு தள்ளியிருக்கிறது என்பதை மேலும் விளக்கத் தேவையில்லை.

விஞ்ஞானி, தத்துவவாதி, ஆன்மீகவாதியான ஆல்பர்ட் ஐன்ஸ்டைன் இந்தக் கேள்விக்கான விடையைத் தேடுவதற்கான ஒரு மிகப்பெரிய உண்மையைக் கூறிச் சென்றுள்ளார். "நாம் எந்தவகைச் சிந்தனையைக் கொண்டு பிரச்சினைகளை உருவாக்கியுள்ளோமோ, அதே வகையான சிந்தனையைக் கொண்டு அவற்றுக்குத் தீர்வு காண முடியாது."

நமது இந்தப் பிளவுண்ட சிந்தனையின் வித்து எங்கிருக்கிறது? அது அறிவு என்று எதைக் குறிப்பிடுகிறது? உண்மையான அறிவு என்பது என்ன? ஒரு முழுமையான சிந்தனையை வளர்த்தெடுக்க நாம் செய்ய வேண்டியது என்ன?

17

வேளாண்மையின் இறுதி லட்சியம் என்ன?

**பிளவுண்ட சிந்தனையும்
அது வரையறை செய்யும் 'அறிவு'ம்**

நமது சிந்தனைகள், நமது உடலால் ஆகும் செயல்கள், சாதனைகள் இவற்றைக் கொண்டுதான் நம்முடைய மனம் 'தான்' என்கிற அடையாளத்தை ஏற்படுத்திக் கொள்கிறது. இந்த அடையாளம்தான் நமது அகங்காரத்தின் அடிப்படை. அதுதான் 'இல்லாத ஒன்றை உருவாக்கி எதையோ சாதிக்க வேண்டும்!' என்கிற லட்சியங்களை யெல்லாம் உருவாக்கி வளர்த்துக்கொள்கிறது. இதன் தீவிரமான வெளிப்பாடே, 'நான் இயற்கையிலிருந்து வேறு பட்டவன்' என்னும் அதன் சிந்தனை; 'இயற்கையை வென்று கட்டுப்படுத்த வேண்டும்' எனும் அதன் ஆணவமான எண்ணம். இந்த அகங்காரத்தால் எதையுமே முழுமையாகப் பார்க்க முடியாது. ஏனென்றால், 'தான்' என்னும் பார்வையே பிளவுண்ட ஒன்றுதான். அதற்குப் பிளவுண்ட சிந்தனை மட்டுமே சாத்தியமாகும்.

'உலகம் வளர்ச்சியடைந்துவிட்டது. மனிதனின் அறிவு விரிவடைந்துவிட்டது. கல்வி மனிதனை உயர்த்துகிறது!' என்றெல்லாம் தம்பட்டம் அடித்துக்கொள்கிறோம். ஆனால், நாம் உண்மையில் கூறுவது 'உலகில் மனிதனின் மூளை அதிகமாக வேலை செய்கிறது. நாம் அதிகமாக உழைக்கிறோம். அதிகமான தகவல்களை மூளைக்குள் திணித்துக்கொண்டிருக்கிறோம். அதிகமாக இயற்கை வளங்களை நுகரும் பொருட்களாக மாற்றிக்கொண்டிருக்கிறோம்' என்பதைத்தான். இதை ஃபுகோகா அழகாக விளக்கியுள்ளார்.

சங்கீதா ஸ்ரீராம்

"சில விஷயங்களோடு தங்களுக்குப் பரிச்சயம் ஏற்பட்டு விட்டதால், அவற்றைப் புரிந்துகொண்டுவிட்டதாக மக்கள் நினைத்துக் கொள்கின்றனர். இது மிகைப்படுத்தப்பட்ட ஒரு விஷயமாகும். விண்மீன்களின் பெயர்களை அறிந்து வைத்துள்ள விண்ணியலாளனின் அறிவு இது. இலைகள் மற்றும் பூக்களை வகைப்படுத்தத் தெரிந்த தாவரவியலாளனின் அறிவு இது. பச்சை மற்றும் சிவப்பு நிறங்களின் அழகியலை அறிந்து வைத்துள்ள ஓவியனின் அறிவு இது. வானத்தையும், பூமியையும், பச்சையையும், சிவப்பையும் அறிந்துள்ளதானது, இயற்கையை அறிந்துவிட்டதாகாது. விண்ணியலாளன், தாவரவியலாளன், ஓவியன் ஆகியோர் செய்ததெல்லாம் இயற்கையின் ஒரு துளியைப் பதிவு செய்து கொண்டதும், அதை அவர்களின் ஒவ்வொருவரின் மனநிலைக்கு ஏற்பத் திரித்துக்கொண்டதும்தான். அறிவின் ஆதிக்கம் அதிகப்படும்போது, அவர்கள் இயற்கையில் இருந்து அதிகம் விலகிச் சென்றுவிடுகின்றனர்.[1]"

பிளவுபட்டதோ, முழுமையானதோ, மனிதனின் அறிவு வளர்ச்சி நமக்குப் பல விதங்களில் பலனளித்துள்ளதே! மனிதனின் போட்டியுணர்வு, சாதிக்க வேண்டும் என்கிற துடிப்பு, மனிதவினம் வளர்ச்சி காண வேண்டும் என்கிற இலக்கு ஆகியவற்றால்தானே நாம் பல பிரச்சினைகளுக்கான நல்ல தீர்வுகளைக் கண்டுபிடித்திருக்கிறோம்!' என்று கேட்பவர்களுக்காகவும் ஃபுகோகா ஒரு பதிலை வைத்துள்ளார்.

"எதிலாவது புகுந்து கெடுக்கும் குணமுடைய மனித இனம், ஒரு தவறைச் செய்து அதைச் சீராக்காமல் விட்டுவிடுவதை வழக்கமாகக் கொண்டுள்ளது. பாதிப்பான விளைவுகள் ஒன்றாய்ச் சேரும்போது, வரிந்து கட்டிக்கொண்டு அதைச் சரிசெய்ய முனைவதும் அதற்கு வழக்கமே. சரிசெய்யும் முறை வெற்றி அளித்துவிட்டால், அது பெருமையுடன் தன் முதுகில் தட்டிக்கொடுத்துக்கொள்வதும் உண்டு. மக்கள் இதை மீண்டும் மீண்டும் செய்து வருகிறார்கள். இது எப்படி இருக்கிறது என்றால், ஒருவன் தன் வீட்டுக் கூரையை உடைத்து நொறுக்கிவிட்டு, மழைவரும் போது அது ஒழுகத் துவங்கியவுடன் அவசர அவசரமாக மேலேறி அதைச் சரிசெய்துவிட்டு, ஒரு மாபெரும் தீர்வைத்தான் கண்டு விட்டதாகக் குதூகலிப்பதற்குச் சமமாக உள்ளது. விஞ்ஞானி யின் கதையும் இதுதான். இவன் இரவு பகலாகக் கண்களைக் கெடுத்துக்கொண்டு புத்தகங்களில் மூழ்கியிருப்பான். கடைசி யில் கிட்டப்பார்வையும் வந்துவிடும். இதுவரை அவன் என்ன ஆராய்ச்சி செய்துகொண்டிருந்தான் என்று உங்களுக்கு ஆச்சரியமாக இருக்கும். கடைசியில் பார்த்தால் கிட்டப்

பசுமைப் புரட்சியின் கதை

பார்வைக்கு மூக்குக் கண்ணாடி கண்டுபிடிக்கும் ஆராய்ச்சி தான்![2]"

இதற்கு இரண்டு அற்புதமான உதாரணங்கள் நம் கண் முன்னால் இருக்கின்றன. புற்று நோய் மற்றும் நரம்பு சம்பந்தப் பட்ட வியாதிகள் இன்று உலகெங்கும் பெரும் பிரச்சினை களாக வெடித்திருக்கின்றன. இந்த நோய்கள் இத்தனைப் பரவலாவதற்கு ஒரு முக்கியக் காரணம் நம் அன்றாட வாழ்க்கையில் உபயோகிக்கும் (பூச்சிக்கொல்லிகள் உட்பட்ட) பல ரசாயனங்கள்தான் என்று மேலை நாட்டு விஞ்ஞானிகள் வெளிப்படையாக ஒப்புக்கொண்டுவிட்டனர். உண்மையான தேவை இருக்கிறதா இல்லையா என்றாராயாமல், லாபம் சம்பாதிக்கும் ஒரே இலக்குடன் செயல்படும் கம்பெனிகள் ஒவ்வொரு ஆண்டும் 700 புதிய ரசாயனங்களை உருவாக்கிக் கொண்டிருக்கின்றன. இப்போது புழக்கத்தில் இருக்கும் செயற்கை ரசாயனங்களின் மொத்த எண்ணிக்கை 86,000. இவற்றுள் 11% மட்டுமே அதன் பாதுகாப்புக்காக ஆராய்ச்சி செய்யப்பட்டுள்ளது. அதில் ஏதோ ஒரு 'எண்டோசல்ஃபா'னைப் பற்றிக் கொண்டு அதன் தடையைக் கொண்டாடிக்கொண் டிருக்கிறோம். 89% ரசாயனங்களின் பாதுகாப்புக் குறித்த எந்தத் தகவலும் நம்மிடையே இல்லை. இது போதாதென்று ஒவ்வொரு ஆண்டும் பல லட்சம் புதிய வேதியியல் பொறியிய லாளர்களைக் 'கல்வி', 'வளர்ச்சி' என்கிற பெயரில் உருவாக்கிக் கொண்டிருக்கிறோம். இப்படிப்பட்ட ஒரு பூதாகரமான பிரச்சினையை உருவாக்கிக்கொண்டுவிட்டு, உயிரினங்களின் உயிரணுக்களுடன் போரிட்டுச் சிதைத்துக்கொண்டிருக்கும் மனிதவினம், புற்றுநோயைக் குணப்படுத்துவதற்காகவும், நோயாளிகளுக்கு நிவாரணம் அளிப்பதற்காகவும் நடக்கும் ஆராய்ச்சிகளில் செலவழிக்கும் பணத்துக்குக் கணக்கே இல்லை! புதிய சிகிச்சை முறை ஒன்றைக் கண்டுபிடித்துவிட்டால், தன் சாதனைக்காகப் பெருமைப்பட்டுக்கொள்கிறது. கூரையை உடைத்தவன் கதை போன்றுதான் இது உள்ளது.

இங்கு மற்றொரு உதாரணமும் பொருத்தமாக அமையும். இயற்கை நமக்களிக்கும் முழுமையான உணவுகளை (உதாரணத்துக்குத் தவிட்டுடன் சேர்ந்த அரிசி, சத்துக்களுடன் சேர்ந்த செக்கில் ஆட்டிய எண்ணெய் ஆகியவற்றை) மெருகேற்றி விட்டு, பிறகு அந்தச் சத்துக்களைத் தனித்தனியாக அதே உணவுடன் சேர்க்க முனைந்து, ஏதோ நாம் சொந்தமாக உருவாக்கிய ஒன்றைப்போலச் 'சத்தூட்டிய உணவு' என்றழைக் கிறோம். இத்தகைய உணவுகள் இயற்கையான உட்கூறுகளைக்

கொண்டிராதது மட்டுமல்ல; அளவுக்கு அதிகமாக உட்கொண்டால் நஞ்சாகும் வாய்ப்புள்ளதால் அவை உடலுக்கு ஏற்றதல்ல. இதனால் சமீபத்தில் டென்மார்க் நாட்டில் (ஹார்லிக்ஸ், ஒவல்டின், கெல்லாக்ஸ் உட்பட்ட) வைட்டமின்கள் பொருத்தப்பட்ட உணவுகள் தடைசெய்யப்பட்டுள்ளன.[3] ஆக, தானியங்களை மெருகேற்றுவதற்காக ஒரு நிறுவனம், சத்தூட்டிப் புதிய உணவுகளை உருவாக்க ஒரு நிறுவனம், இந்த உணவுகளை உட்கொண்டு ஏற்படும் பிரச்சினைகளைக் குணமாக்க மருந்துகள் உற்பத்தி செய்ய ஒரு நிறுவனம், இவற்றுடன் சேர்ந்த விஞ்ஞானிகள் மற்றும் மருத்துவர்கள் – இந்த அர்த்தமற்ற செயல்களை ஒட்டுமொத்தமாக நவீன உலகம் 'வளர்ச்சி' என்கிறது.

இது மட்டுமே முழு உண்மை என்று நான் சொல்லவில்லை. நமது நலனை உண்மையாகவே உயர்த்தியுள்ள கண்டுபிடிப்புகள் உள்ளன. இந்த வாதத்தில் நாம் சிந்திக்க வேண்டிய ஒரு முக்கியமான உண்மை உள்ளது என்றுதான் சொல்கிறேன்.

'உண்மையான அறிவு' என்பது என்ன?

மெய்ஞ்ஞானத்தில் பிறக்கும் 'உண்மையான அறிவு' நமது அகங்காரங்களை, அடையாளங்களைத் தொலைத்துவிட்டு, மெய்ஞ்ஞானத்தை உணர்ந்தால் மட்டுமே மனிதவினம் ஞானத்தை அடையமுடியும். அதுவே அதன் உண்மையான இலக்கு. வேத நூல்கள் தொட்டு இன்றைய ஆன்மீக மகான்கள் வரை ஓயாமல், வெவ்வேறு மொழிகளிலும் முறைகளிலும் கூறிக்கொண்டிருப்பது இதைத்தான். 'அகங்காரத்தின், சிறிய மனத்தின் ஓயாத இரைச்சலை நிசப்தப்படுத்துங்கள். அந்த ஆழ்ந்த அமைதியில் ஒரு வெறுமை தோன்றும். அந்த வெறுமை மட்டுமே நிறைவானது.' 'நிறை குடம் தளும்பாது' என்பார்களே, அதுபோல. இந்த நிறைவு நிலையின் 'ஞானத்'திலிருந்து பிறப்பது மட்டும்தான் உண்மையான அறிவு.

> ஐயுணர்வு எய்தியக் கண்ணும் பயமின்றே
> மெய்யுணர்வு இல்லா தவற்கு.
>
> – குறள் 354

'மெய்யுணர்வு இல்லாதவற்கு, ஐம்புலன்களைக் கொண்டு கிடைக்கும் அறிவு பயனற்றதே' என்று இதை வள்ளுவர் விளக்குகிறார். இப்போது நாம் 'அறிவு' என்று கொண்டிருப்பது, நமது சிறு மனங்களில் ஏற்படும் இரைச்சலான எண்ணங்களின் வெளிப்பாடு மட்டுமே.

‘அஹம் ப்ரும்மாஸ்மி’ என்று வேதம் கூறியது. ‘அன்பே சிவம்’ என்கிறது சைவ சித்தாந்தம். ‘நான் யார்? என்ற ஒரு கேள்வியை மட்டும் கேட்டுக்கொண்டே இரு! உண்மை விளங்கும்’ என்றார் ரமணர். ‘நம்பிக்கைகள், கருத்துக்கள், அச்சங்கள், விருப்பு—வெறுப்புகள் போன்ற மனித மனத்தின் இரைச்சல்களிலிருந்து உங்களை விடுவித்துக்கொள்ளுங்கள். அப்போது கிடைக்கும் உண்மையான ஞானம்’ என்றார் ஜே. கிருஷ்ணமூர்த்தி. ‘ஆத்ம சக்தி ஓங்க வேண்டும்!’ என்று முழங்கினார் காந்தி. இவை அனைத்தின் சாராம்சமும் ஒன்றே.

மனிதஇனம் ஞானத்தில் உதிக்கும் உண்மையான அறிவைப் பெறுவதற்கு முக்கியமாக ஒன்றைச் செய்ய வேண்டும். நமது நடவடிக்கைகளைக் குறைத்துக்கொண்டு படிப்படியாக அமைதிக்கு அதிகமான நேரத்தை ஒதுக்க வேண்டும். இது அத்தனை எளிதல்ல. செய்வதற்கு ஒன்றுமில்லை என்றாலும் கூட, பொழுதுபோக்கைக் கொண்டாவது இரைச்சலை உண்டுபண்ணிக்கொள் என்கிற நமது சமுதாயத்தின் ‘அறிவுரைக்கு’ நமது மனம் பழகிவிட்டது. “சும்மா மட்டும் இருக்காதே! எதையாவது கூறிக்கொண்டோ, படித்துக் கொண்டோ, பார்த்துக்கொண்டோ, உற்பத்தி செய்துகொண்டோ இரு. அது உனக்கோ மற்றவர்களுக்கோ உதவுகிறதா என்பதை யெல்லாம் பிறகு பார்த்துக்கொள்வோம்!” என்கிறது ஒட்டு மொத்த சமுதாயத்தின் சுயப்பிரக்ஞையிழந்த நிலை.

தியானம் என்பது பல ஆன்ம நெறிகளில் முக்கியமான அங்கம் வகிக்கிறது. இதைத்தான் ஃபுகோகா, “ஒன்றும் செய்யாமல் இருத்தல்” என்கிற தத்துவமாக வாழ்ந்து காட்டினார். தனது விவசாயத்தையே ஒருவித தியானமாகப் பாவித்தார்.

ஒற்றை வைக்கோல் புரட்சி, ஒரு ‘ஜென்’ பௌத்த நூலாகப் போற்றப்படுகிறது. இந்த நெறியில், கண்களை மூடிச் செய்யும் தியானத்துடன் வேறொரு முறையும் பரிந்துரைக்கப் படுகின்றது. அதுவே ‘கவனம் செலுத்தும் தியானம்.’ இந்த முறையின்படி நாம் செய்யும் வேலைகளின் ஒவ்வொரு அசைவி லும் கவனம் செலுத்தி மனதை அமைதிப்படுத்தினால், அது ஒரு ஆழ்ந்த தியான நிலைக்கு நம்மைக் கொண்டுசெல்லும். இத்தகைய தியானமாகத்தான் ஃபுகோகா தான் மேற்கொண்ட விவசாயத்தைப் பாவித்தார். பல்கலைக்கழகத்தில் புத்தகத்தில் படித்த கருத்துக்களையெல்லாம் நிசப்தப்படுத்திவிட்டு, இயற்கை யிடம் சரணடைந்து உணர்வுபூர்வமாக அறிந்தார். அவரது விவசாயத்தை “ஒன்றும் செய்யாத விவசாயம்” என்றழைத்தார்.

‘எந்தவொரு புதுமுறையையும் உருவாக்கும் வழக்கமான வழிமுறை, இதைச் செய்து பார்த்தால் என்ன? அதைச் செய்து பார்த்தால் என்ன?’ என்று பல்வேறு வழிமுறைகளை முயற்சி செய்து பார்ப்பதாகும். இது நவீன வேளாண்மையின் வழிமுறையாகும் . . . என் வழிமுறை நேர் எதிரானது. “இதைச் செய்யாமல் இருந்தால் என்ன? அதைச் செய்யாமல் இருந்தால் என்ன?’ என்றே என் சிந்தனை சென்றது. நான் கடைசியாக ஒரு முடிவுக்கு வந்துவிட்டேன். உழத் தேவை யில்லை; செயற்கை உரங்கள் போடத் தேவையில்லை; தழையுரம் போடத் தேவையில்லை; பூச்சிக்கொல்லிகள் தெளிக்கத் தேவையில்லை. இப்போது நடைமுறையில் இருக்கும் பல வேளாண் செய்முறைகள் தேவையற்றவையே”

என்கிற முடிவுக்கே வந்தார் ஃபுகோகா.[4]

ஆனால், இந்த ‘ஒன்றும் செய்யாமல் இருத்த’லை சரியாகப் புரிந்துகொள்ளாவிட்டால் விபரீதத்தில் முடிந்து விடும்! ‘பொறுப்பேற்காமல் சோம்பி இருத்தல்’ என்பதல்ல அதன் பொருள். மாறாக, மன இரைச்சல்களிலிருந்து விடு பட்ட ஆழமான அமைதியில் அனைத்துயிர்க்கும் பொறுப் பேற்று, தேவையானதை மட்டும் சிரத்தையாகச் செய்தல் என்பதுதான் அதன் பொருள். இந்த ‘ஒன்றும் செய்யாமல் இருத்த’லில் தேவைப்பட்டால் ஓயாது உழைத்தலும் வேண்டும். ஆனால், அந்தத் தேவை, நமது அகங்காரத்துக்கு அப்பாற் பட்டதாக இருந்தால் மட்டுமே.

இன்று இயற்கையின், வாழ்க்கை முறைகளின் சமநிலை பாதிக்கப்பட்டிருப்பதால், ஒன்றுமே செய்யாமல் இருந்தால் நம் நிலத்தில் பயிர் விளையாது. விதைத்த விதைகள்தான் அழியும். அல்லது, நன்கு விளைந்து நிற்கும் பயிர்களை ஒரே நாளில் பூச்சிகள் நாசமாக்கி விடும். ஃபுகோகாவின் ஆரம்பகால அனுபவம் இதோ!

என் தோட்டத்தில் இருந்த ஆரஞ்சு மரங்களை அப்படியே விட்டு, அவை பூச்சித் தொல்லையால் மடிந்ததிலிருந்து ‘எது இயற்கையான வழிமுறை?’ என்னும் கேள்வி எனது மனத்தில் இருந்துகொண்டே இருந்தது. அதற்குப் பதில் தேடும் முயற்சியில் மேலும் 400 மரங்கள் பலியாயின.[5]

அதனால், மனிதஇனம் இன்றிருக்கும் நிலையில் பல குறுக்கீடுகளைச் செய்தாக வேண்டிய நிலைமையில்தான் நாம் உள்ளோம். இதையும் அவரே விளக்குகிறார்.

மனிதனின் செயல்நுட்பம் இன்னும் நிலத்துக்குத் தேவைப் படுவதற்குக் காரணம் என்னவென்றால், முன்பு அதே தொழில்நுட்பத்தினால் இயற்கையின் சமச்சீர்மை மிகவும் மோசமாகப் பாதிக்கப்பட்டு, நிலங்கள் அவற்றின் அடிமை யாகிவிட்டிருந்ததுதான் . . . மரங்கள், தங்கள் இயற்கையான வடிவத்திலிருந்து விலகியிருக்கும் வரை வெட்டிவிடுவதும், பூச்சிகளை அழிப்பதும் தேவையானதுதான் . . . இத்தகைய பகுப்பாய்வு வேளாண்மைக்கு மட்டுமல்ல, மனித சமுதாயத் தின் பிற விஷயங்களுக்கும் பொருந்தும். மக்கள் ஒரு சுகாதாரமற்ற சுற்றுச்சூழலை உருவாக்கும்போது அங்கு மருத்துவர்களும் மருந்துகளும் இன்றியமையாததாகி விடுகின்றன.[6]

ஆகவே, ஒன்றும் – செய்யாமலிருந்து விவசாயம் செய்வ தென்பது ஓரிரவில் செய்துமுடிக்கும் வேலை அல்ல. நாம் பயணித்துச் செல்ல வேண்டிய பாதை. நோக்கிச்செல்ல வேண்டிய இலக்கு.

ஆனால், இந்த வேலைகளைப் பிரபஞ்சம் என் மூலம் செய்கிறது என்றுணர்ந்த நிலையில் செய்தால், நாம் செய்தும் செய்யாதவராய் ஆகிறோம். இதற்குக் 'கர்ம யோகம்' என்று பெயர்சூட்டும் பகவத் கீதை, 'எந்தப் பயனையும் எதிர் பார்க்காமல், பற்றில்லாமல், சுயநலமில்லாமல் செயல்களில் ஈடுபட வேண்டும்' என்று விளக்குகிறது. 'கர்மம் எதுவுமே செய்வதாய்த் தோன்றாமை, கர்மத்தின் பளுவே தோன்றாமை' என்கிற நிலையைத்தான், உணர்ந்த நிலை என்று விளக்குகிறது. 'சூரியன் ஒன்றுமே செய்யாததுபோல இருக்கும். அது ஒளிர்வது அதன் இயற்கை. ஆனால், அதன் ஒளிதான் இந்தப் பூமிப் பந்தின் எல்லா அசைவுகளுக்குமே அடிப்படை' என்று பகவத் கீதையின் சாராம்சத்தை விளக்கும் வினோபா பாவே, நம் அகங்காரத்தை அடக்கினால் 'நாம் செய்தும் செய்யாதவர் போல ஆகிறோ'மென விளக்குகிறார். இத்தகைய உணர்ந்த செயல்களாலே நாம் உண்மையில் ஒரு புதிய உலகை உருவாக்க உதவும்.

'நான் செய்கிறேன்!' என்னும் அகங்காரத்தை அகற்றாமல் பலர் புதிய உலகை உருவாக்கும் முயற்சியில் ஈடுபடுகின்றனர். 'நான் இயற்கைக்குத் திரும்புகிறேன்! சுற்றுப்புறச் சூழல் மாசுபாட்டுக்கு எதிராகச் செயல்படப் போகிறேன்!' என்று எதிர்வினையாகச் செயலில் இறங்குகின்றனர். இதுவும் அதே சுயப்பிரக்ஞையிழந்த நிலையின் வேறொரு வெளிப்பாடே. இந்தச் செயல்கள் குறுகிய காலத்தில் நல்லது செய்வதாகத்

தென்பட்டாலும், நாளடைவில் அவை உண்மையான தீர்வாக இராது.

ஒரு முழுமையான சிந்தனையைப் பரிணமிக்க நாம் என்ன செய்ய வேண்டும்?

மனிதஇனமும் இயற்கையும் வரலாறு காணாத ஆழமான நெருக்கடியில் சிக்கித் தவித்துக்கொண்டிருக்கின்றன. இந்த நெருக்கடி நாளுக்கு நாள் தீவிரமடைந்து கொண்டுதான் போகிறது. விவசாயிகளின் தற்கொலை, ஊழல், வனங்களின் அழிவு, ஏழ்மை, வன்முறை, சுகாதாரக் கேடு – இப்படி எதை எடுத்துக்கொண்டாலும் நிலைமை நாளுக்கு நாள் மோசமாகிக் கொண்டுதான் இருக்கிறது. நாம் செய்ய வேண்டிய முதல் வேலை, இந்த நெருக்கடிக்கு முழுமையாகப் பொறுப்பேற்பது தான். அதாவது, இந்த உலகில் வாழும் உயிர்கள் அனைத்துக்கும் பொறுப்பேற்க வேண்டும். பஞ்சாபில் நிகழும் விவசாயிகளின் தற்கொலைக்கும் நமக்கும் நேரடித் தொடர்பு இருப்பதை உணர வேண்டும். காந்தி கூறியது போல "நமது செயல், மிக மோசமாக வலுவிழந்திருக்கும் மனிதனுக்கும், உயிரினத்துக்கும் சற்றேனும் உதவுகிறதா? அவர்களின் விடுதலைக்காக ஏதேனும் செய்கிறதா?' என்னும் கேள்வியை நம்மை நாமே திரும்பத் திரும்பக் கேட்டுக்கொள்ள வேண்டும். முழுமையான சிந்தனையை வளர்த்தெடுப்பதற்கான முக்கியமான முதல் அடி இது.

நமது எளிய மனங்கள் பிளவுண்ட நவீனத்துவச் சிந்தனை யோட்டத்தில் அடித்துச் செல்லப்பட்டுள்ளன. இந்த சமூக ஆக்கநிலையிலிருந்து (conditioning) வெளியேறி முழுமையான சிந்தனையை வளர்க்க நாம் இரண்டு முக்கியமான பண்பு களை வளர்த்துக்கொள்ள வேண்டும். முதலாவது, பணிவு. நமது கதையில் வரும் ஆல்பர்ட் ஹோவார்டுக்கும் ரிச்சாரியா வுக்கும் இருந்த முக்கியமான பண்பு இது. "கற்றது கை மண் அளவு, கல்லாதது உலகளவு" என்ற ஔவையின் அற்புதமான வார்த்தைகளைத் தினமும் ஆயிரம் தடவை சொல்ல வேண்டும் என்றாலும் அது மிகையாகாது.

இரண்டாவது நேர்மை. வான் லீபிக் தான் எத்தனை பெரிய விஞ்ஞானியாகப் பெயர் பெற்றிருந்தாலும், ஒரு வகைச் சிந்தனையை முன்வைத்துத் தன் வாழ்நாட்கள் முழுவதையும் கழித்திருந்தாலும், இறுதி நாட்களில் தான் ஒரு முட்டாள் தனமான செயலைச் செய்ததாகவும், தான் பாவம் செய்து விட்டதாகவும் ஒப்புக்கொண்டு, தான் உணர்ந்த உண்மையைப்

பற்றி எழுதினார். இதற்கு அவருக்கு எத்தனை நேர்மையும் துணிவும் வேண்டியிருந்திருக்கும்! நமது மனங்களைப் பக்குவப் படுத்தி, நமக்குக் கற்பிக்கப்பட்டிருக்கும் அனைத்துத் தகவல் களையும், நம் மேல் திணிக்கப்பட்டிருக்கும் (நாம் நமது என்று எண்ணிக்கொண்டிருக்கும்) அத்தனை அபிப்பிராயங் களையும் கருத்துக்களையும் நேர்மையுடன் கடுமையான பரிசீலனைக்கு உட்படுத்த வேண்டும். குறைந்தது இந்தப் பாதையில் முதல் அடியையாவது எடுத்து வைக்க வேண்டும்.

நாம் செய்ய வேண்டிய முக்கியமான மற்றொன்று, துண்டிக்கப்பட்டுவிட்ட இயற்கையுடனான இணைப்பை மீட்பது. வெயிலையும் மழையையும் பழிக்காமல் நமது நண்பர்களாக்கிக் கொள்ளலாம். மொட்டை மாடிக்குச் சென்று நிலவின் வளர்பிறையையும் தேய்பிறையையும் கவனிக்கத் தொடங்கலாம். நகர்ப்புறங்களில் மொட்டை மாடிகளிலும், முகப்புகளிலும், ஜன்னல்களிலும் காய்கறி, கீரை, மூலிகை களை வளர்க்கலாம். தோட்டங்கள் அமைக்கத் தொடங்கினாலே, 'எந்தப் பருவத்தில் எதை விதைக்கலாம்? சூரிய ஒளி எங்கு அதிகமாகக் கிடைக்கிறது? நிலவின் எந்தப் பிறையில் எதைச் செய்யலாம்?' என்பதையெல்லாம் இயல்பாகவே கவனிக்கத் தொடங்கிவிடுவோம்!

'நாளைய தலைமுறை' என்று நாம் அடிக்கடி குறிப்பிடும் இன்றைய குழந்தைகளின் மனங்கள் இத்தகைய மூளைச் சலவைக்குப் பலியாகாதவை. பிளவுண்ட பார்வைக்குத் தங்களை இன்னும் இழக்காத அவர்கள், உள்ளார்ந்த தூய உயிர்ச்சக்தியையும் உள்ளுணர்வையும் கொண்டு அறிவைப் பெறும் ஆற்றலைக் கொண்டவர்கள்.

குழந்தைகளை நல்ல முறையில் வளர்த்தெடுப்பதற்கு என்ன செய்ய வேண்டும்? பயிர் வளர்ப்புக்கும் குழந்தை வளர்ப்புக்கும் அடிப்படையில் வேறுபாடு கிடையாது. இரண்டுமே ஒரே உயிர்ச்சக்தியின் வெவ்வேறு வெளிப்பாடுகள் தானே! கலில் கிப்ரான் சொல்லியிருப்பதுபோல, 'உங்கள் குழந்தைகள் உண்மையில் உங்கள் குழந்தைகளே அல்ல. அவர்கள், இந்த உயிர்ச்சக்தியின் ஏக்கத்தின் வெளிப்பாடு.' உலகில் வாழும் எல்லா உயிரினங்களும் அப்படித்தான்.

அமைதியான இயற்கையான சூழல்; தங்களுடைய உள்ளார்ந்த படைப்பாற்றலை வெளிப்படுத்தவும் மற்றும் பல வகையான சூழ்நிலைகளை அனுபவித்துப் பக்குவமடை வதற்குமான வாய்ப்புகள், பாதுகாப்பான வாழ்க்கை ஆகியவை இருந்தால் குழந்தைகளுக்குக் கற்றுக்கொடுப்பதற்குப் பெரிதாக

ஒன்றுமில்லை. இயற்கையான சூழல்களில் வெவ்வேறு தாவரங்கள் தங்களுக்குத் தேவையான உட்கூறுகளைத் தாமே எடுத்துக்கொண்டு, தங்களைத் தாக்கும் பூச்சி நோய்களை சமாளிப்பதற்குக் கற்றுக்கொண்டு தழைத்து வளர்வதைப் போலத்தான் இதுவும்.

இப்படி வளரும் குழந்தைகள் பாடப் புத்தகங்களிலும், செய்தித்தாள்களிலும் கொடுக்கப்பட்டிருக்கும் தகவல்களைக் கேள்வி கேட்காமல் உள்வாங்கும் தகவல் நுகர்வோராக ஒருபோதும் இருக்கமாட்டார்கள். தங்களுடைய படைப்பாற்றல், உள்ளுணர்வு, பக்குவம் மற்றும் அனுபவத்தில் பிறந்த சுய சிந்தனையைக் கொண்டு, ஒரு புதிய பார்வையை வளர்த் தெடுப்பார்கள். அதைக்கொண்டு, நாம் நினைத்துப்பார்க்கவே முடியாத வகையில் ஒரு புதிய உலகை இவர்களால் உருவாக்க முடியும்.

இதெல்லாம் இன்றைய குழந்தைகளின் வேலை என்றால், பெரியோர்களின் வேலை என்ன? பிள்ளைகளைப் 'பிரச்சார முறை'ப் பள்ளிக்கூடங்களுக்கு அனுப்புவதற்குப் பதிலாக, இத்தகைய 'இயற்கைக் கல்வி'க்கு ஏற்ற சூழல்களை உருவாக்கிக் கொடுக்கவேண்டும்; அவர்களுடைய உதவிகொண்டு நமது உள்ளுணர்வையும் வளர்த்துக்கொள்ள வேண்டும். இவற்றை யெல்லாம் துணிந்து ஏற்றுச் செயலாற்றும் பெற்றோர்களின் எண்ணிக்கை நம்மிடையே அதிகரிக்க அதிகரிக்கத்தான், உண்மையான இயற்கை வேளாண்மையைப் பின்பற்றும் விவசாயிகளின் எண்ணிக்கையும் அதிகரிக்கும். அப்போது தான் நாம் பசுமைப் புரட்சிப் பாதையிலிருந்து மனிதஇனத்தை உண்மையாகத் திசை திரும்பச் செய்ய முடியும். மனிதஇனம் முழுமையை நோக்கிப் பயணிக்க முடியும்.

இயற்கை வேளாண்மை, சூழலியல் மீட்பு, இயற்கை முறைக் கல்வி, ஜனநாயகத் தொழில்நுட்பம், கிராமங்களை அடிப்படைப் பொருளியல் அலகுகளாகக் கொண்டமைந்த பொருளாதாரம் ஆகியவை மனிதஇனத்தின் ஆன்மீக நலனி லிருந்துதான் தொடங்க வேண்டும். மண் குணமாவதற்கும் மனித ஆன்மா குணமாவதற்குமான செயல்முறை ஒன்றுதான். ஃபுகோகா கூறுவது போல "வேளாண்மையின் இறுதி லட்சியம் பயிர்களை வளர்ப்பதல்ல. மனித இனம் முழுமையடையும் வண்ணம் அதனைப் பண்படுத்துவதே!"

குறிப்புகள்

1. இந்திய வேளாண் மரபு

1, 2, 3, 6. ஜிதேந்திர பஜாஜ், எம்.டி.ஸ்ரீனிவாஸ்; அன்னம் பஹு குர்வித: உணவைப் பெருக்கிப் பகிர்ந்துண்ணும் பாரதிய சனாதன தருமம் (செண்டர் ஃபார் பாலிஸி ஸ்டடீஸ், சென்னை, 1998); சமஸ்கிருத மற்றும் தமிழ்ப் பாடல் வரிகளின் விளக்கங்கள் இந்த நூலிலிருந்து அடிமாறாமல் கொடுக்கப்பட்டுள்ளன.

4. உ.வே.சாமிநாதய்யர்; தர்மம் தலை காக்கும். http://www.heritagewiki.org/index.php?title=*தர்மம்-தலைகாக்கும்.*

5, 7, 17, 22. M.D.Srinivas, T.G.Paramasivam, T.Pushkala; Thirupporur and Vadakkupattu: Eighteenth Century Locality Accounts (Centre for Policy Studies, Chennai, 2001).

8. Major General Alexander Walker, circa 1820 (Quoted by Dharampal in 'Indian Science and Technology in the 18th century; Other India Press; 2000).

9. Dr.Wallick, Evidence before the Common's Committee - vol. ii, part 1, pg.195 (1832).

10. A.O. Hume, Agricultural Reform in India, (1878).

11. Robert Wallace; India in 1887; (Oliver and Boyd; 1888).

12. John Augustus Voelcker, Report on the Improvement of Indian Agriculture (1893).

13. John Kenny, Intensive Farming in India (Higginbotham, Madras, 1912).

14. PPST-Madras Group; Indian Agriculture at the Turn of the Century; PPST Bulletin Vol.2, No.1.

15. Karl Marx, 'British Rule in India', (*New York Daily Tribune*, No. 3804, June 25, 1853).

16. Bharat Dogra, The Life and Work of Dr.R.H.Richcharia (New Delhi, 1991).

18. C.H.Rao, Mysore Gazetteer, Volume - III 1929).

19. William Wilcocks, Lectures on the Ancient System of Irrigation in Bengal and its Application to Modern Problems; (Calcutta University; 1930).

20. Naren Karunakaran, Living with Floods; (www.infochange india.org; July 2004).

21. Dinesh Kumar Mishra, Thus Come the Floods (Barh Mukti Abhiyan, Bihar; June 2003).

23. Surapala, Vrkshayurveda, The Science of Plant Life (Asian Agri-History Foundation, Secunderabad, 1996).

24. Krishi Parashara (Ancient Sanskrit Text translated by Nalini Sadhale, H.V.Balkundi and Y.L.Nene; Asian Agri - History Foundation, 1999).

25. Mahajan, Vanaspathi Samvardhan Shikshak (1911).

26. Ghanamatha Nagabhushan Shivayogi Swamiji, Krishi Jnana Pradeepike (mid 19th century).

http://www.indiatogether.org/2005/aug/agr-dproof.htm

27. மகாவித்வான் கந்தசாமிக் கவிராயர், வேளாள புராணம் (மகாலிங்கம் மாரியம்மாள் மணிவிழா அறக்கட்டளை, 1999).

28. ஜி.எஸ்.ஆர். கிருஷ்ணன், 'மறைந்த விருட்சம்', காலச்சுவடு, இதழ் 84; டிசம்பர் 2006;

O

2. வேளாண் வரி - சுரண்டலின் தொடக்கம்

1, 3, 4, 5. Famines Lajpat Rai; England's Debt to India (Ministry of Information and Broadcasting, Government of India, 1917).

2. Malcolm Lyall Darling, The Punjab Peasant in Prosperity and Debt (Oxford University Press, London, 1925).

6. Vandana Shiva; The Violence of the Green Revolution: Ecological degradation and political conflict in Punjab (Zed Press, New Delhi; 1992).

○

3. சுரண்டலின் அடுத்த கட்டம் - பணப் பயிர்களின் அறிமுகம்

1. Claude Alphonso Alvares; Decolonising History (Goa, The Other India Press, 1993).

2, 3, 5, 7, 8, 12. Sir George Watt; The Commercial Products of India; (New Delhi, Today and Tomorrow's Printers and Publishers, 1908/66); pg 848-851, 669. 672, 218, 240, 795-97, 935, 936.

4. MD. Afroz Alam; Champaran: Mantra for Non-violence (1998);

http://pib.nic.in/feature/feyr98/fe0798/PIBF2907986.html

6. A.R. Venkatachalapathy, In those days, there was no coffee; (Yoda Press, New Delhi; 2006).

9, 10, 13. John Augustus Voelcker, Report on the Improvement of Indian Agriculture (1893).

11. Forbes Royles; Culture and Commerce of Cotton in India; (1851).

14. Report of the National Commission on Agriculture: Part I, Review and Progress (Ministry of Agriculture and Irrigation, Government of India, New Delhi, 1976).

○

4. வேளாண் அறிவியல் : பாரம்பரியமும் நவீனமும்

1. Albert Howard, An Agricultural Testament; (Oxford University Press; 1943); http://journeytoforever.org/farm_library/howardAT/ATtoc.html

2. Masanobu Fukuoka; One Straw Revolution (Rodale Press, 1978).

3. M.G. Jackson, The Ecological Village (Other India Press; 2005).

4. Claude Alvares et al; The Organic Farming Reader (Other India Press, 1999).

5. Masanobu Fukuoka; The Natural Way of Farming: The Teory and Practice of Green Philosophy; (Japan Publications, 1985).

6. William R.Jackson, PhD; Humic, Fulvic and Microbial Balance: Organic Soil Conditioning; An agricultural Text and Reference Book (Jackson Research Centre, Colorado, 1993) Original source in German: Liebig von, J. (1855). Die Grundsatze der Agriculturchemie mit Rucksicht auf die in England angestellten, Untersuchungen, Braunschweig.

7. John Augustus Voelcker, Report on the Improvement of Indian Agriculture (1893).

8. http://en.wikipedia.org/wiki/Luther_Burbank

O

5. இயற்கை நியதிகளின் மீறல்:
இந்திய வேளாண்மையின் சரிவு

1, 14, 16. Albert Howard, Crop Production in India: A critical survey of its problems (1924).

2. Albert Howard, An Agricultural Testament; (Oxford University Press; 1943).

3, 5. Robert Wallace, India In 1887 (Oliver and Boyd; 1888).

4, 11. PPST-Madras Group; Indian Agriculture at the Turn of the Century; PPST Bulletin Vol.2, No.1.

6, 7, 12, 13, John Augustus Voelcker; Report on the Improvement of Indian Agriculture (1893).

8. Dharampal, T.M. Mukundan; The British Origin of Cow-Slaughter in India: with some British Documents on the Anti-Kine-Killing Movement 1880-1894 (Society for Integrated Development of Himalayas, Mussoorie; July 2002).

9. G. Thomson, India and the Colonies (1838).
10. Montgomery Martin; The Indian Empire (1858).
15. F.H.King; Irrigation and Drainage (London, 1900).
17. Patrick McCully, Silenced Rivers: The Ecology and Politics of Large Dams (International Rivers Network, California and Zed Books, New York, USA 2001).
18. Dinesh Kumar Mishra, Thus Come the Floods (Barh Mukti Abhiyan, Bihar; June 2003).
19. Vandana Shiva, Stolen Harvest: the hijacking of the global food supply (South End Press, Cambridge, MA, USA; 2000).

O

6. நவீன வேளாண்மையின் ஊடுருவல்
   1. http://www.livinghistoryfarm.org/farminginthe40s/crops_04.html
   2. www.bayer.com/en/History.aspx
   3. http://www.livinghistoryfarm.org/farminginthe40s/pests_01.html
   4. Joseph Cornelius Kumarappa, Economy of Permanence (Maganwadi, Wardha, 1948).

   5, 8, 9, 12, 18 . M.S. Randhawa, A History of Agriculture in India - Volume 3; 1757-1947 (ICAR, New Delhi, , ICAR, New Delhi, 1983).

   6, 7, 10. John Augustus Voelcker, Report of the Improvement of Indian Agriculture (1893).

   11. Albert Howard, An Agricultural Testament; (Oxford University Press; 1943).
   13. M.K.Gandhi (Harijan, 21.04.1946).
   14. J.C.Kumarappa (Harijan, 02.03.1947).
   15. M.K.Gandhi (Harijan, 13.04.1947).

16. The Story of Silent Spring, Natural Resources Defense Council (http://www.nrdc.org/health/pesticides/hcarson.asp).

17. Mirabehn (Harijan, 29.09.1946).

○

7. உணவுப் பற்றாக்குறை - உண்மை நிலை

இக்கட்டுரையில் கொடுக்கப்பட்டுள்ள தகவல்கள் அனைத்தும், காந்தி நடத்திய 'ஹரிஜன்' பத்திரிகையில் 1935யிலிருந்து 1947 வரையில் (இடையில் பத்திரிகை தடைசெய்யப்பட்ட 1942-45யை விட்டுவிட்டு) வெளியாகிய பல கட்டுரைகளிலிருந்து சேகரிக்கப்பட்டவை. இவை அனைத்தும் ஒன்றாகச் சேகரிக்கப்பட்டுக் கீழ்க்காணும் நூலாக வெளியானது.

Food Shortage and Agriculture (Navajivan Publishing House, Ahmedabad, 1949).

1, 4, 5. Pyarelal (Harijan, 03.03.1946).

2. Amartya Sen; Poverty and Famines: An Essay on Entitlement and Deprivation (Oxford University Press; 1982).

3. M.K. Gandhi (Harijan 07.07.1946).

6. M.K.Gandhi (Harijan, 24.02.1946).

7. M.K.Gandhi (Harijan, 07.07.1946).

8. (Anand Bazar Patrika, 08.02.1946).

9. M.K.Gandhi (Harijan, 31.03.1946).

10. M.K.Gandhi (Harijan, 16.11.1947).

11. M.K.Gandhi (Harijan, 10.03.1946).

12. M.K.Gandhi (Harijan, 02.06.1946).

13. Pyarelal (Harijan, 26.06.1946).

14. M.K.Gandhi (Harijan, 22.09.1946).

○

8. சுதந்திர இந்தியாவில் வேளாண்மை (1947–60)

1. Indian National Congress; Report of the Congress Agrarian Reforms Committee; 1949;

2. K.M. Munshi, Towards Land Transformation (Government of India, Ministry of Food and Agriculture, undated).

3. M.K. Gandhi; Harijan (New Delhi, 21.12.1947).

4, 7, 10, 16, 17. கிராமவாசியின் பஞ்சாங்கமும் விவசாய விளக்கங்களும்: 1958–59 (சென்னை விவசாய இலாகா வெளியீடு, 1958).

5,8. பிக்ஷாண்டர் கோவில் பண்ணையார் ஜி. ராஜகோபால் பிள்ளை; ஓய்வுபெற்ற விவசாய டிப்டி டைரக்டர் என்.எஸ். குழந்தைசாமி பிள்ளை, பி.ஓ.எல். எஸ்.ஜி. கணபதி ஐயர்; தென்னிந்திய வேளாண்மை – பகுதி 1 (தென்னிந்திய வேளாண்மைக் கழகம், 1949).

6. First Five Year Plan (1950-55), Second Five Year Plan (1955-60); Planning Commission of India http://planning commission.nic.in/plans/planrel/fiveyr

9. M.A. Balakrishnan, L.Ag, MAS, Deputy Director of Agriculture (Retd.); Elements of Agriculture - Part 1 (P. Varada chary & Co., Madras, 1950).

11. ப. கோதண்டராமன், விவசாயப் பிரச்சினைகள் (பாரத தேவி காரியாலயம், மதராஸ், undated).

12. Joseph Cornelius Kumarappa, The Cow in Our Economy (1957).

13,15. Bharat Dogra, The Life and Work of Dr. R.H.Riccharia (New Delhi, 1991).

14, 18, M.S. Randhawa, M.S., A History of Agriculture in India - Volume 4, 1947 - 1981; (ICAR, New Delhi, 1986).

○

9. அமெரிக்காவின் உணவு உதவியும், PL 480யும்

1. George C. Marshall, Secretary of State, Commencement address at Harvard University (MA, USA, June 5, 1947) http://www.usaid.gov/multimedia/video/marshall/marshallspeech.html

2. The History of America's Food Aid, USAID http:// www.usaid.gov/our_work/humanitarian_assistance/ffp/ 50th/history.html

3. Dr. Kumar Swamy, India's Food Problem and US PL 480 (Intereconomics Journal; Vol. 3, Number 7 July 1968).

4. USDA Secretary Earl Butz; World Food Conference in Rome, 1974. Reference: Daly, Herman & Farley, Joshua; Ecological Ecoonomics - Principles and Applications (Island Press, Washington DC, 2004).

5. Senator Hubert Humphrey in naming PL 480, the 'Food for Peace' program; Wall Street Journal; May 7, 1982; Reference: Daly, Herman & Farley, Joshua; Ecological Ecoonomics - Principles and Applications (Island Press, Washington DC, 2004).

6. Shyam Kamath, Foreign Aid and India: Financing the Leviathan State (Cato Institute, Washington, DC; 1992).

7, 8. Vandana Shiva; The Violence of the Green Revolution; (Third World Network; Penang, Malaysia, 1991).

9. Nicanor Perlas & Renee Vellve, Oryza Nirvana; (Searice, Manila, Philippines, 1997).

o

10. வீரிய விதைகளின் தொழில்நுட்பமும் வரலாறும்

1. Ears of plenty: The story of man's staple food (*The Economist*, Dec 20, 2005).

2. Claude Alphonso Alvares, The Great Gene Robbery; First published by the Illustrated Weekly of India (issue dated March 23, 1986).

3. Bharat Dogra, The Life and Work of Dr. R.H. Richharia (New Delhi, 1991).

o

11. 'பசுமைப் புரட்சி' இந்தியாவில் அரங்கேறிய கதை

1-10, 12, 13, 15, 16. C. Subramaniam, Hand of Destiny; Vol. 2 'The Green Revolution' (Bharatiya Vidya Bhavan; 1995).

11, 19, 20, 22. Crushed, but not defeated; An Interview of Dr. R.H.Richharia by Claude Alvares (The Illustrated Weekly of India, March 23-29, 1986).

14. John P. Lewis, India's Political Economy: Governance and Reform (Oxford University Press, New Delhi, 1995).

17, 18. Sripad Dharmadhikary, Unraveling Bhakra: Assessing the Temple of Resurgent India (Manthan Adhyayan Kendra, April 2005).

21. Claude Alphonso Alvares, The Great Gene Robbery; First published by the Illustrated Weekly of India (issue dated March 23, 1986).

23-25. Dr. Vinod Shah's Protest by Suicide (Nature Vol. 237, New Delhi, May 1972).

26. Joseph Hanlon; Top Food Scientist Published False Data (New Scientist, London, Vol.64, No.922, 1974).

27-30. Vandana Shiva; The Violence of the Green Revolution; (Third World Network; Penang, Malaysia, 1991).

O

12. மாயச் சுழலில் சிக்கிய விவசாயம்

1. Fertiliser Association of India, 2003-04; http://www.fao.org/docrep/009/a0257e/A0257E05.htm

2. Analysis of Pesticide Residues in Bottled Water: Delhi Region, (Centre for Science and Environment, January 2003).

3. International Commission on Irrigation and Drainage: India http://www.icid.org/cp_india.html

4. Vandana Shiva, Sujalam: Living Waters, The Impact of the River Linking Project ; 2003.

5. Daniel Zwerdling, India's Farming 'Revolution' Heading For Collapse; (National Public Radio; April 13, 2009).

http://www.npr.org/templates/story/story.php?storyId=102893816&ft=1&f=1001

6. Cancer Express; Hindustan Times, January 16, 2010 http://www.hindustantimes.com/News-Feed/India/Cancer-Express/Article1-498286.aspx

7. The Story of Khasargod; The Endosulphan Campaign http://www.endosulfan.in/#storyofkasaragod

8. Persistent Organic Pollutants, 'United Nations Environment Program' website. http://www.chem.unep.ch/pops/

9, 12, 13. Vandana Shiva, The Violence of the Green Revolution; ; (Third World Network; Penang, Malaysia, 1991).

10. P.Sainath, In 16 years, farm suicides cross a quarter million, The Hindu, October 29, 2011.

11. Sutlej - Yamuna Link Issue; NRI Legal Services; http://www.nrilegalservices.com/satluj_yamuna_link.aspx

O

13. இன்றைய வேளாண் நெருக்கடி

1. Reserpine information from DrugsUpdate http://www.drugsupdate.com/generic/view/444

2. GMO-Free Regions website. http://www.gmo-free-regions.org/

3. Avoid GM seeds, farmers told; Express Buzz, 26 Jan 2009, http://expressbuzz.com/States/tamilnadu/avoid-gm-seeds-farmers-told/37032.html

4. Jeffrey M.Smith, Genetic Roulette: The documented health risks of genetically engineered foods (Yes! Books, 2007) http://www.geneticroulette.com/

5. Tamil Nadu urged to ban genetically modified crops, The Hindu, 1 Jan 2009. http://www.hindu.com/2009/01/01/stories/2009010150790200.htm

6. S.Harpal Singh, Bt Cotton spells doom for cattle? (The Hindu, 2 March 2007) http://www.hindu.com/2007/03/02/stories/2007030208990400.htm

7. Moratorium on Bt Brinjal, The Hindu, 9 Feb 2010 http://www.thehindu.com/news/national/article103642.ece

8. Good Seeds, Better Lives for Poor Farmers; Bill and Melinda Gates Foundation http://www.gatesfoundation.org/agriculturaldevelopment/pages/connecting-poor-farmers-to-good-seeds-feature.aspx

9. Monsanto company charged with bribing indonesian government official; Jan 6, 2005; http://www.justice.gov/opa/pr/2005/January/05_crm_008.htm

10. 'Go Aheads Came on Monsanto's Data' - Interview with T.V.Jagadisan, Tehelka Magazine, Vol 7, Issue 07, February 20, 2010; http://www.tehelka.com/story_main43.asp?filename=Ne200210go_aheads.asp

11. Jeremy Scahill, Black waters Black Ops (The Nation, October 4, 2010) http://www.thenation.com/article/154739/blackwaters-black-ops

12. Yasha Levine, The making of Manhattan's elite welfare farmers (New York Press, June 15, 2010) http://nypress.com/the-making-of-manhattans-elite-welfare-farmers/

13. Ashok Sharma, Importing a Farming Crisis (India Together, May 11, 2006) http://www.indiatogether.org/2006/may/opi-wheatin.htm

14. Tamil Nadu State Agriculture Council Act, (Tamil Nadu Government Gazette, Chennai, June 23, 2009) http://www.tn.gov.in/stationeryprinting/extraordinary/2009/150-Ex-IV-1.pdf

15. Tamil Nadu State Agriculture Council (Repeal) Act, 2009 (Tamil Nadu Government Gazette, Chennai, September 12, 2011) http://www.tn.gov.in/stationeryprinting/extraordinary/2011/324-IV-I.pdf

16. The Seeds Bill, 2004 (Government of India) http://seednet.gov.in/Material/SEEDS_ACT_2009.pdf

17. The Biotechnology Regulatory Authority of India Bill, 2009 (Ministry of Science and Technology, Department of Biotechnology, Government of India) http://www.indiaenvironmentportal.org.in/files/Biotech-authority-bill.pdf

18. Model APMC Act adopted by 16 States: Pawar, (Business Line, March 20, 2012) http://www.thehindubusinessline.com/industry-and-economy/agri-biz/article3016185.ece?homepage=true&ref=wl_home

19. Aditi Raja, Contract farming not helping farmers in Maharashtra (India Today, December 1, 2011) http://indiatoday.intoday.in/story/contract-farming-helping-farmers-maharashtra/1/162338.html

    The Right to Food, a note by Secretary General, (United Nations: Sixty Sixth Session; August 4, 2011).
    http://www.srfood.org/images/stories/pdf/officialreports/srrtf_contractfarming_a-66-262.pdf

20. Fritolay plans to up contract farming by four-fold (Business Standard, May 6, 2010) http://www.business-standard.com/india/news/frito-lay-tocontract-farming-by-four-fold/393931/

○

14. சர்வாதிகாரத்துக்கு வன்முறை, ஜனநாயகத்துக்குப் பிரச்சாரம்!

    1. தமிழ்நாடு அரசு பாடப் புத்தகங்கள் http://www.textbooksonline.tn.nic.in/

    2. William R.Jackson, PhD; Humic, Fulvic and Microbial Balance: Organic Soil Conditioning; An agricultural Text and Reference Book (Jackson Research Centre, Colorado, 1993) Original source in German: Liebig von, J. (1855). Die Grundsatze der Agriculturchemie mit Rucksicht auf die in England angestellten, Untersuchungen, Braunschweig.

    3. Indo-US Knowledge Initiative on Agriculture, Department of Agriculture Research and Education, Ministry of Agriculture, Government of India. http://dare.nic.in/usa.htm

    4. "Farmers donate money to Tamil Nadu Agri University (TNAU) and urge it to take up research for them on Sustainable Agriculture (South Indian Coordination Committee for Farmers Movements) http://siccfm.blogspot.in/2010/11/farmers-donate-money-to-tamilnadu-agri.html

5. Jairam Ramesh trashes academies' report on Bt brinjal (Daily News and Analysis, September 27, 2010) http://www.dnaindia.com/india/report_jairam-ramesh-trashes-academies-report-on-bt-brinjal_1444177

6. Brinjal and beyond: Editorial (The Hindu, October 20, 2009) http://www.thehindu.com/opinion/editorial/article36475.ece

7. Surinder Sud, The rise of Bt Cotton (Business Standard, January 29, 2008) http://www.business-standard.com/india/news/-risebt-cotton/311891/

8. Bt cotton boosts farmers' income: CESS (Business Standard, January 12, 2008) http://www.business-standard.com/india/news/bt-cotton-boosts-farmers%60-income-cess/310409/

9. Centre for Economic and Social Studies (CESS) http://www.cess.ac.in/cesshome/aboutoff.htm

10. Bt cotton farmers get more returns (*Economic Times*, Jan 29, 2008).

11. Vivek Deshpande & Ravish Tiwari, Hyped 'desi Bt' cotton has Monsanto gene, govt stops production (Indian Express, December 29, 2011) http://www.indianexpress.com/news/hyped-desi-bt-cotton-has-monsanto-gene-govt-stops-production/893287/

12. Ajaz Ashraf & Anuradha Raman interview Noam Chomsky, 'Media Subdues The Public. It's So In India, Certainly' (Outlook India, November 01, 2010) http://www.outlookindia.com/article.aspx?267553

13. P.Sainath, 'Rural Crisis and the role of media' (Rajendra Mathur Memorial Lecture, organized by the Editors' Guild of India, New Delhi, April 17, 2012).

O

15. எல்லோருக்கும் சோறு போடுமா இயற்கை விவசாயம்?

1. Dr.G.V.Ramanjaneyulu, Sustaining Agriculture Based Livelihoods: Experiences with Non Pesticidal Management and Community

Managed Sustainable Agriculture in Andhra Pradesh (Centre for Sustainable Agriculture) https://www.box.com/ramoo#/ramoo/1/35943250/399852454/1

2. Cuba Agriculture http://www.cubaagriculture.com/agriculturetoday.htm

3. TN farmers smile again (The Statesman, February 11, 2006) http://www.mobilitytechzone.com/news/2006/02/11/1362966.htm

4. The Worldwide Permaculture Network http://www.permacultureglobal.com/

5. Organic Agriculture and Food Security in Africa, UNEP-UNCTAD Capacity-building Task Force on Trade, Environment and Development, United Nations Conference on Trade and Development (UNCTAD), United Nations Environment Programme (UNEP) http://unctad.org/en/docs/ditcted 200715_en.pdf

6, 7. Agriculture at a Crossroads, Synthesis Report (International Assessment of Agricultural Knowledge, Science and Technology for Development - IAASTD, 2009) http://www.agassessment.org/reports/IAASTD/EN/Agriculture%20at%20a%20Crossroads_Synthesis%20Report%20%28English%29.pdf

8. Dr. Peter M. Rosset, Policy Brief No.4: The Multiple Functions and Benefits of Small Farm Agriculture (Food First, September 1999) http://www.foodfirst.org/node/246

9. Bhaskar Save http://www.savesanghavi.com/

o

16. சமுதாய மாற்றத்துக்கான அடிப்படை

1. Lewis Mumford, Authoritarian and Democratic Technics http://www.primitivism.com/mumford.htm

2. Rajendra Singh pioneers a new development model! (Good News India, October 2000) http://www.goodnewsindia.com Pages/content/inspirational/tbs.html

Tarun Bharat Sangh http://www.tarunbharatsangh.org/river%20aravri%20parliament.html

o

17. வேளாண்மையின் இறுதி லட்சியம் என்ன?

1,2, 4–6. மசானோபு ஃபுகோகா (தமிழாக்கம்: தியோடர் பாஸ்கரன்), ஒற்றை வைக்கோல் புரட்சி, பூவுலகின் நண்பர்கள்.

3. A. Suojanen et al., "Liberal Fortification of Foods: The Risks. A Study Relating to Finland" (Journal of Epidemiology and Community Health, National Food Agency, Finland National Public Health Institute, Nutrition Unit, Finland, April 2002) www.ncbi.nlm.nih.gov/pubmed/11896132

ooo